இந்த நாவல் பற்றி

நாவல் முழுக்க வார்த்தைகளின் பலத்தை வேத வாக்காய், அதன் பலம் தெரியாமலே சொல்லிப்போகிற லாவகம். மனிதனை இவ்வளவு கொடூரமாய் அவனே வெறுக்கும்படியாய் சித்தரித்துள்ளது.

- பஞ்சாங்கம்

இந்த நாவல் எழுத்து நம்மிடமிருந்த கதை சொல்லும் மரபை மீண்டும் வெளிக்கொண்டுவருகிறது. இதை மிகவும் வயதான ஒரு பாட்டி அல்லது குழைந்தை மட்டுமே எழுதியிருக்க முடியும்.

- நாகார்ச்சுனன்

...இந்தக் கூட்டத்தில் புதிதாக எழுதப்பட்ட நாவல் தமிழவனுடையது. வரிசை வரிசையாக, தனித்துவமும் அதிர்ச்சியும் தரும் விதமாகப் பல சித்திரங்களை மனதில் எழுப்புகிறது. இந்த ஆசிரியர் வேண்டுமென்றே தர்க்கத்தைச் சிதறடிக்கிறார். அதன் மூலம் வாசக அனுபவத்தை விஸ்தரிக்கிறார்.

- அசோகமித்திரன்

நான் முதன்முதலில், பத்திரிகைத் தமிழில் கவிதை எழுதக்கூடாது என்று விலக்கினேன். இந்த நாவலில் முதன் முதலாகத் தமிழவன் நாவலைப் பத்திரிகைத் தமிழில் எழுதக்கூடாது என விலக்கியுள்ளார்.

- ஞானக்கூத்தன்

தமிழவனின் ஏற்கனவே சொல்லப்பட்ட மனிதர்கள் சிலப்பதிகாரக் கதை சொல்லல் முறையில் வந்த, மாற்று உருவாக்க உத்திகொண்ட, மாந்திரிக எதார்த்தவாத நாவல்.

- அம்ஷன்குமார்

இந்த நாவல் தமிழகத்தின் பிற பகுதிகளுக்குத் தெரியாத குமரி மாவட்ட நாட்டுப்புறக் கற்பனையுடன் கிறிஸ்தவப் பாத்திரங்களைக் கொண்டு உருவாகியுள்ளது.

- நாச்சிமுத்து

ஏற்கனவே சொல்லப்பட்ட மனிதர்கள்

தமிழவன்

அடையாளம்

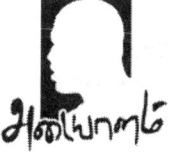

முதல் பதிப்பு: அடையாளம் 2010
இரண்டாவது மீளச்சு 2021
© தமிழவன்
வெளியீடு: அடையாளம், 1205/1 கருப்பூர் சாலை, புத்தாநத்தம் 621310, திருச்சி மாவட்டம், இந்தியா, தொலைபேசி: 04332 273444
நூல் வடிவம்: த பாபிரஸ், அச்சாக்கம்: அடையாளம் பிரஸ், இந்தியா
ISBN 978 81 7720 146 8
விலை: ₹ 140

Erkanave sollappatta manitharkal is novel in Tamil by Tamilavan, Published by Adaiyaalam, 1205/1 Karupur Road, Puthanatham 621310, Thiruchirappalli Dist., Tamilnadu, India, email: info@adaiyaalam.net

ஏற்கனவே சொல்லப்பட்ட மனிதர்கள்

1

பத்து வயது ஜான் ஆற்றோரத்தில் வண்ணத்துப்பூச்சியைப் பிடிக்க ஓடிக்கொண்டிருந்தபோது தெருவில் வெளவால் நிழல்விழுந்த செய்தி வந்தது. ஊரார் பயந்துபோயிருந்தனர். ஏற்கனவே ஒன்றிரண்டு முறை புழுதிபடிந்த தெருவில் வெளவால் நிழல் விழுந்தபோது ஏற்பட்ட பீதியைவிட அதிகம் பீதி இம்முறை உருவானது. பெண்கள் குழந்தைகளைத் தூக்கிக்கொண்டு ஓடலாயினர்.

வண்ணத்துப் பூச்சிகளை விட்டுவிட்டு ஐந்தாம் வகுப்பில் தன்னுடன் படிக்கும் நண்பனுடன் ஜான், வீட்டிற்கு வந்தபோது மக்கள் குழுமியிருந்தனர். அந்த மக்களுக்கு மத்தியில் புராதன நினைவுகளால் அரிக்கப்பட்டுப் பலவீனமாகிப்போன மனதுடன் நின்று கொண்டிருந்தார் ஜானின் தாத்தா. எனினும் கம்பீரமான அவரது பார்வையில் மாற்றம் ஏதும் தெரியவில்லை.

'அந்த ஊரின் விதிகளை நிர்ணயிப்பவர்கள் கண்ணிற்கோ, மனதிற்கோ தெரியாத மிகப் பழமை கொண்ட ஆவிகள்' என்று அங்குக் கூடியிருந்தவர்களில் மூத்தவர்கள் தாத்தாவிடம் சொன்னார்கள். மேலும் என்றைக்கு வெளவால் நிழல் ஊரில் விழுந்ததோ அன்றைக்கே தாத்தா தெய்வமூர்த்தியின் மனதில் ஒரு கவலை ஏறி, மனதின் சுவரைத் தின்னத் தொடங்கியுள்ளதைத் தாம் அறிவோம் என்றும், அந்த முதியவர்கள் ஏகக்குரலில் கூறினார்கள். அந்த ஊரின் முதுகுடிக்கான தலைவராய் அவரைத் தாங்கள் கருதுவதால் அவரிடம் வந்து தங்கள் மனக் கவலைகளைத் தெரிவிப்பதாய்க் கூறிய அந்த ஜனங்கள் பின்பு புறப்பட்டனர். முத்துப்பிள்ளையின் ஆவி வெளவால் உருவத்தில் வருவதைத் தாத்தா கவனித்துக்கொள்வார் என்று குசுகுசுத்தபடி முதியவர்கள் சென்றனர். ஜானின் தாத்தா அறைக்குள் சென்று யோசித்தபடி அமர்ந்தார். சற்று நேரத்தில் வம்ச சரித்திரம் எழுதப்பட்ட ஏடுகளை அவர் கைகள் புரட்டலாயின.

வெளவால் நிழலாய் ஊரைப் பயமுறுத்துவது தனது சித்தப்பாவான முத்துப்பிள்ளைதான் என்பதறிந்த ஜானின் மனதில் பல கேள்விகள் உதித்தன. தனது தாத்தாவின் தம்பி உருத்திரமூர்த்தியின் மகனான

முத்துப்பிள்ளை எப்படி வௌவால் நிழலாய் அலைகிறார் என்று பலமுறை தாயைக் கேட்டும் அவள் பதில் தரவில்லை.

வழக்கமாய் மாலையில் வீட்டிற்குவரும் ஜான், அன்றைக்கு முதலாவது சுதந்திர நாளென்று கூறி ஸ்கூலில் கொடுத்த கொடியுடன் மதியமே வீட்டிற்கு வந்தான். அவன் தாய்க்கருகில் சென்று அவனுடைய சிறுபிராய வழக்கப்படி உதடுகள் திறக்காமலே கேட்டான்: 'முத்துப்பிள்ளை ஏன் வௌவாலாய் மாறினார்?'

இந்தப் புராதனக் குடும்பத்தின் தொல்லைகளும் விசித்திரங்களும் ஜானையும் பீடிக்கக்கூடாது என்பதில் கவனமாயிருந்த அவன் தாய் சிநேகப்பூ, தன் மகனை ஒருமுறை ஏறெடுத்துப் பார்த்துவிட்டு அருகில் வந்தாள். அவன் நெற்றியில் தன் பெருவிரலால் சிலுவை அடையாளம் வரைந்துவிட்டு அதையெல்லாம் கேட்கக்கூடாது என்பதுபோல் சைகை செய்த பின்னர் கையில் ஜெபமாலையைத் தூக்கி மௌனமாய் ஜெபம் செய்ய ஆரம்பித்தாள்.

அன்றிரவு தூங்கிவிட்டு மறுநாள் எழுந்த ஜானின் முகத்திலிருந்த மாற்றத்தைத் தாய் கவனித்தாள். தாயின் அருகே ஜான் வந்தான். 'தாத்தா, முத்துப்பிள்ளை சித்தப்பாவை எப்படிக் கொன்றார்?' என்று அவன் கேட்டவுடன் தாய் அதிர்ந்து போனாள். 'இரவில் வந்து யார் உனக்கு இதைச் சொன்னது?' என்று பயந்தபடி கேட்ட சிநேகப்பூவிற்கு, 'இரவில் கனவில் முத்துப் பிள்ளை சித்தப்பா வந்து சொன்னார்' என்று பதில் சொன்னான் ஜான். தன் மகனும் புராதன வம்சத்தினரைப் போல் எதிர்பாராத செயல்களைச் செய்ய ஆரம்பித்ததை அறிந்த சிநேகப்பூ மிகுந்த மனக்கவலையுடன் ஜானைப் பார்த்தாள். தாத்தா, முத்துப்பிள்ளையைக் கொன்றதையும் அதன்பின் முத்துப்பிள்ளை வௌவால் நிழலாய் மாறி ஊரில் கலவரம் ஏற்படுத்துவதையும் கனவில் வந்த முத்துப்பிள்ளை மூலம் ஜான் தெரிந்துகொண்டான் என எண்ணினாள்.

இரண்டு மூன்று நாள் பள்ளிக்கூடம் போன ஜான் கடுமையாக வெயில் அடித்த ஒரு நாள் வீட்டிலுள்ள வம்ச ஏட்டில் ஒரு சுவடியை யாருக்கும் தெரியாமல் எடுத்துப் படிக்கலானான். வரலாற்றின் கடைசி ஏடாக இருந்ததால் அதில் சங்கேதங்களின்றி எழுதப்பட்டிருந்தது. தாத்தாவிற்கு அவர் செய்த கொலைக்குத் தண்டனை ஐந்து வருடம் என்றும், தன் தந்தை ராசப்பனுக்கு இரண்டு வருடம் என்றும் எழுதப்பட்டிருந்தது.

வம்ச சரித்திரம் தன் மனதின் தோலைக் கிழித்து உட்புகுந்த

அத்தகைய நாள்களில், ஒரு ஞாயிற்றுக் கிழமை சுவடிகளைப் படித்துக் கொண்டிருந்த தாத்தாவின் கண்முன்பு, ஒரு வார்த்தை ஊஞ்சல் போல ஆட ஆரம்பித்தது. அந்த வார்த்தைக்கு விரைவில் ஒரு தலையும் வாலும் முளைத்தன. தலை ஒரு பக்கமாகவும் வால் அதற்கு எதிரான பக்கமாகவும் வளர்ந்தன. தன்னை வார்த்தை மிரட்டத் தொடங்கு மென்று கருதிய தாத்தா அதனைப் பிடித்துக் கொல்ல நினைத்துக் கையை நீட்டும்போது அங்கு ஜான் நின்றிருந்தான்.

'சொல்லுங்கள் தாத்தா, முத்துப்பிள்ளை உங்கள் தம்பியின் மகன்தானே. எதற்குக் கொன்றீர்கள்?'

ஒரு முகமூடி கழன்று கீழே விழுந்தாற்போல தாத்தாவின் முகத்திலிருந்த கம்பீரம் விழுந்ததை அன்றைக்கு ஜான் கண்டான். அவர் முகத்தில் ஒரு புராதனக் கழுகு குடியேறியது. தாத்தாவின் கண்கள் கழுகின் கண்களாய் உருமாற்றம் பெற்றன.

ஜானின் கேள்வி ஓர் எதிரியின் ஆயுதமாய் மாறித் தாத்தாவின் ஆன்மாவை விரட்டியிருக்க வேண்டும். உடனே ஜானைக் கண்டு வீட்டிற்குள் ஓட ஆரம்பித்த தாத்தா சற்று நேரத்தில் பொத்தென்று விழுந்தவர் முக்கி முனகியபடி, அக்குடும்பம் ஜனன அறையாய்ப் பயன்படுத்திய ஓர் இருண்ட அறைக்குள் புகுந்துகொண்டார்.

அன்றிலிருந்து வார்த்தைகள் தாத்தாவிடமிருந்து எங்கோ ஓடிப் போய்விட்டன. மௌனத்தை எடுத்துப் போர்த்தியபடி தாத்தா படுக்கலானார். பாதி நினைவும் பாதி நினைவின்மையுமாய்க் கிடப்பது அவரது விதியாக இருந்தது.

தான் எதிர்பார்க்காத ஒரு காரியம் நடந்துபோனதால் திக்பிரமை பிடித்து நின்றான் ஜான். தன் குடும்பம், ரகசியமான பல ஆவி களுடனும் சரித்திரங்களுடனும் தொடர்புடையது என்று முதன் முதலாய்த் தானே அனுபவபூர்வமாய் உணர ஆரம்பித்தான்.

தாத்தா படுத்த அறைக்கு யார் யாரோ வந்தார்கள். என்னென்னமோ கேட்டார்கள். தாத்தாவின் நாக்கு சுருண்டுகொண்டு வார்த்தைகளை விரட்டிவிட்டதாய் எல்லோரும் கூறினார்கள். அதன்பிறகு தாத்தா பேசவே இல்லை. ஏதோ ஒரு முறை, ஒரு வார்த்தையோ வாசகமோ வருவதன்றித் தாத்தா பேச்சை முற்றாய் மறந்துவிட்டார்.

ஜானைக் கருத்தரித்தவளாதலால் யாரும் சொல்லாமலே என்ன நடந்ததென்று தெரிந்துகொண்டாள் அவன் தாய் சிநேகப்பூ. உடனே பதறியபடி ஜானை அழைத்து, 'தாத்தாவிடம் முத்துப்பிள்ளை பற்றி ஏதாவது கேட்டாயா?' என்று கேட்டாள்.

'நான் கேட்கவில்லை. என் நாக்கிற்குள்ளிருந்த ஒரு வாசகம் தாத்தாவின் மனதிற்குள் புகுந்து கேட்டிருக்கிறது'.

இந்தப் பதிலைக் கேட்ட சிநேகப்பூ மகனைப் பக்கத்தில் வருமாறு ஆணையிட்டாள்.

மறுநாள் ஐந்தாம் வகுப்பு டீச்சர், 'காலில் ஏன் கட்டுப் போட்டிருக் கிறாய்?' என்று கேட்டபோது, ஜான் தான் வியக்கும்படியாக, சாத்தான் களிடமிருந்து தப்பிய ஒரு பொய் தன் வாயிலிருந்து புறப்பட்டதைக் கண்டான். 'டீச்சர், நான் விழுந்துவிட்டேன்'.

ஜான் இந்த ரீதியாகத் தன் தாத்தாவைப் பேசாதவராக்கிவிட்டதை நினைத்தபோது அவனுக்கு ஷாகுல் ஹமீதுடன் ஏற்பட்ட மனஸ்தாபம் ஞாபகம் வந்தது. தன் நண்பனான ஷாகுல் ஹமீதுவை யாருக்கும் தெரியாமல் கிள்ளியதற்காய் தன்னுடன் படிக்கும் அவன் இனி தன்னோடு பேசமாட்டான் என்பதை நினைத்தான். வார்த்தை களைக் கண்டு மிரண்டான். சிலரைப் பார்த்து வார்த்தைகள் கோபித்துக் கொள்கின்றன. அதனால் அவை வெளிவரமாட்டேன் என்கின்றன. எனவே தன் தவறு அல்ல என்றும், சிலருடன் பேசாமல் ஆவதற்கு வார்த்தைகளின் தவறுதான் காரணம் என்றும் எண்ணினான்.

ஜானுடைய மனதில் ஏற்கனவே புராதனக் குணங்கள் காணப் பட்டதால் அவனுக்குத் தான் கதை சொல்வதன் மூலம் அவன் மனம் பாழாகாது என்று எண்ணிய சிநேகப்பூ கதைகள் சொல்லலானாள். தாத்தாவின் ஞாபகங்களும் கீர்த்திகளும் நிரம்பிச் சிறகடித்துப் பறந்ததால் அவர் படுத்திருந்த அறைக்குள் சென்று வம்ச சரித்திரம் எழுதப்பட்ட ஏட்டை அவனால் படிக்க முடியவில்லை. இனித் தாயின் வாய் மூலம் கிடைக்கும் வம்ச சரித்திரம் மட்டுமே அவனுக்குக் கிடைக்கும் என்றாகிவிட்டது. ஒருநாள் கதைகளைக் கேட்டுவிட்டுத் தூங்கிய ஜானின் கனவில் மீண்டும் இளமையான முகத்துடன் முத்துப்பிள்ளை தோன்றினார். முன்புபோல் வாய்திறந்து அவருடன் பேச ஆரம்பித்தவுடன் இருளாய் மாறிவிட்டார்.

தாத்தாவின் தம்பி உருத்திரமூர்த்தி. தன் அண்ணனைவிட வரப் போகும் காரியங்களை முன்கூட்டி அறியும் சக்தி படைத்தவர். ஆனால் முன்கூட்டியே கார்யங்களாற்றும் வல்லமை இல்லாதவர்; ஆதலால் பலவீனங்கள் சில, பறவைகள் மரக்கிளையில் தொங்குவது போல் அவர் மனதின் கிளையில் தொங்கிக்கொண்டிருக்கும்.

தன் உடம்பைப் போலவே தனது உடலின் நிழலிற்கும்கூட ஆற்றல்கள் உண்டு என்று நினைத்தபடி வாழ்ந்தவர் அவர். தன் மூத்த மகளான முத்துமாரியை அவரது மனைவி கர்ப்பம் தரித்தபோது, 'என் நிழலின் விந்துவால் பிறப்பவள்தான் இப்பெண் குழந்தை' என்று கூறினார். மனதின் கடுகடுப்பு முகத்தில் ஏறி அமர, பார்ப்பவர்களுக்குப் பயம் தரும்படியான தோற்றம் தருபவர்.

அவருக்கு குழந்தையாகப் பிறந்தவனே முத்துப்பிள்ளை என்ற மகன். அவனது தாய் அவனை எப்படிக் கருத்தரித்தாள் என்பது அந்தப் புராதன ஊரில் முக்கிய சமாச்சாரமாகக் கொஞ்ச காலம் பேசப்பட்டு வந்தது. ஒருநாள் உருத்திரமூர்த்தி தனது தோட்டத்தில் வேலை செய்துவிட்டு வியர்வையுடன் வீட்டிற்கு வந்து மனைவி வெந்நீர் போட்டுத் தர அதில் குளித்தார். அவர் குளித்தபின் அவரது மேல் துண்டை எடுத்து அதன் அழுக்கைப் பிழிந்து திடீரென ஏற்பட்ட தாகத்தால் குடித்தாள், அவரது மனைவி. அழுக்கைக் குடித்து கர்ப்பம் தரித்தவளுக்குச் சரியாகப் பத்தாவது மாதம் அழகான ஓர் ஆண் குழந்தை பிறந்ததைப் புராதனப் பெருமைகளால் திமிர் பிடித்த அந்த ஊர் கூட்டம் கூட்டமாக வந்து பார்த்துச் சென்றது.

புராதனக் குடியில் இளையவர்களாய்ப் பிறப்பவர்களுக்கு இருக்கக்கூடிய குணமென்று புராதனர்களின் புராணங்களில் கூறியிருப்பதுபோலவே ஜானின் தாத்தாவுடன் இளையவராய்ப் பிறந்த உருத்திர மூர்த்திக்கும் ஒரு விசேஷமான பழக்கம் இருந்தது. கனவுகளை உண்மை என்று நம்பும் கெட்ட பழக்கம் தான் அது. அதனால் ஊரில் ஒரு திருவிழாவின்போது நாடகத்தில் ராஜா வேஷம் கட்டி ஆடிய பனையேறி ஒருவனை வருடத்திற்கு ஒருமுறை சென்று நமஸ்கரித்து அவனுக்குக் கப்பங்கள் கொடுத்து வந்தார் அவர். அவனது சேனாதிபதியாய்த் தான் வாழ்ந்து வருவதாய் நினைத்துக் கொண்டிருந்தார். அதற்காகத் தனது சேனாதிபதி ஆடையைப் பல ஆயிரம் ரூபாய்கள் செலவில் தயாரித்தார். வருடத்திற்கொருமுறை சேனாதிபதி உடையில் லெஃப்ட், ரைட் என்று கத்திக்கொண்டு புராதனக் குடிகள் சாலையின் இருமருங்கும் சிரிப்பை அடக்கியபடி வரிசையாய் நிற்க, மிடுக்காக நடந்து சென்று வருவது வழக்கம். ஆரம்ப நாள்களில் சாலையின் இருமருங்கும் இருந்த அதிகமான கூட்டம் வருடங்கள் செல்லச் செல்லக் குறைந்துகொண்டே வந்தது. அதைப் போலவே அவரது ஆடையின் பளபளப்பும் குறைந்தது. மின்னியபடி தொங்கிய தோள்பட்டை பதக்கங்கள் வருடங்கள் செல்லச் செல்லக் கறுத்துத் துருப்பிடித்தன. ஆனாலும் ஆண்டுக்கொரு முறை

சேனாதிபதி நடை நடக்கும் அவரது பழக்கம் நிற்கவேயில்லை. வீட்டின் மூலையில் மிகுந்த மரியாதையுடன் அவரது சேனாதிபதி உடை தொங்கியது என்றும் ஜனங்கள் தங்களுக்குள் பேசிக்கொண்டார்கள்.

அவரது மகனும் பராக்கிரமங்களும் புகழும் கொண்டவன்தான். அவன் பிறந்தவுடன் அவனது அழகு பற்றிய செய்தி ஊரெங்கும் பரவியது. கோயிலில் சாமி தர்சனத்திற்கு நிற்பதுபோல் நிற்க ஆரம்பித்தார்கள். கண்பட்டுவிடும் என்பதற்காக நிஜமான குழந்தை வீட்டினுள்ளும் அவனைப்போல் செய்யப்பட்ட பொம்மை ஒன்று நடுமுற்றத்திலும் கிடத்தப்பட்டது. பொம்மையை நிஜக்குழந்தை என்று கருதிப் பார்த்த பெண்கள் தங்கள் தங்கள் வயிற்றிற்குள்ளும் அத்தகைய ஓர் அழகு புகுந்து குழந்தையாய் கை, கால், தலை என்று உருவாகாதா என ஏங்கலாயினர்.

தம் வம்ச சரித்திரத்தை ஜானுக்குக் கதையாகக் கூறி, அதன் மூலம் தன் மனதிற்கும் ஆறுதல் தேடிய சிநேகப் பூ, சிறுபிள்ளையாக இருந்த முத்துப்பிள்ளையின் அழகில் புராதன ஊரே மயங்கியதைக் கதை கதையாகச் சொன்னாள்.

முத்துப்பிள்ளை இரண்டு மாதக் குழந்தையாக இருக்கும் போது வாணியனின் மனைவி ஒருத்தி தன் கணவனைவிட்டு ஓடிவந்து அந்தக் குழந்தையைக் கொஞ்சுவதும் குலாவுவதுமாக இருந்து உணவும் உறக்கமுமில்லாமல் ஒருநாள் இறந்ததைக் கூறினாள். இன்னொருத்தி முத்துப்பிள்ளையைப் போன்று ஆற்றங்கரையில் மணலில் உருவம் செய்து அதனை விட்டுப் பிரியாமல் பல மாதங்கள் வாழ்ந்திருக்கையில் ஒரு நாள் அதிகநீர் வந்து அந்த மணல் குழந்தை கரைந்துபோக, தானும் நீரில் விழுந்து மாண்ட கதை ஒன்றும் உண்டு.

உருத்திர மூர்த்திக்கும் நான்கு மாதக் குழந்தையான முத்துப் பிள்ளைக்கும் நடந்த மோதலைப் பற்றி சிநேகப் பூ பேசுகையில் அவள் கண்களில் தோன்றும் விநோதப் பூரிப்பு ஊர் முழுவதும் பிரசித்தமாக விருந்தது.

ஒருநாள் உருத்திரமூர்த்தி அக்குழந்தையைத் தூரத்தில் நின்றபடியே பார்த்தாராம். அப்போது தாயானவள் அருகில் சென்று குழந்தையை அவர் கையில் கொடுக்க, அக்குழந்தை தன் கையில் வளர்ந்திருந்த நகத்தினால் உருத்திரமூர்த்தியின் உயிர் ஒளிந்திருக்கும் ஸ்தலத்தைப் பலத்துடன் அழுத்தியதாம். உருத்திரமூர்த்தி மூர்ச்சையாகி விழுந்து விட்டார். தாய் அலறியபடி சென்று குழந்தையைத் தூக்கினாள். உருத்திரமூர்த்தியை அவரது அண்ணன் வைத்தியரிடம் தூக்கிச் சென்று

ஒருமாத சிகிச்சைக்குப்பின் உயிருடன் திரும்பக்கொண்டு வந்தார். மயங்கிக் கிடந்த உருத்திர மூர்த்தியைப் பார்த்த வைத்தியர் நாடி பிடித்துச் சோதித்த பின் ராட்சசப்பிடி ஒன்றிலிருந்து தப்பிப் பிழைத்திருக்கிறார் என்று கூறினாராம். அன்றிலிருந்து உருத்திரமூர்த்தி குழந்தையைப் பார்ப்பதில்லையாம். குழந்தையின் தாயும் குழந்தையை உருத்திரமூர்த்தி நடமாடும் இடங்களில் வைக்காமல் ஒளித்து வைத்துக்கொள்வாளாம். தகப்பனுக்கும் மகனுக்கும் ஓடிய மூலரேகைகள் எதிரெதிர் குணம்கொண்டவை என்று மெத்தப் படித்தவரான காலத்தைக் கணிக்கும் ஒரு மேதை கூறியுள்ளார் என்பது வம்ச சரித்திரத்தைப் படித்த யாரோ சொல்லித் தெரிய வந்தது.

தாத்தா இனிப் பேசமாட்டார் என்றும், அவர் பாதி பிரக்ஞை யின்றிப் படுத்திருப்பதே அவரது விதி என்றும் ஊரார் வந்து பிரகடனம் செய்த அன்று சிநேகப்பூ உண்ணாமலும் உறங்காமலும் அழுது கொண்டிருந்தாள். தனக்குப் புரியாத பல ரகசியங்களைக்கொண்ட பிரபஞ்சத்தைப் பற்றி அப்போது அறிந்துகொண்ட சிறுவன் ஜான், எதிர்பாராத இக்குழப்பத்தைக் கண்டு மிரண்டு வானத்தில் ஒரு காலும் பூமியில் ஒரு காலுமாய் நடந்துகொண்டிருந்தான்.

ஜானின் தாத்தா இதற்கு முன்பு இந்த மாதிரி எப்போதாவது படுத்திருக்கிறாரா என்றால் படுத்திருக்கிறார் என்றே அந்தக் குடும்ப நினைவுகளைத் தாங்கும் ஜானின் தந்தை ராசப்பன் சொன்னார். அப்போது ராசப்பன் இளைஞராக இருந்தாராம். இரத்த ஓட்டத்தின் வேகத்தினால் காலை, மாலை என்னும் எதிரெதிரான கால எல்லைகளை அவர் தலைகீழாக்கிக்கொண்டிருந்த சமயம் அது. ஏசு பிறப்பிற்கு அடுத்த நாள். தாத்தா மிக அதிக நேரமாகக் கண்கள் மூடாமல் தூரத்தில் எதையோ பார்க்க ஆரம்பித்தார். இரண்டு நாள்கள் இமை மூடாமல் கிடந்த தாத்தாவைப் பற்றிக் கேள்விப்பட்ட ராமு வைத்தியரின் தந்தைகூட வைத்தியம் செய்ய வந்துவிட்டார். ராமு வைத்தியரின் தந்தையின் வைத்தியம் சித்தர்களின் நேரடி அநுபவத்திலிருந்து வாய்மொழியாகக் கற்ற வைத்தியமாகும். அத்தகைய வைத்திய அறிவு படைத்த வைத்தியரால்கூடத் தாத்தா ஏன் இரண்டு நாள்கள் இமை மூடாமல் கிடக்கிறார் என்று கண்டு பிடிக்க முடியவில்லை. திகைத்தபடி நின்ற ராமு வைத்தியரின் தந்தைக்கு முன்னால் படுத்திருந்த தாத்தா, திடீரென தூரத்தில் தெரியும் பாறையைக் காட்டிப் பேச ஆரம்பித்தார். அவர், ‘நான் இரண்டாயிரம் வருஷங்களின் ஞாபகத்தை நினைவில் ஒன்று திரட்டி மூளையில் வைத்துப் பேசுகிறேன்’ என்று பேச ஆரம்பித்தார். தூரத்தில் தெரியும்

பாறை, எப்படி ஒருதுளி மழை மண்ணில் விழுந்து உருண்டு திரண்டு கறுப்பு நிறமாகிப் பின் பல்வித மாற்றங்களுக்குட்பட்டுப் பாறையாக மாறிற்று என்பதை விஸ்தாரமாக எடுத்துச் சொன்னார். அப்படிப் பேசிக்கொண்டிருக்கும்போதே மரங்கள் பரிணாம விதிப்படிக் குறுகிக் குறுகி, செடிகளாய் மாறியதையும், பெரும் விலங்குகள் வானத்தில் பறந்து பறந்து காலகதியில் சிறு பருந்தாய், கழுகாய் உருமாற்றம் பெற்றதையும் நேரடியாகக் கண்டு விளக்கலானார். ஆச்சர்யமான வருணிப்பும் பிரமிப்பும் கலந்த பாஷை தாத்தாவின் வாயிலிருந்து புறப்பட்டது. மரங்கள் பேசிய பாஷையைத் தாத்தா சிலவேளைகளில் பேசினார். விலங்குகளின், பறவைகளின் பாஷைகளையும்கூடப் பேசினார். மரங்களுக்கும் புல் பூண்டுகளுக்கும் தெரிந்த பாஷை தமிழ் உச்சரிப்புகள் பேசிக்கொண்டிருந்தன என்றும், மரங்களின் பாஷையில் தாய் என்பதற்குப் பதில், 'ஏய்' என்றும், 'கண்' என்பதற்குப் பதில் 'ஷண்' என்றும் இருந்ததைத் தான் தாத்தாவிடம் கேட்டதாகவும் கூறி ராமு வைத்தியரின் தந்தை ஓர் ஆங்கில துரையின் உதவியுடன் ஆராய்ச்சிக் கட்டுரை ஒன்றை ஏஷியாட்டிக் சொஸைட்டி ஆய்விதழில் எழுதியிருந்தார். உலகத்தில் முதலில் புற்கள் பேசிய மொழிக்கும் தமிழுக்கும் குடும்ப உறவு உண்டு என்ற கருத்துகள் பரவலாயின.

ஜானின் தாத்தா இரண்டாயிரம் வருஷ ஞாபகத்தைத் தன்னிடம் கூறினாரென்று ராமு வைத்தியரின் தந்தை ஊரில் ஒவ்வொருவருக்காய்ச் சொல்லிக் கொண்டிருந்த நாள்களில் தாத்தா எழுந்து பூரண சுகம் பெற்று நடந்தார். தாத்தாவிடம் யாரோ இதைக் கேட்டவுடன் தாத்தா ராமு வைத்தியரின் தந்தையின் ரத்தத்தில் பைத்தியக்கார ஞாபகங்கள் கலந்திருக்கின்றன என்றும், தன் கையால் அவரது ரத்தத்தை வெளியில் எடுத்து ஊற்ற முடியும் என்றும் கூறினார். ராமு வைத்தியரின் தந்தை அந்தக் கதையை இனிமேல் யாரிடமும் சொல்வதில்லை என்று அன்றைய தினத்திலிருந்து உறுதிகொண்டார்.

அன்பான வாசகர்களே! மனித வாழ்க்கை மிருக வாழ்க்கையையும் பறவை ராசிகளின் வாழ்க்கையையும் புல் பூண்டுகளின் வாழ்க்கையையும் தாண்டி நாகரிகப் பாதையில் நடையிடுகிறது. உண்மைதான் இது. என்றாலும் மனித வாழ்க்கை பறவைகளையும் மிருகங்களையும் தன் ஞாபகத்திலிருந்து முற்றாக அழிக்க முடியாமல் படும் அவஸ்தை சொல்லும் தரமாமோ? ஜானின் தாத்தாவின் உடலில் மிருக ரத்தமும் பறவையின் உயிர் ரசமும் புல்பூண்டுகளின் உயிர்நீரும் கலந்து ஓடுகின்றதை இந்தக் கதையில் நீங்கள் அறியும் முன்பு அவரைப் பற்றிய சரித்திரத்தை உங்களுக்குச் சொல்கிறேன்.

ஜானின் தாத்தாவின் பூர்வோத்திரம் யாது? அவரது குலம் யாது? கொள்கை யாது? நாமம் யாது? நலம் யாது? வழி யாது? பழி யாது? என்று அறிய ஆவலாய் இருப்பவர்களே, கேளுங்கள்.

சீர் பூத்திலங்கும் சீரும் பேரும் படைத்த பாண்டிய நாட்டினிலே நீர்வளம், நிலவளம் மிகுந்து குடிவளம் பெருத்துக் கோவளம் அதிகரித்துப் புலியும் பசுவும் ஒரு துறையில் நீர் அருந்தவும், எலியும் பூனையும் மகிழ்ந்து தம்முள் விளையாடவும், பாம்பும் கீரியும் தத்தமக்குள் சிநேகம்கொண்டிருக்கவும், ஜீவானு கோடி ஜீவி களெல்லாம் உஜ்ஜீவித்துச் சுகஜீவியாக வாழ்வதுமாகிய பாண்டிய ராஜனின் ஆளுகையிலிருந்த நாசரேத்து என்னும் ஊரில் ஐந்து தலைமுறைகளுக்கு முன்பு சங்கமன் என்பவனுக்கும் சுகப்பாவை என்பவளுக்கும் பிறந்த குழந்தையானது பிறக்கையிலேயே நிலம் நோக்கிப் பிறந்தது. அப்போதுதானே அக்குழந்தை மிகுந்த புகழ் கொண்டு வாழப் போகிறதெனக் குடும்பத்தோரும் மற்றோரும் உற்றோரும் அறிந்தனர். நம்பிராஜன் என்னும் நாமம் படைத்த அக்குழந்தை பெரியவனாகி அவ்வூரின் சம்பத்துகளுக்கெல்லாம் அதிபதியானான். இட்டதை எடுக்கவும் வைத்ததைத் தூக்கவும் சொன்னதைக் கேட்கவும் தாம்பூலம் தரவும் ஆடவும் பாடவும் என்று ஏவலர்களும் காவலர்களும் அடியவர்களும் பணிப்பெண்டிரும் என்று சகல சம்பத்துடனும் வாழ்ந்த அவனுக்குப் பருவம் பத்தொன்பது ஆனபோது பல்வேறு தேசத்துச் சக்கரவர்த்திகளும் நீ தருகிறாய், நான் தருகிறேன் என்று போட்டா போட்டி இட்டபடி பெண்தர முன் வந்தார்கள். அவர்களில் ஒருவன்தான் சகலபாளையம் ஜமீன்தார். அவரது பெண்மகவாகிய மாதரசி, பெண்களுள் பெரும் பேறு பெற்றவள்; மாதங்களில் மார்கழி என்றும், மலர்களில் தாமரை என்றும்; மரகதமும் கோமேதகமும் பூண்ட எல்லா குண நலன்களும் தெய்வ ஆசீர்வாதத்தால் நிரம்பியவள் என்றும் பாராட்டப்பட்ட நங்கைநல்லாள். குணவதி என்னும் பெயர் படைத்தாள் அந்நங்கை. நம்பிராஜனுக்கும் குணவதிக்கும் பிறந்த குழந்தைதான் தெய்வமூர்த்தி.

தெய்வமூர்த்திக்கு உருளும் காலமும் புரளும் காலமும் கடந்தது. தவழும் காலமும் கழிந்து நடக்கும் காலம் தோன்றியதைக் கண்ட குணவதியும் நம்பிராஜனும் குழந்தைக்கு ஐந்து வயது கடந்து பால்ய பிராயமானதைக் கண்டு பேரானந்தம்கொண்டு அவனது கல்விக்கு சிரேஷ்டமான ஆசான்களைத் தேடலாயினர். அரிச் சுவடியும் பதினாறு காண்டம் முதற்கொண்டு இலக்கிய இலக்கணமும் நான்கு வேதமும் ஆறு சாஸ்திரமும் அறுபத்து நான்கு கலைஞானம், பதினெண்

புராணம், தொண்ணூற்றாறு தத்துவம், ஆகமம், இதிகாசம், முதனூல், வழிநூல், சார்பு நூல் முதலாகிய வேதநூல்களில் தேர்ச்சிபெற்ற ஆசிரியர் ஒருவரை அழைத்து அவனுக்குக் கல்விக்கு ஏற்பாடு செய்தார்கள்.

மாட்டை அடித்து வளர்க்க வேண்டும்; குழந்தையைக் கண்டித்து வளர்க்க வேண்டும் என்று பெரியோர் கூறும் கூற்றுக்கு மதிப்புக் கொடுக்காமல் வளர்ந்துவந்த தெய்வ மூர்த்தி ஆசிரியரின் அறிவுரைகளைக் கேட்கவோ, அவர் சிரமப்பட்டுச் சொல்லித்தரும் பாடங்களைக் கற்கவோ முயலவில்லை. அவனது சிரத்தையானது கெட்ட சகவாசத்தில் போயிற்று. கெட்ட சகவாசத்தினால் ஏற்படும் தீமைகளைப் பற்றிக் கூறவும் வேண்டுமோ? மகனது சீரழிவால் மனமிடிந்து நம்பிராஜனும் குணவதியும் விரைவில் மாண்டனர். சொத்தையெல்லாம் அழித்த தெய்வமூர்த்தி, ஊரில் மதிப்பில்லாமல் நாடுவிட்டு நாடு அலைய ஆரம்பித்தான். பிறகு அந்தக் காலத்தில் மகாராஜா வசமிருந்த திருவிதாங் கூரினுள் நுழைந்து புதிய வாழ்க்கையொன்றை நடத்தலாமா என யோசித்தான். அப்போது தனக்கு உற்ற நண்பனாக விளங்கிய தன் தம்பியை அழைத்துக் கொண்டு தோளில் ஒரே பையை மட்டும் சுமந்துகொண்டு வேறெதுவுமின்றித் திருவிதாங்கூருக்குள் வந்தான்.

ஜானுக்குப் பள்ளிக்கூடத்தில் பாடங்கள் மிகவும் பிடித்தமானவை யாகவே இருந்தாலும் அடுத்த வருஷத்திலிருந்து தன்னுடைய தம்பியையும் தன் கைகளில் சங்கிலி போட்டுப் பிணைத்து அழைத்து ஸ்கூல் போக வேண்டியிருந்தது. இது அவ்வளவு விருப்பத்திற்குரிய காரியமாய் அவனுக்குத் தோன்றவில்லை. அது போலவே ஷாகுல் ஹமீதின் பொல்லாத நாவால் ஜானின் நண்பர்கள் பலர் ஷாகுல் ஹமீதின் நண்பர்களாக மாறிவிட்டனர். இது ஜானுக்கு மிகுந்த கசப்பு உணர்வுகளைத் தந்தது.

ஷாகுல் ஹமீது ஜான் வசித்த ஊரைச் சேர்ந்தவன். ஷாகுல் ஹமீதின் உப்பா அந்த ஊரில் மரக்கடை வியாபாரியாக ஜீவனோபாயம் செய்து வந்தார். முஸ்லிம் பண்டிகை தினங்களில் ஷாகுல் ஹமீது அவனது உப்பாவுடனும் உம்மாவுடனும்கூட, அவர்களிடமிருந்து விழும் நிழலில் மறைந்தபடி, அவனது அப்பாவைப்போலவே ஜிகினா ஒட்டப்பட்ட தொப்பி ஒன்றை அணிந்துகொண்டு போவான். அந்தத் தொப்பி யாரோ ராஜகுமாரனால் கனவில் கொடுக்கப்பட்டது

என்று பல நாள்கள் ஜான் நினைத்திருக்கிறான். அப்போது அவனும் ஜானும் மிக நல்ல நண்பர்கள். ஜான் ஷாகுல் ஹமீதை நண்பனாக்கியது ஒரு சுவையான கதை.

ஜான் ஐந்தாம் வகுப்பில் படிக்கையில் கிளாஸ் டீச்சராகிய அமிர்தம் ஷாகுல் ஹமீதைப் பதினைந்தாவது முறையாகப் பிரம்பால் அடித்தது ஒரு பரபரப்பான நிகழ்ச்சி. ஷாகுல் ஹமீது மட்டும் மசியவே இல்லை. 'எ'க்கு அடுத்தபடியாக எந்த எழுத்து என்று பதினாறாவது முறையாக அமிர்தம் கேட்டாள். அவள் கண்களில் கண்ணீர் முட்டி நின்ற அன்று, வகுப்பு முழுவதும் தன்மீது கவனம் வைத்திருக்கும் போது ஷாகுல் ஹமீது பதினாறாவது முறையாகப் பல்லைக் கடித்தபடி பதில் சொன்னான்:

'எ'க்கு அடுத்த லெட்டர் 'சி'.

டேபிளைப் பிடித்தபடி டீச்சர் விழுந்து விழுந்து அழுதாள். பிரம்பை இரண்டாக ஒடிப்பதற்குச் சிரமப்பட்டு முயன்றும் முடியாமல் அதை மேசைமேல் போட்டு அடித்தபடி தன்னையும் தனக்குள் பதுங்கி யிருக்கும் பத்தொன்பது வயது ஆன்மாவையும் மிகவும் சித்திரவதை செய்துவிட்டாள். பறக்கும் இரு கிளிக் குஞ்சுகள் போன்ற கண்களைக் கொண்ட, வெள்ளை வெளேரென்ற நிறமுடைய, கவர்ச்சி மிக்க டீச்சரான அமிர்தம் பி.எஸ்.சி, இப்போது ஒரு குள்ளமான பெண் மயிலாய் ஒடுங்கி நின்றாள். இத்தனைக்கும் ஷாகுல் ஹமீதுக்கும் ஆங்கில பாஷைக்கும் அப்படியொன்றும் பகை இல்லை. அந்தக் காலத்தில் வயதொத்தவர்கள் சிலர்போல் ஷாகுல் ஹமீதின் உப்பா வழியில் யாரும் வெள்ளையனை எதிர்க்கும் எந்த இயக்கத்திலும் இருந்ததில்லை. கதர் தொப்பியின் தரமின்மை அவரைக் கவர்ந்த தில்லை. சொல்லப்போனால் மரக்கடையில் அரபு எழுத்தில் பெயர்ப்பலகை கூட இல்லை. ஆங்கில எழுத்தில்தான் இருந்தது. அந்த நிமிடத்திலிருந்து ஜான் ஷாகுல் ஹமீதிடம் ஆத்மீயமாய் நெருங்கி விட்டதாய் உணர்ந்தான். வகுப்புவிட்டதும் பிற சிறுவர்கள் விளையாடப் போன போது ஜான் ஷாகுலை அழைத்துத் தம்மிருவருக்கு மிடையே உதித்த ரகசியத்தைப் பங்கிட விரும்பிப் பூத்துக்கிடந்த முந்திரிமரத்தின் கீழமர்ந்து அடிபட்ட கையைத் தடவிக் கொடுத்தான்.

'ஏன் பதில் சொல்லவில்லை? உனக்கு 'எ'க்குப் பிறகு 'பி' வருமென்று தெரியாதா?' எனக் கேட்டான்.

'தெரியும்' என்று பதில் சொன்ன ஷாகுலை ஜானுக்கு மிகவும் பிடித்துப் போயிற்று. பிறகு இன்னொரு பையனிடம் ஜான் இரண்டு

நாள் கழித்துச் சொன்னான்:

'ஷாகுலுக்கு மனதிற்குள் ஏறிக் கூடு கட்டியிருக்கும் வைராக்கியம் என்ற குருவி குளச்சலில் அவனது உம்மா சிறு பெண்ணாக இருந்த போது அவளது உப்பாவின் மனதில் கூடு கட்டியிருந்ததாக்கும்.' பின்பு ஜான் அடிக்கடி ஷாகுலின் வீட்டுக் காம்பவுண்டிற்குள் விளையாடிக் கொண்டிருந்தான்.

ஜான் தாத்தாவிடம் கேட்ட கேள்விக்கு அதிகம் சக்தி இருக்கிறதோ என்னவோ—ஒருவனை மயக்கும் ஆற்றல் உண்டோ என்னவோ—ஆனால் ஒரு வயதான மனிதனை- தனது புராதனக் காலத்தின் நினைவுகளாலும் அது சார்ந்த துக்கங்களாலும் மனதைச் சித்திரவதைப் படுத்தி, அதன் ரத்தம் பீறிடும் அழுகையை நிதம் கண்டு வாழும் ஒருவரை நித்தியத்திற்கும் வார்த்தையற்றுப் போய்விடச் செய்ய முடிந்தது. வார்த்தைகள் அற்றபின் மனிதனால் என்ன பிரயோஜனம் என்று கேட்பதுபோல் படுத்துவிட்டார் ஜானின் தாத்தா. அவ்வாறுதான் ஜான் தனது வார்த்தைகளுக்கு முக்கியத்துவம் இருப்பதை உணர்ந்தான். அப்படித் தனக்கு இருக்கும் முக்கியத்துவத்தை இவன் அறியும் போது ஒரு நாள் ஸ்கூலுக்கு அரைக்கால் சட்டையை மாற்றி வேட்டி கட்டிக்கொண்டு வந்தான்: அதை வகுப்புக்கு வந்த ஆசிரியர் இப்படித் தெரிவித்தார்: 'வேட்டி கட்டுமளவு தடிபோல் வளர்ந்திருக்கின்ற உனக்கு இந்தக் கணக்கு தெரியாதா?'

ஜான் தன் தாயின் வயிற்றிலிருந்த ஒருநாள், ராசப்பன் விடியற் காலையில் தன் வியாபாரத்தின் பொருட்டுப் புறப்பட்டபோது அவர் தனது தூக்கத்தை முழுவதும் உதறிவிட்டுச் செல்லாததால் தூக்கமும் கனவும் நினைவுகளிடையே ஒட்டிக்கொண்டிருந்ததைக் கண்டார். வியாபாரத்தின் பொருட்டு அவர் தனது வீட்டிலிருந்து ரொம்ப தூரம் போய் மெயின்ரோட்டில் செல்லும் பஸ்ஸைப் பிடித்து மாவட்டத் தலைநகருக்குப் போனார். அங்கு வைத்துத்தான் முத்துப்பிள்ளையின் மரணம் பற்றி அறிந்தார். அந்தச் செய்தி கிடைத்த போது பலரது மண்டையைப் பிளக்கும்படி உச்சிவெயில் அடித்துக்கொண்டிருந்தது. தம் வம்ச மரபுப்படி அம்மரணச் செய்தியைத் தனது யூகத்தின் மூலமே ராசப்பன் அறிந்தார். அந்த அளவு பலமான யூகம் அந்தக் குடியிலுள்ள பலருக்கு வாய்த்திருந்தது.

அந்நேரம் ராசப்பன் தன்னருகில் நின்ற தனக்குக் கொஞ்சமும்

பழக்கமில்லாத ஒரு மனிதனிடம் இப்படிச் சொன்னார்: 'நான் சொல்லட்டுமா அந்த மரணத்தைப் பற்றி? என் தந்தையின் வார்த்தைகள் தான் கொலையைச் செய்துவிட்டன. எப்படி என்கிறீர்களா? என் தந்தை வார்த்தைகளின் மீது மிகுந்த சக்திகொண்டவர்.' ராசப்பனை அந்த அந்நிய மனிதர் விசித்திரமாகப் பார்த்தபடி நின்றபோது ராசப்பன் தன்னுடன் ஒரு விவாதம் தொடங்கினார்.

மறுநாள் வீட்டிற்கு வந்த ராசப்பன் புராதனத் தலைவர்களின் வேண்டுகோளுக்கேற்பப் போலீஸிற்குப் பயந்து பக்கத்துக் காட்டிற்குள் மறைய வேண்டியிருந்தது. என்றாலும் பலரிடம் எதிர்தர்க்கம் புரிந்து தன் தந்தை அந்தக் கொலையைச் செய்ய அதிகாரமற்றவர் எனத் தம் வம்ச சரித்திரத்தில் எழுதப்பட்டிருக்கிறது என்று பலமாய் சப்தம் எழுப்பினார்.

ஆனால் ஊரில் வேறுவிதமாய் செய்தி பரவியது. 'முத்துப் பிள்ளையும் ராசப்பனும் இளமையைத் தத்தம் கரங்களில் ஒரு கோல் போல் பிடித்தபடி சென்ற காலங்களில் அவர்கள் நெருங்கிய நண்பர்களாயிருந்தனர். இருவரும் கன்னிமரி என்ற பெண்ணின் மீதிருந்த அழகு என்ற ஊஞ்சலில் உல்லாசமாய் ஆடியவர்கள். எனவேதான் முத்துப்பிள்ளைக்கு ஆதரவாய் ராசப்பன் பேசுகிறார்.'

ஊர் இச்செய்தியைப் பேசிய காலங்களில் ராசப்பனின் தந்தை தனது ரகசிய தூதுப் பறவைகளை அழைத்து அச்செய்தியை ஜனங்களின் மனங்களிலிருந்து அகலாதவாறு அவர்கள் நிற்குமிடங்களிலும், நடக்குமிடங்களிலும் தூங்குமிடங்களிலும் ஓயாமல் பரப்பிக் கொண்டிருக்கக் கட்டளையிட்டார்.

ஊரில் பலரும் கூறியதுபோல் ராசப்பன் கன்னிமரியின் வீட்டி லுள்ள ஒரு விசித்திரமான தண்ணீர் செம்பிற்குக் கட்டுப்பட்டுத்தான் இருந்தார். அவள் வீட்டிற்குள் அவர் நுழைந்ததும் 'கன்னிமரி, ஒரு செம்பு தண்ணீர்தா', என்று கேட்பார். அதன்பிறகு தொடர்ந்து தண்ணீர் கேட்டுக்கொண்டேயிருப்பார். கோபத்தில் அவளது உதடுகளில் துடிப்பு ஊரும் அமைதியற்ற வேளைகளில் கன்னிமரிகூட, 'இங்கு இதற்குத்தான் வந்தீராக்கும்?' என்று கேட்க, இவர் செம்புத் தண்ணீரைத் தலையில் ஊற்றிவிடுவார். அதன்பிறகு அவளுடைய உடலிலிருக்கும் தண்ணீரை ஆடைகளை நீக்கியபடி துடைத்து எடுப்பார். சில சமயம் உடலில் பரவியிருக்கும் தண்ணீர் இரண்டு நாள்கள், மூன்று நாள்கள்வரைகூட துடைக்கப்பட வேண்டிய நிலையை ராசப்பன் கண்டதுண்டு என்று அவ்வூரில் சிலர் பேசிக்கொண்டனர். அத்துடன்

இப்படிக் கன்னிமரி உடலில் தண்ணீர் துடைக்கும் பழக்கத்தை ராசப்பனுக்கு இளமையில் ஏகமனதாகக் கற்றுக்கொடுத்தவர் ராசப்பனின் சித்தப்பா மகன் முத்துப்பிள்ளை என்றும் பரவலாகப் பேசிக்கொண்டனர். ராசப்பனின் குணத்தை விளக்கும்படியாக சுமார் ஆறு ஆண்டுகளுக்கு முன்பு ஒரு நிகழ்ச்சி நடந்தது. ஒரு லாரியில் சில போலீஸ்காரர்கள் காங்கிரஸ் கட்சிக்காரர்களைப் பிடிக்க சிநேகபுரத்திற்கு முதன் முதலாக வந்த அன்றைக்கு, ராசப்பன் பயத்தாலோ அல்லது ஞாபகங்கள் வந்து சேராததாலோ கன்னிமரியின் வீட்டிற்குள்ளிருந்து வெளியே வரவில்லை. மறுநாளும் ராசப்பன் வெளியில் வராததை அறிந்த ராசப்பனின் தந்தை நான்கு வயதான ஜானைக் கையில் பிடித்தபடி கன்னிமரியின் வீட்டிற்குப் புறப் படுகிறார் என்ற செய்தி எப்படியோ எட்ட, ஜனங்கள் கன்னிமரியின் வீட்டருகில் உடலற்ற ஆவிபோல் வந்து குழுமினர். ஜனங்கள் குழுமுவது தடுக்கப்பட வேண்டும் என்பதைத் தன் புலன்களில் மிகவும் வளர்ந்த புலனாகிய மூளையால் அறிந்த கன்னிமரி வீட்டுக் கதவைத் திறந்தவுடன் அங்கிருந்து ஆடை எதுவுமற்று ஓடிய நபரை ஜனங்கள் கண்கொட்டாமல் பார்த்தனர். சிநேகபுரத்தில் மிகவும் சுந்தரமான காலங்களில் முக்கியத்துவம் வாய்ந்தவராயிருந்த வியாபாரியான ராசப்பனே அவர்.

ஜானுக்கு எழுந்த சந்தேகங்களை யாருமே தீர்க்கவில்லை. தீர்க்கக்கூடாது என்றல்ல. அவனது மனநிலையும் அவனுக்கு முத்துப்பிள்ளை மரணத்தைச் சொன்னவர்களின் மனநிலையும் வேறுவேறு திக்குகளில் சஞ்சரித்தன என்பதுதான் அதற்குக் காரணம். ஜானுக்குச் சந்தேகம் என்பது அவர்களுக்குச் சந்தேகம் இல்லை. அவ்வளவுதான். எனவே எதற்காக மிகுந்த காருண்யம்கொண்ட தாத்தா தனது தம்பி மகனைக் கொலை செய்தார் என்பது தொடர்ந்து அவனுக்கு ஒரு சந்தேகமாகவே நீடித்தது.

முத்துப்பிள்ளையின் தந்தையான உருத்திரமூர்த்தி தனது மனம்தான் தன் மகனுக்குள்ளும் செயல்படுகிறதென்று பல காலம் நினைத் திருந்தார். திடீரென்று ஒருநாள் அவரது எண்ணம் தவறானதென்று நிரூபிக்கப்பட்டது. பதினெட்டு வயதான தன் மகனுடைய மனம் வேறுவிதமானது என்பதை அவரால் ஏற்றுக்கொள்ள முடியவில்லை. தன் மகனை அழைத்துக் கேட்டார்: ‘இப்போது உன் மனதில்

இருப்பதென்ன, சொல்.'

அதற்கு முத்துப்பிள்ளை ஒரு கண்ணாடியைக் கொண்டு வந்தான். அதன்பிறகு அக்கண்ணாடிக்கு முன் தன்னை நிறுத்தினான். அப்போது கண்ணாடியில் ஒரு வெளவால் பிம்பம் படிந்ததைக் கண்டனர் அங்கு நின்றவர்கள். அக்கண்ணாடியை முத்துப்பிள்ளை தன் தந்தையின் முன்பிடிக்க, அங்கு ஒரு கழுகின் பிம்பம் விழுந்தது. உடனே தன் மகனைக் கழுகைப்போல் கொத்த ஆரம்பித்தார் உருத்திரமூர்த்தி. கழுகு, தம் வம்சத்தவரின் குலப் பிரிவைச் சார்ந்ததென்றும், தன் மகனின் வெளவால், விரோதிகளின் குலப் பிரிவைச் சார்ந்ததென்றும் கூறிய தந்தையின் முன்வெட்டுக் கத்தியுடன் நின்றுகொண்டிருந்தான் முத்துப்பிள்ளை.

புராதனப் பெருமைகள் கூடிக்கிடந்த ஞாபகக் கூட்டத்தில் வெட்டுக்கத்தியின் கூர்மை புகுந்தவுடன் முத்துப்பிள்ளையின் தந்தை விழித்துப் பார்த்தார். அவரிடம் மகன், 'எனக்கு ஆயிரம் ரூபாய் வேண்டும்' என்றான். மகனது விரோதிகளுக்குச் சார்பான மனதைக் கண்டு வெறுப்படைந்த தந்தை, 'முடியாது; என்ன செய்வாய்?' என்றார்.

அதற்கு மகன், 'இப்படிச் செய்வேன்' என்று கூறி வெட்டுக்கத்தியை ஓங்க, அதன் நிழல் சென்று அவரது மனதுள்ளிருந்த உயிரைத் தாக்கியது. உடனே உருத்திர மூர்த்தியின் உடல் தனியாகவும் உயிர் தனியாகவும் பிரிந்தது. நின்றுகொண்டிருந்த உடல் தனக்குள்ளிருந்து வெளியில் வந்து விழுந்த உயிரைப் பார்த்துப் பயந்தது.

அன்றோடு சேனாதிபதி உடையுடன் நடக்கும் அவரது பழக்கம் நின்றது. அத்துடன் அவரின் மனத்திலிருந்து உறவு முறைகளைப் பற்றிய பேதமோ, அறிவோ முற்றாய் விடை பெற்றன. மகனைப் பார்த்து அப்பா என்றும் மகளைப் பார்த்து, 'மனைவி' என்றும் அழைக்க ஆரம்பித்தார். இவ்வாறு வார்த்தைகளுக்கும் அர்த்தங்களுக்குமிருந்த இடைவெளி அதிகமான ஒருநாள், மகளைப் பார்த்துப், 'படுக்கை அறைக்கு வா' என்று வற்புறுத்தலானார். தனது கத்தியின் நிழலிற்குத் தந்தையின் அறிவுப்பிராந்தியத்தை அடியோடு கலக்கும் சக்தி யிருப்பதைக் கண்டுகொண்ட முத்துப்பிள்ளை அதன் பிறகு 'தந்தை' என்ற வார்த்தையால் அவரை அழைப்பதில் பிரயோஜனம் இல்லை என்றும், அறிவுரீதியாகவும் தர்க்கரீதியாகவும் யோசிக்கும் தன்னைப் போன்றவர்கள் இனி அவரை 'வாடா போடா' என்று அழைப்பது போதும் என்றும் முடிவு செய்தான்.

ஏற்கனவே சொல்லப்பட்ட மனிதர்கள் ❖ 15

2

ஜான் ஏழாம் வகுப்பில் படிக்கையில்தான் வேட்டி கட்டிக் கொண்டு பள்ளிக்கு வந்தான். அப்போது அவன் மனம் கூசும்படியாக ஆசிரியர் வசைபாடியது மின்றி இன்னொரு சம்பவமும் நடந்தது.

வகுப்பில் ஒருபக்கம் பெண்களும் அடுத்த வரிசை முழுதும் ஆண்களுமாக அமர்ந்து பாடம் கவனித்துக்கொண்டிருந்தார்கள். பழங்காலத்தின் வயிற்றில் குடலாய் எத்தனை சமுத்திரங்களும் கண்டங்களும் இருந்தன என்பதைச் சொல்லிக்கொண்டிருந்தார் ஆசீர்வாதம் பி.ஏ. அப்போது ஒரு சிறு பையன் இரண்டாம் வரிசையில் அமர்ந்து தன் உடலை வளைத்தும் நெளித்தும் ஆகாயம் ஒரு பாம்பாய் வயிற்றில் புகுந்துவிட்டாற்போல் சேஷ்டை செய்துகொண்டிருந்தான். ஏதோ ஒரு கண்டம் திடீரென நிலப் பரப்பை விட்டு மறைந்து போனது போல் ஆசிரியர் கலவரமுற்று அந்தப் பையனை அழைத்தார். பரக்கப் பரக்க விழித்தபடி எழுந்த பையன் நடந்து ஆசிரியரின் மேசைக்கருகில் வந்தான். அப்போது அவன் உடலிற்குள்ளிருந்த அம்மணம் வெளியில் வந்து விழுந்ததுபோல் அவன் கட்டியிருந்த வேட்டி பாதியில் விழுந்தது. உள்ளே அவன் அணிய வேண்டிய டிரௌசருக்குப் பதில் ஓர் உறுப்பு மட்டும் அனாதரவாக இருந்ததை ஒரே நேரத்தில் வலது பாரிசத்திலிருந்த ஆண்களும் இடது பாரிசத்திலிருந்த பெண்களும் கண்டனர். சௌந்திரவதியான ஒரு பெண் தன் கண்களை மூடி அந்தச் சிறு பையனின் ஆண்குறியால் தன் மனம் கெடாதவாறு கற்பைக் காத்த விதம் அடுத்த ஐந்து ஆண்டுகளுக்கு அந்த ஸ்கூலில் பிரபலமாகப் பேசப் பட்டது.

கலவரத்தாலும் சிரிப்பாலும் வகுப்பு மலைப்பாம்புபோல் அதிர்ந்து அடங்கியது. அதே க்ஷணத்தில் ஆசீர்வாதம் தக்க முன்னேற்பாடு களுடன் இல்லாததால் என்ன நடந்தது என்று சுமார் முப்பது செக்கண்டுகள் கழித்தே அறிந்தார் (அவரது மனம் பல மணிநேரம் கழித்தே ஸ்டார்ட் ஆகும் என்பது அந்த ஸ்கூலில் எல்லோருக்கும் தெரிந்த விஷயம்தான்). தன்னை ஓர் லட்சிய ஆசிரியராக வரித்துக் கொண்ட ஆசீர்வாதம் தானும் அந்த மாணவியருடன் சேரலாமா, கூடாதா என மண்டைக்குள் விவாதம் நடத்தலானார். அந்த விவாதம் அவரை ஸ்தம்பித்து நிற்க வைத்தது. அந்த விவாதத்தைப் பற்றிக் கவலைப்படாத மாணவன் திக்பிரமை பிடித்து நின்றான். யாது

செய்வதென அறியாது நின்ற அவன் தான் சென்று வேட்டியை எடுப்பதை ஸ்தம்பித்து நிற்கும் ஆசிரியர் எப்படி எடுத்துக்கொள்வாரோ என்றெண்ணி, தனது உடலிற்குள் ஓர் அசிங்கியம் பறந்து வந்து புகுந்துவிட்டது எனவும், அது தன்னைக் கறுத்த பலமான தன் தாடைகளை அடைத்துத் தின்றுகொண்டிருக்கிறது எனவும் உணர்ந்தான். அப்போது மூளையில் நடத்திய விவாதத்திலிருந்து விடுபட்ட ஆசிரியர் தான் என்ன செய்ய வேண்டுமென்று சந்தேகமற்ற முடிவொன்றை எடுத்தார். கறுப்பாக ஆந்தைபோல் சவரூபமாய் மாறிய அவர் முகத்தில் கண்கள் மட்டும் லாரி விளக்குபோல் மின்ன ஆரம்பித்தன. அது கோபத்தின் குறி என்று சிலரும், சிரிக்கப் போவதன் குறி என்று வேறு சிலரும் நினைத்தனர். அது கோபத்தின் குறி என்று எண்ணிய மாணவ மாணவியர் தம் உடலில் கட்டெறும்புபோல் ஊர்ந்த சிரிப்பைச் சட்டெனத் தடுத்தனர். அது ஆசிரியர் சிரிக்கப் போவதன் அறிகுறி என்று நினைத்தவர்கள் கொல்லெனச் சிரித்தனர். இப்படி ஒரு பயங்கரம் எங்கிருந்தோ புகுந்த அந்த வகுப்பில் சிரிப்பும் அவர்களில் ஒட்டிக்கொண்டிருந்தது. ஆசிரியர் செத்த ஆந்தை போன்ற முகத்துடன் நகர்ந்து வாயை மேலும் கீழும் அசைத்த அந்த க்ஷணம் அவரது வயிற்றிற்குள்ளும் ஒரு பெரும் சிரிப்பானது சிக்கிக்கொள்ள, அவர் கிடந்து துடித்தார். அப்போது நிதானமாகச் சென்று வேட்டியை எடுத்தான் அந்த மாணவன். அவன் வேறு யாரும் அல்ல; நம் ஜான்தான்.

ராசப்பன் தனது தாயின் வயிற்றிலிருந்த ஒன்பது மாதக் காலத்தில் உலகத்தில் வீசும் காற்றையும், செடிகொடிகளில் தக்க பருவத்தில் வெளிப்படும் பொருட்டு ஒளிந்திருக்கும் புஷ்பராசிகளையும் பார்த்துக் கொண்டிருந்தார். அவற்றைப் பற்றிய அறிவைத் தன் மூளையில் சேகரித்துக்கொண்டிருந்தபோது அவரது சித்தப்பாவும் முத்துப் பிள்ளையின் தந்தையுமான மனிதர், அதி தீவிர சாகஸங்கள் செய்து அந்த ஊரில் இறங்கி ஆங்காங்கு ஒளிந்து கிடந்த பேய்களையும் செத்தவர்களின் ஆவிகளையும் பயமுறுத்திக்கொண்டு அலைந்தார். ஒருநாள் அவர் அந்த ஊரின் தென் கோடி எல்லைப் புறத்திலிருந்த பாழடைந்த பங்களாவைப் பார்த்தார்.

அந்தப் பங்களா அப்படிக் கண்களில் தெரியும்படி இருந்தும் அந்த ஊரின் புராதனக் குடிகள் ஏனோ அதை மறந்திருந்தார்கள்.

பங்களாவை அவர்கள் அடிக்கடிப் பார்த்தார்கள். ஆனால் தலைமுறை தலைமுறையாய் ஜனங்கள் பிறக்கும்போதே ஒரு மறதி அவர்கள் நாபிக் கொடி வழி ஏறிவிடுவதால் அந்தப் பங்களா (ஒரு பகுதி இடிந்து வெளவால்கள் மலஜலம் கழித்தபடி நாற்றம் வீசும் நிலையில் இருந்தது) கண்களில் தெரிந்தாலும் நினைவுகளுக்குத் தெரியாததாக இருந்தது. எல்லை யோரத்திலுள்ள கிழிந்த சட்டை ஜனங்களின் பல கெட்ட பேய்களும் புராதன மேட்டுக்குடிகளின் மீது பழிதீர்க்க வேண்டுமென்று தலைமுறை தலைமுறையாக அவர்களின் மூதாதை யரின் ஆவிகள் அலைவதும் பாதி இடிந்த அந்தப் பங்களாவில்தான். புராதனக் குடிகளின் கண்களில் படாமல் பாதி இடிந்ததும், பல மரங்களின் நிழலாலும் கிளைகளாலும் பாதி மூடியும், பாம்புகளுக்குப் புகலிடமாகவும் இருந்தது அந்தப் பங்களா. ஊர்வேசி ஒருத்தியின் உள் விழித்தப்படி இருக்கும் கண்ணால் மட்டும் காணப்படும் மனம்கொண்ட முத்துப்பிள்ளையின் தந்தையின் ஞாபகத்தில் அந்தப் பங்களா ஒருநாள் தொடர்ந்து வர ஆரம்பித்தது. தன் ஞாபகங்கள் தன்னைத் தின்னும் முன்பு அந்தப் பங்களாவிற்கு வந்து யாருக்கும் அச்செய்தி தெரியும் முன்னரே பங்களாவின் காற்றில் வியாபித்த பல்வித ஜீவராசிகளையும் அவர் வெறித்துப் பார்த்தார்.

அப்போது எல்லையோரத்துக் கறுப்பு ஜனங்களின் மூதாதையரின் ஆவிகளில் ஒன்று, ஒரு புராதனக்குடியின் உறுப்பினன் தன் எல்லைக்குள் வந்து நிற்பதைக் கண்டு தன் பலவீனமான, மரக்குச்சி போல் உலர்ந்த, காலங்களால் அரிக்கப்பட்ட விரல்களால், தனது உடலில் இருக்கும் மாயப்பெண்மையை ரூபப்படுத்தி வழித்து உருட்டி ஆகாயத்தில் எறிந்தது.

உடனே பெண்ணொருத்தியின் அழகும் நீலவர்ணப் பிரகாசமும் மாளிகையில் பரவ, நர்த்தனத்தின் ரீங்காரம் மாளிகையின் நடுத் தளத்தில் கேட்க, வரம்புகள் அற, கால ஓர்மையும் சரிந்துபோக, பிசாசுகளின் தந்திரம் சிருஷ்டித்த ஒருவெளியில் பலநாள்கள் நினைவின்றி முத்துப்பிள்ளையின் தந்தை நிற்கலானார். காலம் காலமாய் எல்லையோரத்தவரின் மூதாதையரிடம் மறைந்து கிடந்த தாகம் உடலிலெழுந்து படமெடுத்துத் தன் நீளநீளமான விஷ நாக்குகளின் பிரகாசிப்புகளை வளைத்து அந்த மனிதனை அழிக்க எத்தனித்தபோது, முத்துப்பிள்ளையின் தந்தைக்கு வம்ச ஞாபகம் ஒரு புழுவாய் அவரது மூளையில் நுழைந்தது. மண்ணில் மக்கிக் கிடக்கும் பழம்தலைமுறை மனிதர்கள் வம்ச ரத்தத்தின் மறந்துபோன பல

சமிக்ஞைகளை இவருடைய ரத்தத்தின் வழியே செலுத்த, அந்த சமிக்ஞைகள் வார்த்தைகளாகி இவரது மூளையில் தாமே ஓர் உள் ஒழுங்கின்படி ஒருமைப்பட்டன. உடனே ஏழு தலை நாகமாய் இந்த மனிதர் ஏறி மாளிகையெங்கும் பறந்தபடி அக்னியால் மாளிகையின் காற்று முழுவதையும் கருக்கலானார். ஒருநாள் புராதன ஊரே திரண்டு தேடி வருகையில் மாதக் கணக்காய்க் காணாமல் போன அந்த மனிதர், பகைவர்களை ஜெயித்துப் பங்களா அருகில் உயிரைப் பாறைக்குள் ஒளித்தபடி ஓர் உலர்ந்த தேரையாய்க் கிடந்ததை ஜனங்கள் கண்டார்கள். தனது தந்தை தன் ரத்த வாடையை முகர்ந்து அவரது தம்பியைக் கண்ட இந்த நிகழ்ச்சியைத் தாயின் வயிற்றிற்குள் இருக்கும்போதே தனது விசேஷ சக்தியால் ராசப்பன் அறிந்தார். அத்தகைய மகனை ஈன்ற உடனேயே ராசப்பனது தாய் சவமாய்க் கிடந்ததைப் புராதனக்குடியின் வம்ச சரித்திரத்தை ரகசிய சூத்திரங் களாய்க் காப்பாற்றும் ஏட்டில் இடைச் செருகல்களாய்ப் பண்டிதர்கள் எழுதிச் சேர்த்துள்ளார்கள்.

தனது தம்பியின் உலர்ந்த உடம்பை முகர்ந்து கண்டுபிடிக்கும் ஆற்றல்கொண்ட ஜானின் தாத்தாவின் முகரும் ஆற்றலைப் பற்றிக் கதைகதையாய் ஜனங்கள் பேசினார்கள். அதில் ஒரு கதைதான் புராதனக் குடியின் பெருமை பற்றி முதுபாணர் என்ற புலவர் பாடிய ஏழுப்பாட்டு என்ற ஆரம்பமும் முடிவும் செதிலரித்த குடிவரலாற்றுக் காவியம். அந்தக் காவியத்தின் ஆரம்பம் யாருக்கும் தெரியாத ஒரு 'அறியமுடியா ரகசியமாய்' அந்த ஜனங்களின் மத்தியில் பரவி இருந்தது. அந்த ரகசியம் வெளிப்பட்டால் உலகமுடிவு சம்பவிக்கும் என்றும் எனவே அதனை 'அறியமுடியா ரகசியம்' என்றுதான் எல்லோரும் கூறினார்களே ஒழிய அது என்னதென்று யாரும் பேசாமலிருந்தார்கள் என்று வாய்மொழிச் செய்தி உண்டு. ஜானின் தலைமுறையினர் அதனை ரகசியம் என்று கூறுகிறார்களே ஒழிய அது என்னவென்று அறிவில்லாதவர்களாயிருக்கிறார்கள். அந்தக் காவியத்தின் செதிலரிக்காத பகுதியில் காணப்பட்ட ஒரு அத்தியாயத்திற்கு 'சூத்திரர்களை க்ஷத்திரியர்கள் முகர்தல்' என்று பெயர். ஊரின் எல்லைப் புறத்திலிருந்து தப்பி நகரத்தில் படித்து உயர்ந்த ஆபீஸராய் ஊருக்குவந்த ஒருவன் புராதனக் குடியின் நடுத்தெருவில் போய்க்கொண்டிருந்தானாம். ஜானின் தாத்தா அந்தத் தெருவில் நடந்துவந்த சமயம் அது. உடனே தாத்தா அவனை நிறுத்தி 'உன் வம்சம் யாது?' என்று கேட்க அவன் ஆங்கிலத்தில் தாட்பூட் என்று கத்த பெரும் கூட்டமாகிவிட்டதாம். நான்குபேர் அவனைப்

பிடிக்க தாத்தா அவன் மூக்கை முகர்ந்து அவன் எல்லைப்புறத்தில் செருப்புதைக்கும் மூக்கையாவின் முதல் மகன் என்று கண்டு பிடித்தாராம். அதன்பிறகு கோட்டு சூட்டைக் கழற்றி அந்த மனிதனை மொட்டை அடித்து அவனைப்போல் ஒரு பொம்மை செய்து கோட்டும் சூட்டும் போட்டு ஊரில் கொடும்பாவி கட்டி இழுத்து, ஊரெல்லாம் சுற்றியபின் கொளுத்தினார்களாம். அவமானம் கொண்ட அந்த ஆபிஸர் கோவணத்தோடு ஓடிப்போய்விட்டானாம் என்று அந்த அத்தியாயம் முடிந்திருந்தது. இதுபோன்ற பலகதைகள் அந்தக் காவியத்திலிருந்ததாகவும், பழைய தலைமுறையினர் பலர் அகவல்பாவில் இருந்த அக்காவியத்தைப் பாராமல் படித்திருந்ததும் செவிவழிச் செய்தியாக ஊரில் இன்னும் பரவிக்கொண்டிருந்தது.

ராசப்பனின் தந்தையான ஜானின் தாத்தாவின் ஆற்றல்கள் அந்த ஊரில் மட்டுமல்ல அடுத்த எல்லைப் புற ஊரிலும் பிரசித்தம். தாத்தாவும் அவர் குடும்பத்தினரும் அந்த ஊரின் விதியை நிர்ணயிப்பவர்கள் என்ற நம்பிக்கை இன்னும் எல்லைப் புறத்திலும் முற்றாக மறைந்துவிடவில்லை. ஊரின் எல்லைப் புறத்தில் வாழும் தற்போதைய ஊரின் எதிரிகளிடம்கூட தாத்தாவின் புகழ் பரவியிருந்தது. தாத்தா திருவிதாங்கூருக்குள் புகுந்த ஒரு வருடத்தில் நடந்த ஒரு நிகழ்ச்சி எல்லைப் புற மக்கள் மத்தியில் மிகவும் பிரசித்தம். அப்போது ஜானின் தாத்தாவின் தம்பி சிறு பையனாம். தாத்தாவும் அவரது தம்பியும் ஒருநாள் அயலூரிலிருந்து வந்தபோது இருட்டிவிட்டது. தூரத்தில் ஒரு மரத்தின் கறுத்த நிழலிற்குக் கீழ் பலாப்பழம் விழுந்ததுபோல் ஏதோ விழுந்ததாம். தாத்தா இரட்டைக் கருள் உள்ளவராக இருந்ததால் பயத்தைப் பிடித்து அதன் கால்களை ஒடித்தவர் என்று ஊரில் பெயர்பெற்றவர். எனவே அவர் பயப்படாமல் வேகமாகத் தம்பியுடன் போய்க்கொண்டிருந்தார். சற்று தூரம் போனவுடன் தூரத்தில் ஒருபெண் இருள்வழி எதையோ இழுத்து வருவது போல் தோன்றியது. கையில் ஒரு நாய்க் குட்டியைப் பிடித்து இழுத்துக்கொண்டே வந்தாள் அவள். தாத்தாவிடம் வந்து தான் அவ்வூருக்குப் புதியவளெனக் கூறி வழிகாட்டுமாறு தாத்தாவை அழைத்தாள். ‘சரி, வழி காட்டுகிறேன்’ எனக் கூறிய தாத்தா அவளை அழைத்துப் போனாராம், அப்போது அப்பெண், ‘அந்தச் சிறு பையனை மரத்தின் கீழேவிட்டு வாரும்’ என்றாள். தாத்தா தம்பியிடம், ‘யாராவது அழைத்தால் போகாதே’ எனச் சொல்லிவிட்டு வந்தார். சற்று தூரம் போனவுடன் அந்தப் பெண்பேய், ‘நீ மிகுந்த தைரிய சாலி. என்னிடம் உன் தந்திரம் பலிக்காது திரும்பிப்

போய்ப் பார்' என்று சொல்லிவிட்டுப் போய்விட்டதாம். தாத்தா திரும்பிவந்து பார்த்தபோது அவரது தம்பியான முத்துப்பிள்ளையின் அப்பா ஒரு நாய்க்குட்டியாக மாறி இருந்தார். தாத்தா நாய்க்குட்டியை அழைத்துக் கொண்டு போய்ச் சற்று தூரத்தில் இருந்த புளிய மரத்தருகே போனார். புளியம் விளாரால் நாயை நன்கு அடித்துக்கொண்டிருந்த போது மனதிற்குள் ஒரு வெளவாலைக் கண்டவுடன் தன் பழைய கால மந்திரத்தை நினைத்திருக்கிறார். உடனே மனதைத் தாக்க ஆரம்பித்த நிழல் அகன்றது. கண்முன் அவருடைய தம்பி நின்று கொண்டிருந்தாராம்.

சாந்தமான முகத்துடன் தாத்தா தனது இருண்ட அறையில் படுத்திருந்தார். தாத்தா நிகழ்காலத்துடன் தனது உடன்படிக்கையை முறித்துக் கொண்டதுபோல் காட்சி தந்தார். அவரது உலகம் கடந்த காலமாக மாறியிருந்தது. ஆண்டிற்கு ஒரு முறையோ, ஆறு மாதத்திற்கொரு முறையோ இந்த உலகத்தார்களான தனது ஊர்க்காரர் களிடமும் உறவினர்களிடமும் பேசினார். மற்றபடி அவரது பேச்சு கடந்த காலத்தோடு தான். உயிருடன் இல்லாதவர்கள் அவரிடம் வந்து சம்பாஷனை மேற்கொண்டனர். தாத்தாவின் முகத்தில் தென்பட்ட பழமையின் நிறம் அதைத்தான் பறை சாற்றியது. முகத்தோலில் பழமை வேர்விட ஆரம்பித்திருந்தது. அப்போது மரத்தின்மேல் தோல்போல் தூரத்திலிருந்து பார்க்கையில் முகம் தோற்றம் தந்தது.

வகுப்பில் அம்மணக் கோலத்தில் நின்றதற்கு அடுத்த மூன்று நாள்கள் காய்ச்சலின் விஷப்பல் ஜானுக்குள் பதிந்தது. அவனுடைய வீட்டிற்குக் கண்ணாடிபோட்ட ஒரு டாக்டர் வந்தார். கழுத்தில் தொங்கிய குழாய் வழி ஜானைச் சோதனை செய்தார். கறுப்பு நிறத்திலுள்ள ஒரு திரவத்தைக் கொடுத்துக் காலையிலும் மத்தியானமும் இரவில் தூங்கச் செல்கையிலும் கொடுக்க வேண்டும் என்றார். அந்த நாளிலிருந்து குழாய் வழியாகக் காய்ச்சலைக் கண்டுபிடிக்கலாம் என்ற எண்ணம் கிராமத்தில் பரவியது. மூன்று நாள்கள் படுக்கையில் விழுந்த ஜான் மூன்றாவது நாள் எழுந்தபோது எங்கிருந்தோ முளைத்தவள் போல் ஒரு பெண் வந்து, 'புதிய ஆடை உடுத்து வா. ஓடு ஓடு. நம் பாடத்தில் படிக்கின்ற ஜவஹர்லால் நேரு பேய்ப் பாறை

அணையைத் திறக்க வருகிறார். நாம் வழியில் மூவர்ணக் கொடி காட்ட வேண்டும்' என்றாள். ஓட்டமாய் ஓடி வீட்டிற்குள் வந்த ஜான் துவைத்த ஆடையை அணிந்துகொண்டு, தேங்காயெண்ணெயைத் தலையிலும் முகத்திலும் தடவியபடி ஓடினான். ஓடுகையில் ஒரு ரோஜாப்பூ மனதில் புகுந்து சிரித்தபடி நின்றது.

நேரு ஒரு மலர்மாலையைக் கூட்டமாக நின்றிருந்த மாணவ மாணவியர் வரிசையில் வீசினார். யாரோ ஒரு மாணவி தலையில் மலர்மாலை விழுந்தது. அந்த மலர்மாலையைத் தனது மனதிற்குள் முளைத்த கழுத்தில் விழுந்ததாய் நினைத்தபடி வீட்டிற்கு வந்த ஜானை ராமு வைத்தியர் வழியில் நிறுத்தினார். 'நோய்க்குக் காரணமான துர்தேவதைகளை உன் வீட்டிற்கு வந்த டாக்டர் ஒரு குழாய்க்குள் பிடித்துவிடுகிற செய்தி ஊரில் பரவியுள்ளதே, அது நிஜமா?' என்று கேட்டார். இதற்கு என்ன பதில் சொல்வதென்பது ஜானுக்குத் தெரியவில்லை எனவே ஜுரவேகத்தில் தனக்கு எதுவும் தெரிய வில்லை எனவும், அப்படித் துர்தேவதையைப் பிடித்திருக்க முடியாது எனத் தான் நம்பவில்லை எனவும் கூறினான். 'ஒரே ஒரு கேள்வி' எனக் கூறிய ராமு வைத்தியர் ஜானின் காதிற்கருகில் நெருங்கிக் கேட்டார்: 'நகரத்திலிருந்து வந்த டாக்டர் அந்தத் துர்தேவதையின் ரத்தத்தை ஒரு போத்தலில் அடைத்துக் கொடுத்தது எப்படி இருந்தது?' அதற்கு ஜான் எந்தத் தயக்கமும் காண்பிக்காமல், 'சற்று கசப்பாய் இருந்தது' என்றான்.

டாக்டர் கொடுத்த மருந்தால் தான் குணம் அடைந்ததாய் ஜான் நினைத்தான். அவரது கழுத்தில் மாட்டிய குழாய்வழி மாய மந்திரத்தைச் செய்தார் என்று ராமு வைத்தியர் நம்பினார். ஆனால் இன்னொரு கார்யமும் ஜான் காய்ச்சலில் படுத்த மூன்றாவது நாள் நடந்தது. அதனை எல்லோருக்கும் சொன்னவள் தாய் சிநேகப்பூ.

ஜானுக்குக் காய்ச்சல் அதிகமாயிருந்த அன்று அவனது தாய் சிநேகப்பூ, 'அந்தப் பாழாய்ப் போனவனைப் புதைத்த இடத்தில் இடி விழாதா?' என்று சாபமிட்டபடி அழுதுகொண்டிருந்தாள். முத்துப் பிள்ளையின் கைங்கர்யத்தால் தான் ஜான் சுகவீனமாகிவிட்டிருந்தான் என்று சிநேகப்பூ முடிவுகட்டியிருந்தாள். அங்கிருந்த ராசப்பன் தன் அதிருப்தியைக் காட்ட மனைவியை முறைத்தார். அப்போது இருண்ட அறையில் அவ்வப்போது பேசியபடி கிடக்கும் தாத்தா ஈனஸ்வரத்தில் சொன்னார்: 'அவன் நம் குலத்தை அழிக்கமுடியாது. நம்குலம் பாரம்பர்யப் பெருமைகொண்டது. செத்துப்போனாலும்

நான் இந்த அறையைவிட்டு நீங்காமலிருந்து அவன் அணுகாமல் பாதுகாப்பேன்.' அப்படி அவர் சொல்லிக்கொண்டிருக்கும்போது அறையில் யாரோ ஓடுவதுபோல் திடீரென ஒரு சப்தம் கேட்டது. ராசப்பனும் சிநேகப்பூவும் ஓடிப்போய் தாத்தாவின் அறையில் பார்த்தனர். யாரைப் பார்த்தோ தாத்தா கூச்சலிட்டுக்கொண்டிருந்தார். சற்று நேரத்தில் அவர் உடல் வியர்க்க அமைதியாகத் தூங்கிவிட்டார். ராசப்பன் தந்தையை அழைத்துப் பார்த்தார். பதில் இல்லை. அவர் தூக்கத்தில் ஆழ்ந்துவிட்டார். அப்போது ஜான் படுக்கையில் எழுந்து அமர்ந்து, 'அம்மா' என்று அழைத்தான். சிநேகப்பூ ஓடிச்சென்று அவன் நெற்றியில் கை வைத்தாள். காய்ச்சல் இல்லை. தாத்தா படுத்திருந்த அறையை நோக்கிக் கைகூப்பியவாறு சிநேகப்பூ ஆனந்தக் கண்ணீர் சொரிந்துகொண்டிருந்தாள். தாத்தா ஜானின் காய்ச்சலை விரட்டியதை சிநேகப்பூ எல்லோருக்கும் மறுநாள் தெரிவித்தாள்.

இக்கதையை வாசிக்கும் கதாப்பிரியர்களே! சிலவற்றை நம்ப முடிகிறது. இன்னும் சிலவற்றை நம்ப முடிவதில்லை. எதை நம்புவது, எதை நம்பக்கூடாது என்று யார் சொல்லக்கூடும்? இன்று நம்புவதை நாளை பொய் என்கிறோம். நாளை நம்புவதை நாளை மறுநாள் பொய் என்று சொல்லக்கூடும். ஆகவே நம்பக்கூடியதும் காலந்தோறும் மாறி வருவதைக் காண்கிறோம். நீங்கள் படிக்கும் இந்தக் கதையிலும் பல நம்ப முடியாத கார்யங்கள் நடக்கின்றன. அத்தகையக் கார்யங்களைப் பற்றி நீங்கள் என்ன நினைக்கிறீர்களோ நானறியேன். என்றாலும் கதையைத் தெரிந்தவகையில் சொல்ல முயல்கிறேன்.

முத்துப்பிள்ளை கொலை செய்யப்படுவதற்கு இரண்டு ஆண்டு களுக்கு முன்பு நடந்தது இது. முத்துப் பிள்ளையின் அக்காவான முத்துமாரி வானம் அடிக்கடி இருட்டிய ஒரு நாளில் தன் தந்தையின் தலை நிழலாய் மாறிப் பூமியுடன் பூமியாய் ஒட்டிக் கிடப்பதைக் கண்டாள். உடனே பயந்தபடி எல்லோரையும் அழைத்துச் சொன்னாள். அவளது தந்தையின் தலை அப்படி நிழலில் நிழலாய்ப் பெரும் பாறையின் கனம் பெற்றுத்தரையில் ஒரு மண் சுவரோடு சேர்ந்து இறுகிய சில மாதங்களில் அவ்வூரில் இதுவரை இல்லாத குளிர் பரவியது. பலப்பல பொருள்கள் வீடுகளில் பூப்புக் கொடுத்தன. ஈரமான இடங்கள் பூஞ்சணம் பிடித்தன. அந்தக் குளிரில் தந்தையின் தலையும் லேசான பச்சை நிறம் காட்டியதை முத்துமாரி கூறின நாளன்று முத்துப் பிள்ளை இரவில் வெகுநேரம் வீடு வராமலிருந்தார்

அவர் அப்படி வீட்டிற்கு வராததற்குப் பலரும் பல காரணங்கள் கூறினர். 'இல்லை, இல்லை. கன்னிமரியின் வீட்டில் போய் அவளது உடலிலிருந்து வீசும் வாசனையிலிருந்து வரும் போதையைச் சுவாசித்தால் தான் அவரைச் சுற்றி எப்போதும் மூடப்பட்டிருக்கும் பயத்திலிருந்து அவர் தப்ப முடியும்' என்று ஒரேயொரு நபர் கூறினார். அந்த நபர் வேறு யாருமல்ல. ராசப்பன் தான் அவர். தன் தந்தையைத் தன் அடங்காப்பிடாரித் தனத்தால் உயிரற்ற பொருள்போல் மூலையில் கிடக்க வைத்த முத்துப்பிள்ளை, அன்றிலிருந்து தன் அடங்காப் பிடாரித்தனத்தைக் காட்ட வெளியில் போகாத நேரங்களில் பேய் பிடித்தவர் போல ஒடுங்கிக் கிடக்கலானார்.

அச்சமயங்களில் நள்ளிரவில் நிழல் படரும் விதமாய் தன் வீட்டில் படுத்துக் கிடக்கும் முத்துப்பிள்ளை திடீரென நிழலை அவ்விடத்தில் படுக்கவிட்டுத் தான் வேறெங்கோ அலைந்து கொண்டிருப்பார். அப்படி முத்துப்பிள்ளை அலைந்த ஒருநாளில்தான் முத்துமாரி தன் தந்தையின் தலையில் ஒரு குருவி கொத்திக் கொண்டிருப்பதைக் கூறி ஊரிலிருப்பவர்களின் கவனத்தைக் கவர முடியாவிட்டாலும் முத்துப்பிள்ளையின் பால்யகாலங்களில் அவரைத் தேடிவரும் அவருடைய நண்பரைக் கவர்ந்தாள்.

ஒருநாள், முத்துப்பிள்ளையும் கன்னிமரியின் நினைவுகளால் இறுகி நிழலாய் மாறி வீட்டின் ஓர் அறையில் எழும்ப முடியாது படுத்துக்கிடந்தார். அன்று இன்னோர் அறையில் முத்துப்பிள்ளையின் நண்பரும் மாஜி சுதந்திரப் போராட்ட வீரருமான ஒருவர் முத்துமாரியின் பலம் பொருந்திய கரங்களுக்கிடையில் கிடந்தார்.

சுதந்திரப் போர் இப்படி உப்புச் சப்பில்லாமல் முடிந்தது பற்றி மிகவும் கவலைகொண்ட பல கம்யுனிச நண்பர்களோடு திருவிதாங்கூர் காடுகளில் அலைந்து அலைந்து கால்களில் மிகுந்த பலமும், மூளையிலும் கைகளிலும் மிகப்பிரமாண்டமான பலவீனமும் சுமந்துகொண்டு அலையும் ஒரு மத்திய வயதினர் அவர். அதுவரை அவர் பிரம்மச்சாரியாக இருக்கக் காரணம் ஒரு வடநாட்டு வக்கீல்தான் என்பதையும், அதன் பின்பு சுபாஷ் சந்திரபோஸின் கட்சியில் சேர்ந்ததையும் கோபால்ராஜ் என்ற அந்தச் சுதந்திரப் போராட்ட வீரர் கூறினார். அந்தக் குஜராத்தி வக்கீலை யாரோ கொன்று போட்டார்கள் என்ற செய்தி அவரை இரண்டு நாள் பட்டினி கிடக்க வைத்தது. முத்துமாரியைத் தனது மனைவியாக்கிக்கொண்ட பின்பு ஒருநாள், நாகர்கோயிலில் பலர் மூத்திரம் பெய்யும் சந்தில் தானும் ஒளித்து

மூத்திரம் பெய்துகொண்டிருந்தபோது சிலையாய் காந்தி நிற்பது கண்டு, மீண்டுமொரு முறை அந்தச்சட்டை போடாத மனிதனை நினைந்து, அப்புறம் மறந்துவிட்டார். முத்துமாரியுடன் வாழ்வதற்கு மறதி மிக முக்கியமான கருவி என்பதை மிகவும் விரைவில் அறிந்து கொண்டவர் அவர்.

தன்னுடன் கள் குடிக்க வரும் ஊர் பேர் தெரியாத ஒருவன் முத்துமாரியை அழைத்துச் சென்றுவிட்டதை முத்துப்பிள்ளை அறிந்தார். அவரது கறுப்பு ஆன்மா அவரைப் பழி வாங்கவும் சித்திரவதை செய்து இன்பம் காணவும் ஆரம்பித்தது. அடுத்த பதினைந்து நாள்களுக்கு முத்துப்பிள்ளை எங்கும் செல்லவில்லை, மலஜலம் கழிப்பதற்கன்றி. நான்கு நாள்களுக்கு ஒருமுறை மட்டும் உணவு உண்ணும் நிழலாகிப் போனார். மண்டையில் குருவி வாசம் செய்யும் தன் தந்தையின் நிழலில் சென்று, சிறிது நேரம் அவரையே பார்த்தபடி இருந்து, பின்பு அந்த நிழலிலேயே படுத்தார். தந்தையைக் கவனிப்பதை விட்டுவிட்டு முத்துமாரி ஓடிப்போன பின்னர், மண்டையோட்டில் குடியிருக்கும் குருவி பற்றிய கவலையற்று இருப்பவளான ஊர்வேசி வந்து மலஜலம் மாற்றுவதிலும் உணவு கொடுப்பதிலும் அவரைக் கவனிக்கலானாள். மிகுந்த வயதினளான அந்த ஊர்வேசி காலத்தின் ஒளிபடாத ஓர் அறையில் அந்த மனிதரைப் பார்த்ததிலிருந்து அவர் பராமரிக்கத் தக்கவர் எனக் கருதியபடி வாழ்ந்துவருகிறாள்.

அதற்கான காரணம் பற்றி ஊரில் பல பேச்சுகள் இருந்தன. ஆனால் ஊர்வேசிக்கு மட்டும்தான் உண்மையான காரணம் தெரியும். அந்த மனிதருக்குள் உள்ள ஒவ்வோர் உறுப்பின் ரகசியமும் அவளுக்குத் தெரியாவிட்டாலும் அவள் உறுப்புகளுக்குத் தெரியும். கோபத்தோடிருந்த முத்துபிள்ளை ஒருநாள் தந்தையின் தலையில் கூடு கட்டி யிருந்த குருவியைப் பிடித்தபோது தந்தையின் உயிர் மூலத்திலிருந்து பெரும் பிரளய உருவத்தில் ஓர் அவஸ்தை வெளிப்பட்டது. தனது கரம் உடனே துவண்டதைக் கண்டு முத்துப்பிள்ளை ஆச்சர்யப் பட்டார். அக்குருவியை அப்படியேவிட்டார். ஊர்வேசி முத்துப் பிள்ளையிடம் சொன்னாள்: 'மகனே! உயிர்களைக் கவர்வதற்காக அலைந்து கொண்டிருக்கிறது சாவு; அந்தக் குருவியைக் கொன்று விட்டால் உன் தந்தையின் உயிரும் போய்விடும்.'

தலையானது நிலத்தில் வேரடித்துக் கிடக்கும் இந்த மனிதனின் உறுப்புகளிலிருந்தும் தோலின் இடைவெளிகளிலிருந்தும் சம்போக

நேரத்தில் புறப்படும் குருவிகளும் பாம்புகளும் தன்னுடலில் பூத்திருந்த புஷ்பங்களையும் மொட்டுகளையும் மேய்ந்து மேய்ந்து தன்னைப் பைத்தியமாக்கியதை அறிந்தவள் ஊர்வேசி. முத்துப் பிள்ளையைப் பெற்ற பிறகு நடந்த சம்பவங்களை எல்லாம் அறியாமல் கண்ணை மூடிவிட்ட மனைவியின் நினைவாய் வாழ்க்கையை மறந்துபோன முத்துப்பிள்ளையின் அப்பா, அந்த அந்தகாரத்தின் சிசுவான மறதிக்குச் சாட்சியாய் ஊர்வேசியை வைத்திருந்தார். அதற்குக் காணிக்கையாய் அவளுடைய வாழ்விற்கு வேண்டிய நிலபுலன்களை எழுதிக்கொடுத்தார். அதன் பிறகுதான் அவர் இப்படி உறுப்புகள் சதிசெய்ய, படுத்த படுக்கையாகிவிட்டார்.

முத்துமாரி போனபின் இரண்டு ஆண்டுகள் கழிந்து ஒருநாள் முத்துப்பிள்ளையின் தந்தை படுத்திருக்கும் அறைக்குள் பூஜைக்குச் செல்லும் ஒரு பக்தையைப்போல் உடம்பையும் ஞாபகங்களையும் ஒழுங்கு செய்து அடக்க ஒடுக்கமாய்ச் சென்றாள் ஊர்வேசி. அவர் நெற்றியில் வழக்கம்போல் அன்றைக்கும் திருநீறு பூசிவிட்டு அவள் வந்து நின்றபோது ஜானின் தாத்தா அங்கு வந்தார். பேசாமல் கிடந்தும் கூட பிரபஞ்ச சக்திகளையெல்லாம் பாடுபடுத்தும் தன் சகோதரனை அன்றுதான் தாத்தா கடைசியாகப் பார்த்தார். திருவிதாங்கூர் வந்து கிறிஸ்தவராகிப் போன தாத்தாவிற்கும் இந்துவாகவே இருக்கும் அவரது சகோதரனுக்கும் எந்த உறவுபேதமும் இல்லையென்றாலும் இருவரும் பல வருடங்கள் பார்த்ததுமில்லை; பேசியதுமில்லை, என்றாலும் அன்பு இருந்தது.

அன்று ஜான் தனது காய்ச்சல் தீர்ந்ததற்கான மூன்றுவித காரணங்கள் மூன்றுவகை மனநிலை உள்ளவர்களுக்குத் தோன்றியதை நினைத்துக் கொண்டிருந்தான். அப்போது அங்குவந்த சிநேகப்பூ, 'மனதில் இருப்பதுதான் உலகில் தோற்றம்கொள்ளும்' என்று கூறி அதற்கு ஓர் உதாரணமும் சொன்னாள். முத்துப்பிள்ளையின் கொலைக்கான உண்மைக் காரணம் யாது என மண்டையைப் போட்டுக் குழப்பிக் கொண்டிருந்த ஜானுக்கு அவள் கொடுத்த உதாரணம் பேராச்சர்யமாக அமைந்தது.

ஜானின் தாய் சொன்ன விஷயம் இதுதான்.

அப்போது சிநேகப்பூவிற்குத் திருமணமான புதிது. முத்துப் பிள்ளையின் அப்பா ஒருநாள் ஊர்வேசியின் வீட்டிற்குப் போனார்.

அவளது உறுப்புகளுக்குள்ளிருக்கும் ஒற்றைக் கண்ணைப் பார்த்த படியே தான் அமரும் நாற்காலியில் முத்துப்பிள்ளை அமர்ந்திருப் பதைப் பார்த்தார். அவருக்குத் திடீரென வயது ஏறிப் போனது. நாடி நரம்புகள் நடுக்கம் கொண்டன. தனக்கு மறந்துபோன உலக வாழ்வை இரவின் துணையுடன் மீட்டுத்தந்த ஊர்வேசியை அவர் ஒரு தேவதை யாகவே பார்த்தார். அவள் உடலில் அவர் கண்டுபிடிக்க வந்தது வெறும் காம உணர்வின் திருப்தி மட்டுமன்று. அவளது மூடும் புறக்கண்ணைப் போலவே மூடாத அகக்கண்ணையும் அவர் கண்டார். திருஷ்டிக்கு அப்பால் பார்க்கும் சக்திபடைத்த அவர் விபத்துகளாலான உலகின் முன் விபத்துகளற்ற ஒரு மாற்றைக் கண்டுபிடித்தார். இந்தத் தாத்பர்யங்களை அறியாத முத்துப் பிள்ளை அவளைத் தந்தையுடன் படுக்கும் ஒரு விலைப் பெண்ணாக நினைத்துவிட்டது அவரை நடுநடுங்க வைத்துவிட்டது. அந்த நடுக்கத்தில் உலக இயக்கத்தின் லய அழிவைக் கண்டார். ஊர்வேசி முத்துப்பிள்ளையை அன்புடன் அழைத்துத் தன்னை அவனது தாயாகக் கருதுமாறு கூறினாள். அதனைக் கேட்கும் மனமும் அறிவும் அவனுக்கு இல்லை. எப்போதும் ஜடமாய்த் தூங்கும் வெறி பொருந்தியவை அவன் உறுப்புகள். அவளை அவன் திடீரென வெறி பிடித்த நாய்போல் தரையில் தள்ளிக் குதறிவிட்டுப் போய்விட்டான். இவற்றையெல்லாம் அந்த வீட்டிற்குள் மறைந்திருந்து பார்த்து அவனைக் கொல்லவேண்டுமென மனதில் முளைத்த கரத்தின் பலத்தை இழந்துபோன அந்த மனிதர் தன் பால்யகால நண்பனான தனது அண்ணனிடம் போய் ஒரேயொரு வார்த்தை சொல்லிவிட்டுப் போனார். அந்த வாசகமும் இதுதான்: ‘அண்ணா! முத்துப்பிள்ளையைக் கொன்றுவிடு. கொல்லாவிட்டால் உலகம் அழிந்துவிடும். இது நான் சாகும்போது உன்னிடம் யாசிக்கும் ஒரே பொருள்.’ அந்தப் பொருளை மனதில் ஓர் அறையை உருவாக்கி அதனுள்ளே பாதுகாக்க ஆரம்பித்தார் ஜானின் தாத்தா. அதன்பின் கொஞ்சநாள் நடமாடிய முத்துப்பிள்ளையின் அப்பா மீண்டுமொரு நாள் முத்துப்பிள்ளை மிரட்டியபோது வம்சநோய் தாக்கப் படுத்து விட்டார்.

இப்படிச் சொன்ன சிநேகப்பூ, ‘இந்தச் சம்பவத்தை உன் தந்தை மட்டும் ஏனோ நம்புவதில்லை’ என்றாள். தன் மனமும் ராசப்பனின் மனமும் வேறு வேறு வகைப்பட்டவை என்பதை இதனால் அறியலாம் என்பதாகக் கூறி முத்தாய்ப்பு வைத்தாள். மனம்தான் உலகில் தோன்றும் விசித்திரங்களுக்குக் காரணம் என்று அன்றைய தினத்திலிருந்து எண்ணலானான் ஜான். பேய்கள் சஞ்சரிக்கும் மனம் பேயாக மாறும்

என்றும், தேவதைகள் நடமாடும் மனம் தேவதைகளைப்போல தூய்மையாகும் என்றும் கருதலானான்.

வேறு வேறு மனநிலை கொண்டவர்கள் என்பதாலோ என்னவோ, ஜான் பிறக்கும் முன்பு அடிக்கடி சிநேகப்பூவுக்கும் ராசப்பனுக்கும் சண்டைகள் நடந்தன. திருமணமாகி ஆறு ஏழு மாதங்கள் இருக்கும். ஒருநாள் ராசப்பன் அதிகமாகக் குடித்துவிட்டு வீட்டிற்கு வந்தார். சிநேகப்பூ ராசப்பனைப் பார்த்து, 'குடிப்பதற்கு மட்டுமரியாதை கிடையாதா?' என்றாள். மற்ற நேரங்களில் தன் தோலிற்குள் அடைத்து வைத்திருக்கும் காம உணர்வுகளைக் குடிபோதையில் இருக்கும்போது வெளிப்படுத்துவது ராசப்பனின் வழக்கம். எனவே அவர் சொன்னார்: 'அடியே உடனடியாக உன் ஆடைகளைக் கழற்று.'

'கல்லானாலும் கணவன்; புல்லானாலும் புருஷன்' என்ற வாக்கியத்தைத் தெரிந்த புராதன மரபில் வந்தவள்தான் சிநேகப்பூ. ஆனாலும் தன் மனதில் எதிர்ப்பு ஒரு செடியாக முளைவிட்டதைக் கண்ட அவள் அன்றைக்கு ராசப்பன் சொல்வதைக் கேட்பதில்லை என்று தன் மனதிலிருந்து வந்த குருவிக்குச் சொன்னாள். இதை அறியாத ராசப்பன் அவள் கைகளைப் பிடித்தார். காலம்காலமாக அடங்கிக் கிடந்ததாலோ அல்லது பெயர் தெரியாத ஒரு தெய்வம் அவள் சகாயத்திற்கு வந்ததாலோ அவள் கைகளுக்குத் திடீரென ஆற்றல் வந்து விட்டது. கைகளை இழுத்தாள். உடனே சுவர்களில் போய் மோதி தலையடிபட, அருகில் கிடந்த நிழல்களைச் சபித்தபடி பற்கடித்துக் குப்புற வீழ்ந்தார் ராசப்பன். துடைத்துக்கொண்டு தள்ளாடியபடியே எழுந்தவர் வாயின் வார்த்தைகளை வழிந்த வாந்தியுடன் தரையில் வழித்தெறிந்தபடி சிநேகப்பூவை அழைத்தார். அவள், 'என்னைத் தொடாதே' என்றாள். 'அடி, என் தங்கமே!' என வந்து முகத்தைப் பிடித்த ராசப்பனைக் காலால் உதைத்தபோது தன் கால்களுக்குள் ஆவேசம் கொண்ட ஒரு பெண் பிசாசு ஏறியிருப்பதைக் கண்டு அவளே பயப்படலானாள். பயந்து பயந்து யாது செய்வதெனக் கையைப் பிசைந்தாள். ராசப்பன் தன்னை வந்து இழுத்தால் தான் அவரைக் கொலைகூட செய்துவிடலாம் என்று எண்ணிய சிநேகப் பூவை மூன்றாம் முறையாய் வந்து பிடித்து இழுத்தவரின் தலைமுடியைப் பிடித்துத் தரதர என இழுத்து வீட்டைச் சுற்றிச் சுற்றி வந்தாள். ராசப்பனைத் தான் எதுவும் செய்துவிடலாகாது என்று அவள் மனம் பிரார்த்தித்தாலும் அவளது பிடரிக்குள் புகுந்திருந்த வெறிக்குக் காளியின் தலையும் புயங்களும் இருந்ததைக் கண்ட சிநேகப்பூ, 'நான் உன் ரத்தத்தைக் குடித்து விட்டுத்தான் நீங்குவேன்' என்றாள்.

அப்படி அவள் சொன்ன பொழுது அசதியால் நிலத்தில் விழுந்து புரண்ட ராசப்பன் பார்க்கப் பரிதாபமாகக் கிடந்து கால்களை உதைத்தார். தரையின் புழுதியும் வாந்தியும் அவரது உடலெங்கும் அப்பி நெடி வீசியது. ஆடைகள் வீட்டின் ஒவ்வொரு மூலையிலும் சிதறிக்கிடந்தன. அம்மணமாய் நகர்ந்து அவளை நோக்கி வந்தவரைப் பார்த்து ராட்சச உருவத்தின் ஆகிருதிக்குள் நின்ற சிநேகப் பூ காறி உமிழ்ந்தாள். 'ஓடு, உன் கன்னிமரியிடம்... பொறுக்கியே!' என்று எட்டு வீடுகளுக்குக் கேட்பது போல் அலறினாள். அந்த அலறல் ஒரு கயிறாக மாறி அவள் புலன்களைக் கட்டி அடக்கியது. புலன்களின் ஒவ்வோர் அசைவும் கட்டப்பட்டதைப்போன்று உணர்ந்தவுடன் தலையைக் கல்லில் அடித்து அழுதபடி அங்கும் இங்கும் ஆவேசம் வந்தவள்போல் ஓடினாள். தன் தலைமுடியை இரு கைகளாலும் பிடித்திழுத்தாள். ராசப்பனோ மயங்கிக் கிடந்தார். உடலில் ஏறிய வெறி என்னும் கட்டுப்பாடு அற்ற முரட்டு விலங்கு ஒடுங்கியதைக் கண்டதும் அவள் மிகவும் பச்சாதாபப்பட்டவளாய் ராசப்பனை மடியில் தூக்கி வைத்துத் தன் கண்கள் என்னும் கிளிகளுக்கு அவரது மனதைக் கொத்தி வருமாறு ராசப்பனிடம் ரகசியமாய்ப் பேசிக் கொஞ்சிக்கொண்டிருந்தாள். அவனை நினைத்து உருவாக்கிய அன்பு வார்த்தைகள் அவள் வாயில் எச்சிலுடன் தரையெல்லாம் கொட்டியது. அந்த அளவிற்கு அவள் நெஞ்சம் அன்பால் அன்று நிரம்பியிருந்தது.

தன் பாவங்களுக்காகத் தன்னைத் தண்டிக்கும் பொருட்டுத் தூரத்துக் கண்டத்திலிருந்து புறப்பட்டு வந்தப் பெயர் தெரியாத ராட்சசக் கூளி மனைவியின் மூலமாக அடிக்கடி தன் முன்னே பிரசன்னம் ஆவதைக் கண்டு ராசப்பன் பயந்தார். என்றாலும் போதைக் காலங்களில் சிநேகப்பூவிடம் எல்லை மீறியே நடந்துவிடுகின்றார். அப்படி ராட்சசக்கூளி புகுந்த ஒரு நாளில்தான் ராசப்பனுக்கு முதல் மகனான ஜான் பிறப்பதற்குக் காரணமான உடல் புணர்ச்சி நடந்தது. ஒரு குழந்தையைத் தூக்கிக் கொஞ்சுவதுபோல் கொஞ்சுவதன் மூலம் உடல் புணர்ச்சியை அடைந்த சிநேகப்பூ தன் உதரத்திற்குள் ஒரு பச்சை நிறப்பட்சி புகுந்தது என்று ஜானைக் கருத்தரித்ததைப் பற்றிக் கூறினாள். இன்னும் சிலநாள்களில் பறவை பாடும் சப்தம் கேட்பதாய்க் கூறினாள். அப்படிக் கூறிய ஒரு நாளில் நிறைய மண்ணைத் தின்றுவிட்டிருந்தாள்.

சில மாதங்களானபோது சிநேகப்பூவின் வயிறு சற்றுப் பெருத்திருந்தது. வயிற்றில் விழுந்த விதையிலிருந்து ஓர் ஆலமரம்

வளர்கிறதென்று ஒருநாள் நள்ளிரவில் எழுந்து அமர்ந்தபடி இருளில் அவள் பேசிக்கொண்டிருந்தாள். வயிறு மேலும் மேலும் உப்பிக் கொண்டே போன ஒருநாள் தன் வயிற்றில் ஒரு சிங்கத்தின் கால் மாட்டிக் கொண்டதென்றும், யாராவது ஓர் ஆடவனை உயிரோடு தின்றால்தான் தன் ஊழிக்காலப் பசி அடங்கும் என்றும் கூறினாள். யாரும் அவள் பேச்சைப் பெரிதாக பொருட்படுத்தவில்லை. தன்னை எங்கே தின்றுவிடுவாளோ என்று ராசப்பன் பயந்துவிட்டதால் கன்னிமரியைத் தேடிப் போய்விட்டார். 'என்ன ஐயா?' என்று கன்னிமரி உபசரித்தபோது ராசப்பனுக்கு வம்சாவழியாக வந்த தாகம் பெருக்கெடுத்தது.

'விரைவில் செம்பு நிறைய தண்ணீர் தா' என்று கேட்டுக் குடித்துக் கொண்டே இருந்தார் ராசப்பன். உடல் அசதி என்று கன்னிமரி தூங்க ஆரம்பித்தபோது ராசப்பன் மீண்டும் மீண்டும் தண்ணீர் குடித்தபடி இருந்தார். நாழிகை மிகுதியாக ஆகிவிட்டிருந்த அந்த நேரத்தில் விடிகாலையின் நட்சத்திரம் காணப்பட்டது. 'இன்று கன்னிமரியிடம் ஏன் போனாய்?' என்று சிநேகப்பூ கேட்டால், 'சிங்கத்திற்கு பயந்து...' என்று பதில் சொல்ல வேண்டுமென்று அவர் நினைத்துக்கொண்டார்.

நேரு பேய்ப்பாறை அணையைத் திறப்பதற்காக வந்த வழியில், சிறுவர் கூட்டத்தில் மாலையை வீசியதற்கு மறுநாள், கல்லூரி மாணவன் ஒருவன் ஜானின் பள்ளியில் பணியாற்றும் ஆசிரியரைப் பார்க்க வந்தான். 'கடவுள் இல்லை, கடவுள் இல்லை, கடவுள் இல்லவே இல்லை' என்று சொல்லி அந்த ஊரிலுள்ள எல்லோரை யும் அவன் பரபரப்புக்குள்ளாக்கினான். காலையில் ஜெபமாலையைப் பிடித்தபின் நித்திரையிலிருந்து எழும் உத்தமக் கத்தோலிக்கரான ஜோசப்ராஜ் என்ற ஆசிரியர், அந்தக் கல்லூரி மாணவன் மனம் கெட்டுப் போய், தீயபறவைகளின் பார்வைக்கு ஆட்பட்டு அதனால் இப்படிப் பேசுகிறான் என்று தனக்குத் தெரிந்ததை எல்லாம் சொன்னார். 'இல்லை, வேறு ஏதோ ஓர் இயக்கம் பரவுகிறது' என்றார் மற்றோர் ஆசிரியர். தன்னுடைய தர்க்கத்தை யாருடனும் முன்வைக்க முடியும் என்று அந்தக் கல்லூரி மாணவன் கூறியபோது அதனைக் கேட்டுக் கொண்டிருந்த ஒரு முதியவன் சர்ச் காம்பவுண்டிற்குள்ளிருந்த பாதிரியாரின் அறையில் சென்று நின்றான். பாதிரியார் தர்க்கத்திற் காக வரப் போகிறாரென இளவட்டங்கள் கருதினர். ஆனால் மறுநாள் வந்த அவர்களுக்குக் கோபம் தந்தது. அந்தக் கல்லூரி மாணவனின்

நண்பனான ஸ்கூல் டீச்சர் பள்ளியிலிருந்து வேலை நீக்கம் செய்யப் பட்டார் என்ற செய்தி மறுநாள் வந்தது. 'கடவுள் இல்லை' என்னும் வாசகம் தனது வேலைகூடப் பறிபோகுமளவிற்குச் சக்தியுள்ள உண்மையென அறிந்த ஆசிரியர் தனது நண்பனை உடனே விரட்டிவிட சம்மதம் தெரிவித்தும் அதைப் பாதிரியார் கேட்கவில்லை. கம்யுனிசமும் நாத்திகமும் இரண்டு விஷப் பாம்புகளாய் உலகை எப்படி அழிக்கின்றன என்பதைப் பற்றி மறுநாள் சர்ச்சில் உணர்ச்சி வசப்பட்டப் பேச்சைப் பேசினார் பாதிரியார். அப்போது சர்ச்சின் ஒரு மூலையில் மௌனம் இறுகித் தொங்குவதுபோல் இரும்புக் குருசில் ஓர் உருவம் தொங்கியது.

பாதிரியார் சர்ச்சில் அப்படிப் பேசிக்கொண்டிருக்கும் போது சர்ச்சுக்கு வெளியே காம்பவுண்டை ஒட்டி வரிசையாக இருந்த கடைகளில் வார்த்தை ஒன்று எழுந்து பலர் மத்தியில் பரிகாசத்தையும் நையாண்டி யையும் உருவாக்கியபடி பரவலாயிற்று. அந்தச் சர்ச்சின் பாதிரியாரான அந்தோணி என்பவருக்கும் சர்ச்சில் பணிவிடை செய்யும் மேரிக்கும் கைரேகைகள் சில ஒற்றுமையாக இருந்ததைத் தாம் கண்டதுண்டு என்றும், எனவே இருவருக்கும் 'லவ்' இருப்பதாகத் தாம் நம்பு வதாகவும் வடக்கு மூலையிலிருந்த அப்துல் காதர் பேசினதை முத்துசாமி ரகசியமாய்க் கேட்டுக் கோபாலிடம் கூறினான்.

சர்ச் காம்பவுண்டில் இத்தகையக் கதைகளும் கலவரங்களும் மிகுந்து ஏற்கனவே அங்கு இருந்ததாகப் பலர் நினைத்த அமைதியைத் திருடிப் போனபோது கடைக்காரர்கள் ஒருநாள் இரவு பத்து மணிக்குக் கிறிஸ்தவரான பவுலோஸ் என்ற பீடி சுற்றும் தொழிலாளி யின் தலைமையில் கூடி ஒரு சிவப்புக் கொடியையும் கதிர் அரிவாள் சுத்தியல் படத்தையும் சர்ச்சின் முன்னுள்ள திடலில் ஏற்றுவதென முடிவு செய்தனர். தன் மனைவியின் பெரிய எதிர்ப்பையும் பொருட்படுத்தாது முன் தினம் சட்டைக்குள் கிடந்த உத்திரியத்தைக் கழற்றி மனசுக்குள் பயந்தபடி வீட்டிற்குள் வைத்துவிட்டு ஒரு காம்ரேட் ஆகிய பவுலோஸ், ஃபாதரின் மீதான கள்ளக்காதல் விவகாரம் பற்றி எல்லோரிடமும் பேசினான். கள்ளக்காதல் விவகாரம் பூதாகரமாக மாறியமையால் நிறைய பேர் கம்யுனிஸ்டுகளாக மாற வாய்ப்புண்டாயிற்று. இப்படியிருக்கையில் ஒருநாள் சர்ச் காம்பவுண்டி லிருந்து கடைகளைப் பிரித்து மாற்றும்படியான ஓர் ஆர்டருடன் நரைமுடியுள்ள மைனர் மீசையுடைய இன்ஸ்பெக்டர் ஒருவர் வந்தார். உடனே மிகுந்த போராட்ட உணர்வுடன் அந்தக் கடைகளின் வியாபாரிகள் ஒரு யூனியனை ஆரம்பித்தனர். இன்ஸ்பெக்டர்

மீண்டும் வருகையில் யூனியன் சார்பில் மறியல் செய்வதென முடிவு செய்யப்பட்டிருந்ததால் அடிக்கடி தூங்கிக்கொண்டிருந்த ஆயுதப் படையினர் இரண்டு லாரிகளில் ஊருக்குள் வரவேண்டிய நிலைமை உருவாயிற்று. அதனைப் பற்றிப் பேசத்துடித்த ஒரு ஊமைக் கிழவியின் வாய் திடீரெனத் திறக்க அது ஊரில் பெரிய பரபரப்பான விஷயமாய்ப் பேசப்பட்டது.

3

ராசப்பன் கன்னிமரியின் வீட்டில் இருந்தபடி, சிநேகப்பூவிற்கு ஒரு பதில் உருவாக்கிக்கொண்டிருந்த அன்றைக்குச் சிநேகபுரத்தில் பலமாகக் காற்று வீசியதுமின்றி, உயரமான மரங்கள் சிலவற்றை விழவும் வைத்தது. ஊரின் மிக உயரமான பனைமரம் ராட்சசன் விழுந்ததுபோல் விழுந்தபோது, அந்த ஊரில் ஏதோ அசம்பாவிதம் நடக்கப்போவதைப் பலர் எதிர்பார்க்கலானார்கள். காற்று தொடர்ந்து வீசிக் கொண்டிருந்த வேளை ஊரை இருள் ஆக்கிரமித்தது. மழைத் தூறலும் இருந்தது. ஊரில் இருள் தனது அலகைக் காட்டி எல்லோரையும் பயமுறுத்தியபோது, முத்துப்பிள்ளையின் தந்தையைக் கவனித்துக் கொண்டிருந்த ஊர்வேசி, கையைப் பிசைந்தபடி வீட்டின் வாசலில் வந்து நின்று, வேதனை மிகுந்த கண்களுடன் தெருவைப் பார்த்தாள். முத்துப்பிள்ளையின் தந்தையின் தலையில் வாசம் செய்த குருவி அகால நேரத்தில் கதறுவது கேட்கிறது என்றும், அந்த அறையில் மரண வாசனை நிறைந்து உள்ளே நுழைய முடியவில்லை என்றும் கூறினாள். கடைவியாபாரத்திற்காகப் புறப்பட்ட ராசப்பன் அதனைக் கேட்டுத் தன் தந்தையிடம் கூறலாமா என்று எண்ணி வீட்டிற்குள் சென்று பார்த்தபோது, தனது கண்ணைத் திறந்தபடி கூரையையே பார்த்துக்கொண்டிருந்தார், தந்தை. ராசப்பன் சப்தம் எழுப்பிப் பார்த்தார். சப்தம் எந்தப் பாதிப்பையும் செய்ய முடியாது என்றபடி, தனது கடந்த கால உலகத்தின் பிரஜைகளுடன் மௌனத்தின் மூலம் சம்பாஷனை நிகழ்த்திக்கொண்டும், கோபம் அடைந்துகொண்டும், அவர்களின் வார்த்தையற்ற ஹாஸ்யத்தில் பங்கெடுத்துக்கொண்டும் அசையாமல் கிடந்தார். அவரை இவ்வுலக நிகழ்வுகளில் இழுத்துக் கொண்டு வந்து தொடர்புபடுத்த முடியுமென்பது சாத்யமற்ற காரியம் என்பதை உணர்ந்த ராசப்பன், ரத்த ஓட்டத்திலிருந்த வம்சவிதி உந்த,

முத்துப்பிள்ளையின் வீட்டு வாசலில் ஏறினார். அவ்வாறு கடந்த பத்துவருடங்களாகத் தனக்கும் அந்த வீட்டிற்கும் இடையில் எழும்பி யிருந்த உருவமற்ற கோட்டையையும் காலம் என்ற தடையையும் கடந்து அவர் வீட்டினுள் சென்றார்.

ராசப்பனைக் கண்ட ஊர்வேசி மெல்லிய சப்தத்தில் அழுதாள். அது அவளது மனதில் அவள் வளர்த்த ஒரு குழந்தை அழுததுபோல் கேட்டது. முத்துப்பிள்ளை, தனது கெட்ட ஆவியுலக நண்பர்களைக் கொண்டு வந்து, கடைசியாக யாருக்கும் தெரியாமல் ஒளிந்திருந்த தனது தந்தையின் உயிர் இருக்கும் இடத்தைக் கண்டுபிடித்துவிட்டான் என்று புரிந்துகொண்டார், ராசப்பன். அவரது முகத்தில் ஒரு சிரிப்புத் தோன்றி மறைந்த கணம், கடந்த பத்து வருடங்களாய்த் தனது சித்தப்பாவைப் பிடிப்பதற்குக் காத்திருந்த மரணத்தின் கடுமையான கரங்கள், இறுதியாய்த் தன் ஜெயத்தை நிலைநாட்டிவிட்டதை அறிந்தார். தன் மகனை தன் அண்ணன் கொலை செய்ததைக் கூட அறியாதபடி கிடந்த அம்மனிதர் ஆவி உலகத்திலும் மிருகபட்சிகளின் உலகத்திலும் பரிச்சயம் செய்துகொண்டவர். அவரை எப்படி அணுகுவது, அவரது உடலை எப்படி வெளியில் எடுப்பது என்று யோசனையிலாழ்ந்தார் ராசப்பன். உடலினுள் குடிகொண்டிருந்த உயிர்வாசனை முழுதும் வெளிப்பட்டு, அவர் கிடந்த அறையின் வாசலும் ஜன்னல்களும் அந்தத் துர்வாசனையால் நிரம்பி வீட்டினுள் செல்பவர்களைக் கஷ்டப்படுத்தியது. ராசப்பன் மூலம் செய்தியறிந்த உறவுக்காரர்கள் வந்தார்கள். 'நம் வம்ச உயிருக்கு உள்ள துர்நாற்றம் பற்றி இத்தனை வருஷ அனுபவத்தில் இன்றுதான் முதன்முதலாக அறிகிறேன்' என்று அவர்களுள் முதியவர் ஒருவர் சொன்னார். இடையில் ஊர்வேசி வந்து, 'நிலத்தில் தலை நன்றாக வேர்விட்டுவிட்டது' என்று கூறினாள். உடனே சிலர் கோடாரி எடுத்துவரச் சென்றனர். ஜனங்கள் கூட்டமாக வந்தும் போயும் இருந்தனர். மழைக்கால இருட்டு சுழன்று சுழன்று சூறைக்காற்றை அனுப்பியது. ஒளியற்ற அந்த மரணவீட்டில் நடுஇரவில் ஊர்வேசியன்றி வேறு யாரும் இருக்கவில்லை. அவ்வப் போது மின்னல் தனது சாட்டைகளை வானில் வீசியது. குளிர் உடலைச் சில்லிட வைத்துக்கொண்டிருந்தது. ஏதும் செய்ய முடியா தென்று ராசப்பனும் தன் வீட்டிற்கு வந்தபோது, மரணவாடை ராசப்பனையும் சூழ்ந்துள்ளது என்றும், வெளியில் சென்று குளித்துவிட்டு வர வேண்டும் என்றும் சிநேகப்பூ சொன்னாள். ராசப்பன் ஒருமுறை மின்னல் வெட்டும்போது, பானையில் நீர் எடுத்துக் குளித்தார். பின் வீட்டினுள் வந்து ஆடை மாற்றிக்கொண்டு சாப்பிட்டுவிட்டுப்

பார்த்தார். ஊர்வேசி மட்டும் குளிரையும், எகிறி அலைந்து ஊளையிட்ட இருள் என்கிற நரிக்கூட்டத்தையும் பெயர் தெரியாத இருட்டுக் கூளிகளையும் கண்டு சம்பாஷித்தபடியும், அவற்றிற்கும் மறைந்த இந்த மனிதனுக்குமுள்ள சொந்தம் பற்றி எண்ணியபடியும் இருந்தாள். அவருக்குள் இருந்த மிருகராசிகளும்கூட சிநேகம் கொள்ளக்கூடிய ஓர் உயிர் பற்றித் தனக்குத் தெரிந்ததைக் கூறிப் புலம்பினாள். அவளது வயதான தோல் வழியாக அந்த மனிதனின் சில ஆற்றல்களும் ஜீவரசமும் கசிந்து அவள் நரம்பு மண்டலத்திலும் ஏறியிருப்பதையும் கதை கதையாய்க் கூறினாள். மண்டலம் மண்டலமாக இருள் கனமேறி அவள் கதையைக் கேட்டது. இருளும் மழையும் நின்ற மறுநாளின் காலை நேரத்தில் சூர்யன் கிழக்கே மலைகளுக்கிடையில் தோன்றியது. பட்சிகளையும், மரம், பூ, இலை போன்றவற்றையும், பச்சைப் புல்லினங்களையும் அது உசுப்பி எழுப்பியது. அப்போது லேசான ஈனஸ்வரம் கொண்ட பட்சி ஒன்றின் குரலைக் கேட்டாள். ஒரு வெளவால் துரத்த கழுகு போன்ற மனித மாம்சத்தாலான பறவை ஒன்று வானத்தில் பறந்தது. திடீரென அவளுக்கு அறையின் துர்வாசனை மறைந்தது தெரிந்ததும், ஓடோடிச் சென்று அறையைப் பார்த்தபோது, அறை காலியாகக் கிடந்தது. அதுவரை அறையில் துர்நாற்றத்துடனும், செடி கொடிகளின் மரத்தனமான ஆன்மாக்களுடனும் குலாவிக் கிடந்த அந்த மனிதனின் நாவிற்குள் உறைந்திருந்த வார்த்தைகள் ஒரு கூட்டமாக இப்போது வெளியேறின.

ஜானுக்கு ஆறு வயதானபோது ஒருநாள், வயிற்று வலியால் துடித்த சிநேகப்பூவைப் பரம்பரையாக ஜனனத்திற்கு ஒதுக்கப்பட்டிருந்த அறையில் கொண்டு போய் அடைத்தனர். தனது வயிற்றிற்குள்ளிருந்து ஒரு கரும்பூனை, தன் உயிரைத் தின்று வருகிறதெனக் கதறிய சிநேகப்பூவைத் தன் தந்தையின் உதவியுடன் ஒரு துணியை வாயில் அடைத்து ஒலி வராதபடிச் செய்தார் ராசப்பன். ஒலி, தாடையைக் கீறி ரத்தமாய்க் கொட்ட ஆரம்பித்தது.

ராசப்பன் மருத்துவச்சியை வெகுவேகமாய் அழைத்து வந்தார். தனது பால்ய காலக் கோபமும், சௌந்தர்யமும், பெண்களைத் தேடி ஓடிய வேகமும் ஒரு பாலகனின் உருவத்தில் வரப்போவதைக் காணக் காத்திருந்தார் ராசப்பன். ஆனால் வாய் கட்டப்பட்டுள்ளதால் வலியால்

முனக மட்டுமே முடிந்த மனைவி தொடர்ந்து ஏமாற்றமே கொடுத்தாள். முனகலினூடாக, தன் மீது தனிப்பட்ட முறையில் விரோதம் கொண்ட பல காற்றுகள் அந்த அறையில் தான் புகும் முன்பே புகுந்து விட்டதென்று சொன்னாள். அவை ஒரு கூட்டணி அமைத்துத் தன்னைச் சித்திரவதை செய்யவேண்டுமென்று சதி புரிவதையும் சிநேகப்பூ தெரிவித்துக்கொண்டிருந்தாள்.

தனது கைவிரல்களின் அசைவுகளுக்குள் ஒளிந்திருக்கும் சிலுவை அடையாளத்தைக் கண்டு சகலவிதமான காற்றும் தூர ஓடிப்போகும் என்று திறமையான மருத்துவச்சி ஒருத்தி அப்போது அவளுக்கு மீண்டும் மீண்டும் கூறினாள். ஜானுக்கு ஒரு தங்கையையோ, தம்பியையோ பிறக்க வைக்கும்படியாக, பிரகிருதியின் வயிற்றில் அவன் தாய் விடப்போகும் கெட்டியான உதையைச் சிநேகபுரம் திரண்டு வந்து இரண்டு நாளாகக் கவனித்தது. வேதனை உச்சத்திற்குச் செல்லும் காலத்தில் எல்லாம், தனது மூக்கையும் உதட்டையும் ரொட்டியைப் பிய்த்தெடுப்பதுபோல் பிய்த்தெடுக்கிறாள் என்ற செய்தி சிநேகபுரத்தில் பரவியது. அப்படிப் பிள்ளைப் பேற்றின் கொடுமை அந்தப் பிராந்திய ஆண்களின் உடலில் புகுந்து பலரை அன்றிலிருந்து மலடாக்கிய கார்யம் இன்றுவரை பிரசித்தம். ஒரு வாரம் கழிந்தபோது, தனது வீட்டிற்குச் சென்று அடுத்த ஒரு வாரத்திற்கான காற்றையும், நீரையும், உணவையும் நிரப்பி வருவதாக மருத்துவச்சி கூறினாள். ஆனால் ஒரு பெரும் வேதனையை அதன் எல்லாவித ஆங்காரங் களுடன் தன் உடலில் கட்டி வைத்துள்ள சிநேகப்பூ, முதல் வாரத்தில் ஏதும் உண்ணாமல் கழித்ததுபோலவே இரண்டாம் வாரமும் ஏதும் குடிக்காமலும் தின்னாமலும் இருப்பதற்குத் தயாரானாள். 'ரொட்டி போன்று தன் முகத்தையும் கன்னத்தையும் பிடுங்கித் தின்பவளுக்கு உணவும் நீரும் எதற்கு?' என்று அவளைப் பார்க்க வந்தவர் சிலர் கூறினார்கள். குழந்தை வெளிவராத இரண்டாவது வாரத்தில் பிரத்யேகமான மந்திர வாதம் செய்வதற்காக மலையடிவாரத்தில் வசிக்கும் இரண்டு ஆதிவாசி மந்திரவாதிகள் தருவிக்கப்பட்டனர். வரும்போதே அவர்கள் இரண்டு ஓணான்களையும் உடும்புகளையும் பிடித்து வந்தனர். தோல் உரிக்கப்பட்ட உயிருடனுள்ள மூன்று பாம்புகளை ராசப்பனின் வீட்டு அஸ்திவாரத்திலிருந்து அவர்கள் பிடித்தனர். வானத்தில் சஞ்சரிக்கும் உடலற்ற பல சக்திகளும் வந்திருந்து மந்திரவாதிகளின் கட்டுப்பாட்டிற்குள் நின்று சேவகம் புரிந்தன. பதினைந்தாவது நாள் வீட்டினுள்ளிருக்கும் சிலுவை வடிவத்தில் மடக்கிக் கட்டப்பட்ட, பாதிரியாரால் மந்திரிக்கப்பட்ட குருத்

தோலையை அந்த அறையிலிருந்து நீக்கவேண்டுமென்று மந்திர வாதிகள் கேட்டுக்கொண்டனர். இதுவரை மந்திரவாதிகளாலும் வேதனை என்ற பழங்கால மிருகத்தின் வாயைக் கட்ட முடியவில்லை என்றால் தக்க காரணம் இருக்கத்தான் வேண்டும் என்று அச்செயலைப் பலரும் ஆமோதித்தனர். 'வேதனையுடன் எதிராடிக் கொண்டிருந்த சிநேகப்பூ இப்போது வேதனையுடன் சமரசம் செய்துகொண்டாள். எனவேதான் அவளால் இப்படிப்பட்ட வேதனையை மூன்றாவது வாரமாகத் தாங்கிக்கொள்ள முடிகிறது' என்றனர் பலர். மூன்றாவது வாரத்தில் மந்திரவாதிகள் தங்கள் தேவதைகளுக்கு மலையடிவாரத்தில் போய்த்தான் வேண்டுகோள் விடுக்க வேண்டுமென்று கூறி, ஒவ்வொருவரும் ஒரு கோழியின் கழுத்தைக் கடித்தபடி நடுநிசி ஒன்றில் ஓடிப்போயினர்.

நான்காவது வாரத்தில் தேடிப்பிடித்து ஹாஸ்யபுத்திரன் என்னும் மலையாளத்து நாயரை அழைத்து வந்தார்கள். கொக்குபோல் தோற்றம் கொண்ட அவன் ஒரு கண் இருக்க வேண்டிய இடத்தில் ஜான் விளையாடும் கோலி போன்ற ஒரு பொருளை வைத்திருந்தான். திடீரென ஜான் போய் தான் விளையாடும் கோலியைத் தா என்று கேட்டபோது அந்தக் கோலியை உருட்டி விழித்தான், அவன். எருமை மாட்டைக் கொன்று அதிலிருந்து எடுத்து வைத்துக்கொண்ட கண் அது என்று பிறகு சிலர் சொன்னார்கள்.

சிநேகப்பூ இருக்கும் அறைக்குள் அவனை அடைத்து வைத்தனர். அவளிடம் முதல் ஹாஸ்யத்தை, 'ஒரே ஒரு ஊரிலே' என்று அவன் தொடங்கினான். முதல் ஹாஸ்யத்தைக் கேட்ட அவள் அவனைக் காறி உமிழ்ந்தாள். அதனால் மிகு வியாகுலமும், சஞ்சலமும் அடைந்த ஹாஸ்யபுத்திரன் பிள்ளையைக் கால்வழி இறக்க முடியாத அக்கன்னிகையை நோக்கி, அஸ்திரம்போல் தன் இரண்டாவது ஹாஸ்யத்தை அவிழ்த்துவிட்டான். அவள் இம்முறையும் காறி உமிழும் பட்சத்தில் தான் தக்க பாதுகாப்புடன் இருக்க வேண்டுமென எண்ணி ஒரு சிறு துணியை முகத்தை நோக்கிப் பிடித்தான். எந்த எதிர்வினையும் இல்லாதது கண்டு சற்றுத் தேர்ந்து மூன்றாவது ஹாஸ்யத்தை, ஒரு கோடி நாற்பதாயிரம் பேரை வயிறு குலுங்கச் சிரிக்கவைத்த கேரளத்து ஹாஸ்யபுத்திரன் அவிழ்த்தான். சற்றுநேரத்தில் ஒரு சிறுசிரிப்பும் குழந்தையும் சிநேகப்பூவிடமிருந்து வெளிப்பட்டன. சில வார்த்தைகளின் சப்தநார்கள் குழந்தையைக் கட்டி வைத்திருந்தன என்றும், ஹாஸ்யம் சென்று அதனை அறுத்து வழி ஏற்படுத்தியது என்றும் பழங்காலத்திலிருந்து அங்கு வந்த கிழவிகள் சொன்னார்கள்.

வியர்க்க விறுவிறுக்க வெளிப்பட்ட ஹாஸ்யப்புத்திரனை சூழ்ந்து ஜனங்கள் நின்று அவனை அற்புதமான மனிதன் என்று வாயாரப் புகழ்ந்தனர். வானில் பறக்கும் சக்திகளின் மூல உயிர் ஸ்தானத்தையும், பூமியில் முளைப்பன, வளர்வன, தொங்குவன, படர்வன என்று எல்லாவிதச் செடி, கொடி, புல், பூண்டுகளின் மர்ம ஸ்தானங்களையும் அறிந்தவன் அவன். இப்படி கிராமத்தின் தலைவராகக் கருதப்பட்ட தாவீது அவனை எல்லோர் முன்னிலையிலும் பிரகடனப்படுத்தினார். கேரளத்து ஹாஸ்யப் புத்திரனின் சீடர்களாய் ஆகும் தத்தம் ஆசையைப் பல இளைஞர்கள் அதன்பின் வெளிப்படுத்தினர். அதற்குச் சிறு புன்னகையைத் தெரிவித்த ஹாஸ்யப்புத்திரன், பலருடைய வற்புறுத்தலுக்குப் பதில் சொல்லும் முகமாகப் பேச ஆரம்பித்தான். அப்போது எல்லோரும் ஏகமனதாக, அந்த மூன்றாவது ஹாஸ்யத்தைத் தாங்கள் தெரியக் கூறினாலன்றித் தாங்கள் உணவு உண்ணவோ, நீர் குடிக்கவோ, காற்றைச் சுவாசிக்கவோ போகிறதில்லை என்று கூறினர். ஹாஸ்யப் புத்திரன், ஜனனத்திற்கும் ஹாஸ்யத்திற்குமுள்ள சம்பந்தம் ரத்த சம்பந்தம் என்றும், தனியாகத் தனது மனதைப் பிளந்து அந்த ஹாஸ்யத்தை யோசனை செய்து சொல்லத் தனக்குச் சக்தியில்லை என்றும் தெரிவித்தான். மேலும் அந்த ஹாஸ்யம் தனது ஜனன நேரத்தில், தன் தாயின் உதிரத்திலிருந்து புகுந்த ஒன்று என்றும் கூறினான்.

கூட்டத்தினரில் ஒருவன் முதலில் சிரித்தான். பின்பு சிலர் சிரித்தார்கள். அந்த ஹாஸ்யத்தை மனதில் நினைத்தபோது அது என்ன என்று தெரியாவிடினும் சிரிப்பு வருகிறதென முதலாமன் சொல்ல அவர்கள் அந்த ஹாஸ்யம் என்னவாகவிருக்கும் என்று மனதில் நினைத்துச் சிரித்தனர். சிரித்துச் சிரித்து நிற்க முடியாமல் தங்கள் தங்கள் வீடுகளுக்கும் சிரிப்பைக் கைகளுக்கிடையிலும், பற்களுக்கிடையிலும், கால்களுக்கிடையிலும் ரோமத்திற்கிடையிலும், காது இடைவெளி யிலும் இடுக்கி எடுத்துச்சென்றனர். வீட்டில் உள்ளவர்களும் சிரித்தனர்.

கதாப்பிரியர்களே! இங்குச் சற்று யோசிக்க வேண்டாமா? ஹாஸ்யம் கேட்டு ஜனங்கள் சிரிப்பது என்பது எத்தகையக் காரியம் என்று நம் மனதில் நினைத்துப் பார்த்தால் மனம் லேசாகிறதை அறியாத வரும் உண்டோ சொல்வீர்! ஹாஸ்யத்தினடியில் ஓடும் வாழ்க்கை பற்றிய அடிப்படை சரடு பற்றி அறிந்துகொண்டீர்கள் என்றால், ஹாஸ்யம் அருகிவரும் இன்று, நாட்டில் ஹாஸ்யத்திற்கான ஏற்பாடுகள் செய்வதன்றோ நாகரிகமான சமுதாயம் முதன்முதலில் முயலக்கூடிய

கார்யம். ஹாஸ்யத்திற்கும் கள்ள மனைவியைக் கண்டுபிடிக்கும் ஒழுக்கவியலுக்கும் வெளியில் காணப்படாத உள்தொடர்பு ஒன்று இருக்கிறது. இதை ஞானிகள் சொல்லி யிருக்கிறார்கள். அதுபோல இயற்கையின் இரகசியக் குகையில் மூன்று வாரங்களாக வெளித் தெரியாமலிருந்த குழந்தையைப் பூமிக்குக் கொண்டு தருவதும் ஹாஸ்யத்தின் விதிகளைக் கற்ற அறிவியல் நிபுணர்களுக்கு முடிகிறது. இது உலகமெங்கும் தெரியும் காலம் வந்து விட்டதன்றோ! லோக க்ஷேமங்களை ஹாஸ்யத்தினுள் காணுவதன் மூலம் மனிதகுலம் மேம்பாடு அடையும். லோக க்ஷேமங்களும் ஹாஸ்யமும் வார்த்தை களுக்குள் உள்ள ரகசியக் காவலர்களால் பாதுகாக்கப்படுகின்றன என்று விவாதிக்கலாம் அல்லவா, நண்பர்களே?

இப்படியாக, சுமார் பன்னிரண்டு வருஷங்களுக்கு முன் ஹாஸ்யத் திற்குப் பிறந்தவனே ஜானின் தம்பி. அவனுக்குப் பால் என்று பெயரிட்டார்கள்.

முத்துப்பிள்ளையின் தந்தையின் நாக்கிலிருந்து புறப்பட்ட வார்த்தைகள் குடியிருந்த உடல் மறைந்த பின் வீடு பூட்டப்பட்டது. ஜானின் தாத்தாவின் காதுகளில் ஒட்டியாவது இருக்கட்டும் (உள்புக முடியாதபடி அவரது அந்தராத்மா புராதனத்தின் ஞாபகங்களால் நிறைந்துவிட்டது என்பது ராசப்பன் மற்றும் ஜானின் தாத்தாவின் பால்ய கால நண்பர்களின் கருத்து) என்று ராசப்பன் பலமுறை அவரது தம்பியின் மறைவைப் பற்றிக் கூறிப்பார்த்தார். ஏதும் பயனில்லை என்று அறிந்து ராசப்பன் தனது குடும்பத்தின் விசித்திரமான குல வரலாற்றைத் தாங்கியபடி வியாபாரம் செய்வதில் மும்முரமாய் இருந்தார். நாள்கள் சென்றன.

எப்போதாவது ரகசியமாய் அவளது பிராணநாதனை ஆவி ரூபத்தில் தர்சிப்பதற்கு ஊர்வேசி முத்துப்பிள்ளையின் வீட்டிற்கு வருகிறாள் என்கிறார்கள். ஆனால் அவள் வருவதும் போவதும் யாருக்கும் மனதில் படும்படி அமைவதில்லை. அவளும் ஓர் இறந்த ஆவிபோல் பிறர் மனதில் பதியாதபடி நடமாடிக்கொண்டிருந்தாள். அப்படிப்பட்ட ஒரு நாளில் ஜான் தன் தம்பியுடன் பள்ளிக்கூடத்திற்குப் புறப் படுகையில் ஒரு பெரிய டிரங்க் பெட்டியுடன் இரு வெளியூர்க்காரர்கள் மெதுவாக நடந்துகொண்டிருந்தார்கள். அவ்வூர் வழக்கப்படி எல்லோரும் வீட்டிற்கு வெளியே வந்து அந்த வெளியூர்க்காரர்கள் யார் வீட்டிற்கு வருகிறார்கள் என்பதைக் கண்டுபிடிக்க ஆர்வம் கொண்டு பார்த்தபடி நின்றனர். பின் வெகுவிரைவில் செய்தி ஒன்று

எல்லோர் மனத்திலும் நிறைந்தது. முத்துமாரியும் அவளது புருஷனுமாகப் பழைய நினைவுகளைத் தேடவும் தாங்கள் இழந்த இளமையைக் கண்டு பிடிக்கவும் பத்துப் பதினைந்து வருஷத்திற்கு முன்பு இருந்த, நடந்த இடங்களையும் சந்தித்த, பேசிய, பழகிய, சல்லாபித்த, சிரித்த அல்லது வெறுத்த நபர்களையும் காணவும் வந்ததாகக் கூறினார்கள். முத்துமாரியும் கணவனும் வருவதை எங்கிருந்து ஊர்வேசி கண்டாளோ தெரியாது, ஊர்வேசி ஓடோடி வந்து அதுநாள் வரை அவர்களுக்காகவே காத்திருந்தவள்போல் கதவைத் திறந்து அவர்களை உள்ளே அழைத்து உடனேயே கதவு சாவிகளையும் கொடுத்துவிட்டு ஓர் ஆவிபோல் யார் மனதிலும் பதியாதபடி மறைந்து போனாள். முத்துமாரி இவ்வாறாகத் தனது தந்தையின் இழப்பை முன்னிட்டு ஊருக்கு வந்த செய்தி காட்டுத்தீ போல் பரவியது.

முத்துமாரி வந்த அன்று ஜானின் தாய் வெளியே தலை காட்ட வில்லை. முத்துமாரி வந்து பார்க்கவேண்டும், நாம் ஏன் அவளைப் போய் பார்த்துப் பேசவேண்டும் என்பது சிநேகப்பூவின் வாதம். அன்று மாலை வரை முத்துமாரி வீட்டிற்கு வெளியே வர வில்லை. அப்படி வெளியில் இறங்காமல் தனது தந்தையின் உடலில் புகுந்திருந்த நிழல்களுடன் தன் தந்தையைப் பற்றி விசாரித்துக் கொண்டிருக்கிறாள் என்று அந்தத் தெருவில் பலரும் பேசிக் கொண்டிருந்தனர்.

இதே முத்துமாரி சுமார் பதினாறு பதினேழு ஆண்டுகளுக்கு முன்பு ஒருநாள் வழக்கம் போல் தனது கையில் வைத்திருந்த உருண்டையான கட்டைகளைச் சுழற்றி மிகவும் சிறந்த பின்னலைச் செய்து கொண்டிருந்தாள். தனது கனவுகளையும் பிறர் உலகத்தில் இருப்பதாகச் சொன்ன சௌந்தர்யங்களையும் மனதினுள் கண்டபடி இருந்த போது திடீரென அவளது புறக்கண்கள் திறந்தன. அப்போதுதான் அங்குத் தனது அண்ணன் முத்துப் பிள்ளையின் நண்பனான ஒரு மத்திய வயதினன் நிற்பதைக் கண்டாள். முத்துமாரியின் அழகு அந்தச் சிநேகபுரத்தில் பிரசித்தம். தனது ஆடைகளை அணிந்துகொண்டு அவள் தெருவில் இறங்கி நடக்கமுடியாது. தெருவில் அலையும் ஆவிகளும் வானலோகத்தில் சஞ்சரிக்கும் தேவாதிதேவர்களும் அவளைக் கெடுத்து விடுவார்கள் என்று ஊர் முழுவதும் கருதியது. அத்தகைய நாளில் ஒரு யுவன் ஊர் நடுவில் காணப்பட்ட ஆலமரத்தில் பிணமாகத் தொங்கினான். யாரோ தகவல் கொடுத்துப் போலீஸ் ஜீப் அவ்வூரின் பச்சைப் பசேல் என்ற காட்சிகளையும், ஆவிகளும் பழமை வேர்களும் புதைந்த நில வரப்புகளையும் தாண்டிவந்து சேர்ந்தது. போலீஸார் மரத்தில் ஏறிப் பிணத்தை இறக்கிச் சட்டையைப்

பார்க்கையில் ஒரு கடிதம் இருந்தது. அக்கடிதத்தில் ஒரே ஒரு வரி காணப்பட்டது என்று தலைமைப் போலீஸ் அதிகாரி முத்துப் பிள்ளையை அழைத்துச் சொன்னார். அந்த வரி இதுதான்: 'முத்துமாரியின் சிநேகத்திற்காக.' அவனைத் தான் கண்டதில்லை என்றும் தனக்குத் தெரிந்த பெயர் களின் கூட்டத்தில் அவனது பெயரைக் கேட்டதில்லை என்றும் வீட்டிற்குள் இருந்தபடியே முத்துமாரி எல்லோரிடமும் கூறினாள். அன்றிலிருந்து அவள் மறந்தும்கூட எந்த யுவனின் நிழலிலும் பட அஞ்சினாள். மேலும் அந்த ஊரில் நடந்த இன்னொரு சம்பவமும் அவள் அச்சத்திற்குக் காரணம் என்றுதான் கூறவேண்டும். முஸ்லிம் தெருவில் ஒரு பெண் ஒருநாள் மிகவும் சந்தோஷப்பட்டு மறுநாளில் கருத்தரித்தாள்.

முஸ்லிம் பெரியோர் எல்லோரும் சென்று அவளிடம் யார் என்று கேட்டும் அந்தப் பதினைந்து வயதுப் பெண்-ஊர்ப் பணக்காரரான ஒரு முஸ்லிமின் பெண் அவள்-யார் நிழலும் தன்மீது பட்டதில்லை என்று அழுதபடியே கூறினாள். மூன்று நாள்கள் உணவேதும் உட்கொள்ளாது ஓர் இருண்ட அறையில் அவளது வேதனைகளுடன் அவள் கழித்ததைக் கண்ட ஊரின் பெரியோர்கள், ஊரிலுள்ள நான்கு இளைஞர்களின் காற்று எப்படியோ அவள் மீது பட்டதென்று தங்கள் மசூதிக்கருகிலிருந்த ஒரு முஸ்லிம் புனிதவான் சொன்னதைப் பரப்பினார்கள். மதர்த்த காளைகள்போல் அலையும் இளைஞர்களின் காற்றால் தன்க்கும் அதுபோன்ற அபகீர்த்தி திருமணமாகும் முன்னரே வந்துவிடக்கூடாது என்று முத்துமாரி எச்சரிக்கையுடனிருந்தாள். அப்போதுதான் சுதந்திரப் போராட்டத் திற்கு மனதைக் கொடுத்துவிட்டு மீண்டும் வந்து வேறு யாருக்காவது இனி மனதைக் கொடுப்போமே என்றபடி முத்துமாரி இருக்கும் அறையை அடிக்கடி நோட்டம்விட்ட மனிதனை அவள் கண்டாள். கன்னிமரியுடன் இருளையும், நண்பர்களுடன் போதையையும் பகிர்ந்தபடி அலைந்துகொண்டு எதையோ தேடிக்கொண்டிருந்த முத்துப்பிள்ளை தனது சுதந்திரப் போராட்ட நண்பர் தனது வீட்டிலிருக்கும் சிறுபெண்ணின் மனதிற்குள்ளிருக்கும் வெற்றிடத்தில் அவரது உருவத்தைப் பதித்துக்கொண்டிருப்பதை அறியுமளவிற்கு உலக விஷயம் தெரிந்தவரல்ல. தந்தையை அடக்கி வீட்டின் மூலையில் அவர் தலை வேர்விடும்படி ஒதுக்கித் தள்ளியபின், உலகில் எதையும் தன் ஆளுகைக்குள் கொண்டு வர முடியும் என்று மண்ணின் மீது கால் பாவாமல் வாழ்ந்தவர் அவர். ஆனால் மாஜி சுதந்திரப் போராட்ட வீரரான முத்துப் பிள்ளையின் நண்பர், சுபாஷ் என்ற மனிதனைப்

பற்றி முத்துமாரியிடம் கூறிக்கொண்டிருந்தார். அதனைக் கேட்டுப் பரவசமடைந்த முத்துமாரி இரண்டு வகுப்புகளோடு கல்வியை முடித்ததற்கு வருந்தினாள். நகரத்திலிருந்து வந்த அந்த மனிதன் மூலம் தன் உலக ஞானத்தை விருத்தி செய்ய ஆரம்பித்தாள். அவள் அறிவு விருத்தியானபோது அது அவளது மனதின் இருள் படர்ந்த கூண்டிற்குள் ஒரு ரகசியத்தையும் உருவாக்கிவிட்டது. அதனால் 'அறிவு உலகத்தின் வாசலைத் தனக்குத் திறந்து விடு'மெனக் கேட்டபடி அவனையே இரவு பகல் நினைத்தாள். அவனுடன் நெருங்கிப் பழகி ஒரு நாள் தன் கூடலை அவனது நினைவுடன் கூடிக் கருத்தரிக்கவும் அனுமதித்தாள். அதன்பின் ஒருநாள் அவள் தன் அண்ணனிடம் அறையில் இருட்டு வெளவால்களைக் காண இனிமேல் தன்னால் முடியாதென்றும் தனக்குத் திருமணம் செய்யும் ஆசை வந்துவிட்ட தென்றும் கூறினாள். அவன் கன்னிமரியிடம் தன் எண்ணத்தைக் கூறச் சென்றான். கன்னிமரியிடம் தன் எண்ணத்தைக் கூறச் சென்றான். கன்னிமரியிடம் சென்று அவளைக் கண்டதும் அவள் உடலில் ஒரு புதுக்கிளைவிட்டிருப்பதாய்க் கருதி எல்லாவற்றையும் மறந்து இரண்டு நாள் இருந்துவிட்டு வந்தான். வந்தபோது தனது நண்பன் இனி தன்னுடன் கள் குடிப்பதற்காக வரமாட்டான் என்பதையறிந்து மிகவும் வருந்தினான். முத்துமாரி அவனோடு ஓடிப்போனதை அறிந்தபேது இப்படிச் சொன்னான்: 'முத்துமாரியைக் காணாது ஏமாறும் இருட்டுப்பூச்சிகள் அவளைப் பிடித்துச் சின்னா பின்னப்படுத்தட்டும்.'

ஜானின் தாத்தா முத்துப்பிள்ளையைக் கொலை செய்துவிட்டார் என்று அறிந்தபோதும் முத்துமாரி ஏனோ ஊருக்கு வரவில்லை. தந்தையின் மண்டை ஓட்டில் எந்த ஜீவனும் வசிக்க முடியாதநிலை வந்துவிட்டது என்றபோது ஓடிவந்தாள். அப்போது இருட்டுப் பூச்சிகள் அவளைத் தின்னாததால் அவளே அவற்றைத் தின்று விட்டாள் என்று பலர் தீர்மானித்த செய்தியும் ஊரில் பரவியது. முத்துமாரியிடம் எல்லாவற்றையும் விரிவாகப் பேச வேண்டுமென ஆசைப்பட்ட பலருக்கு அவள் வெளிவராதது பெரிய ஆச்சர்யமாகி அவர்களும் இனி அவளிடம் பேசுவதில்லை என்று தங்கள் தங்கள் வேலைகளுக்குத் திரும்பிப் போனார்கள் அவர்களுள் ஒருவர் அவளது அண்ணன் முறைக்காரரான வியாபாரியார் ராசப்பன் ஆவார்.

எல்லோரும் ஆச்சரியம் என்று ஏகமனதாகப் பேசும் காரியம் ஒன்று அதற்கு மறுநாள் நடந்தது. முத்துமாரியும் அவளது மனதில் ஓர் ஓட்டை செய்து அந்த ஓட்டையில் தொங்கியபடியே கிடக்கும் முன்னாள் சுதந்திரப் போராட்ட வீரரும் புராதனக் காலத்தின் சில ஞாபகங்களை

நவீன காலத்தின் பல்சக்கரம் சிதைத்து அழித்ததால், சேதமுற்ற உடலுடன் அசையாமல் ஓர் இருண்ட அறையில் கிடக்கும் முத்துமாரியின் பெரியப்பாவைப் பார்க்க வந்தனர். வீட்டிலுள்ளோர் மிகுந்த வியப்புக்குள்ளாகி தங்கள் தங்கள் மனதில் ஆச்சர்யத்தைச் சுமந்து நின்றார்கள். குரலை இழந்து போன கோகிலம்போல் தாத்தா துடிப்பது அவரது முகபாவனையில் லேசாகத் தெரிந்தது. இந்த உலகத் தோடுள்ள தொடர்பு அழியாத அவரது மனத்தை மீண்டும் புனர்நிர்மாணம் செய்யும் யத்தனங்களைச் செய்ய முடியாதென்பது தெரிந்தது. மன உலகின் தேவதைகளின் சம்பாஷணைகளில் அவர் ஆழந்து போனவராய்க் காணப்பட்டார்.

அவரது மொழியிலிருந்து முழுமையாக நவீன சங்கேதங்கள் நிர்த்தாட்சண்யமாய் பறித்துக்கொள்ளப்பட்டதைக் கண்டு எதற்கும் கவலைப்படாமல் மாறிப் போனவர் அவர். தனது விதியிலிருந்து தப்பமுடியா தென அறிந்து முத்துப்பிள்ளையைக் கொலை செய்து விட்டு அதனைப் பற்றிய விமர்சனத்தை ஏதுமறியா ஒரு பாலகன் தன்முன் வைத்ததும் நித்ய கால இருட்டை எடுத்து மூடிக்கொண்டு படுத்துக்கிடப்பவர் அவர். பாதி சாவையும் பாதி உயிரையும் வைத்து அசையாமல் கிடக்கும் அவர் இனி யாரைத்தான் பார்க்க வேண்டி யிருக்கிறது? எதிர்காலக் குதிரையைக் கவனிப்புடன் ஓட்டுவதாய்க் கூறி முத்துமாரியின் மனதில் ஒரு சிறு பள்ளம் வெட்டிய முன்னாள் சுதந்திரப் போராட்ட வீரர் அவளருகில் வந்து அப்படியே நின்றார். அடிக்கடி தன் மனைவியின் மடியில் ஏறியமர்ந்து அவளது உடலின் துளைகளிலிருந்து வெளிப்படும் சப்தங்களில் தனக்கான குரல் ஏது எனக்கேட்கும் அவர் இப்போது ஜானின் தாத்தாவைப் பார்த்து, ‘காலம் ஸ்தம்பித்து உறைந்து போன தன் வடிவம் இது’ என்றார். காலத்தின் கால் ஒடிந்து போனதைக் காண்பதுதான் எதிர்காலம் பற்றிய குதிரை சவாரிக்காரர்களின் விதி என்பது அவரது சமீபத்திய உலக அறிவு.

அங்கு நின்று கொண்டிருக்கும்போது முத்துமாரிக்குத் தன் சிறுமிப் பருவத்தில் கேள்விப்பட்ட ஒரு சம்பவம் மனதில் எழுந்தது. ஒரு நாள் ஜானின் தாத்தாவுடன் அவரது கையைப் பிடித்தபடி நடந்துசென்ற தாத்தாவின் தம்பியான அவளது தந்தையின் கண்முன் சம்பவித்த நிகழ்ச்சி அது. காட்டில் அவர்கள் நடந்துகொண்டிருந்த திசைக்கு நேர்வடக்காக ஒரு பெண்ணின் காயமுற்ற ஈனக்குரல் கேட்டது. ஜானின் வம்சக் கொடியின் மூத்த நபரான அவனது தாத்தா தன் தம்பியிடம் ‘வா, ஒரு பெண்ணின் ஈனக்குரல் கேட்கிறது. காட்டில் அலைந்து கொண்டிருக்கும் கெட்ட காற்றுகள் தங்கள் பசியைப் போக்க

யாரோ ஒரு நரவம்சத்தவரைக் கொல்லுகிறார்கள்' என்றாராம். மிருகங்கள், செடிகொடிகள், பறவைகள் ஆகியவற்றின் மொழி மட்டுமின்றி வான லோகத்தில் அலையும் துர்தேவதைகளின் பாஷையும் தெரியும் தாத்தாவும் அவரது தம்பியும் அந்த மூலை முடுக்குகளில் பாறை பிளவுகளை ஒன்றுவிடாமல் மாலைவரை தேடினார்கள். அங்கு வனவிலங்குகளும் வௌவால்களும் அவற்றிற்காக ஒதுக்கப்பட்ட மரப் பொந்துகளிலிருந்த இருளுடன் நித்திரை செய்யும் போது தொந்தரவு செய்து ஒரு பெண்ணின் உடல் மரத்தில் தொங்கிக் கிடப்பதைக் கண்டார்களாம். அம்மரத்தினடியில் வேருக்கிடையில் ஒட்டியபடிக் கிடந்ததாம் ஒரு சிறு வௌவால். ஜானின் தாத்தா அந்த வௌவாலைப் பிடித்துத் தன் கையிலிருந்த கத்தியால் கீறியவுடன் புசுக்கென்று வானத்தில் சுழல் காற்றாய்ப் பறந்ததாம் அந்த அசுரப்பட்சி. அந்தக் காட்டின் மிகுந்த சக்திவாய்ந்த முனியாம் அது.

தன் தம்பி அதைக் கண்டு நடுங்கி நின்றாலும் தாத்தா அந்தப் பெண்ணின் உடம்பை மீட்டுக் கொண்டு வந்துவிட்டாராம். அந்த முனியை அன்று பிடிக்க ஜானின் தாத்தாவிற்குக் காற்றில் அலையும் துர்தேவதைகளின் பாஷை தெரிந்திருந்தது மிகவும் உபயோகமாக இருந்ததாம். காட்டின் முனிகளுடன் தன் நெஞ்சின் இரட்டைக் கருளுக்கு ஏற்ற வீரதீரச் செயல்களைச் செய்து வென்றவர் பலவீனர்களான தன் சமகாலத்தவர்களின் பயத்தால் சூழப்பட்ட மண்டைகளைக் காணத் தயங்கியவராய் ஓர் ஓட்டிற்குள் தன் ஆன்மாவை ஒடுக்கிக்கொள்வது நியாயம்தான் என்று முத்துமாரி கருதினாள். அப்போது பழைய தலைமுறையின் சுதந்திரப் போராட்ட நிகழ்ச்சிகளில் முகம் புதைந்திருந்த தன் கணவனை அவள் செல்லமாகத் தட்டி இந்த உலகத்தின் ஞாபகமார்க்கத்திற்கு அழைத்து வந்தாள். அவர்கள் இருவரும் நகரத்தில் குடியேறியதைப் பற்றியும் அவளது கணவன் மனிதர்களினுள்ளே சஞ்சரிக்கும் ஆவிகளைப் பிடிக்கும் ஒரு கறுப்புக் கருவியை வைத்து மனிதர்களையும் பொருள்களையும் புகையாக மாற்றிப் பிடிக்கும் தொழிலைச் செய்து வருவதையும் சிநேகபுரத்தில் பலர் தெரிந்து வைத்திருந்தனர். இவர்கள் இப்படித் தாத்தாவைப் பார்த்துக்கொண்டிருப்பதைக் கண்டு சிநேகப்பூ தாத்தா படுத்திருந்த அறையை நோக்கி வந்து முத்துமாரியைப் பார்த்தாள்.

சிநேகப்பூ, முத்துமாரியை 'வா' என்று வரவேற்றாள்; பின் அவர்கள் இருவரும் பங்கிடும்படியான வம்ச துக்கத்திற்காக சிநேகப்பூ

அழுததைக் கண்டு அதனைப் பொறுக்க முடியாத முத்துமாரி, 'அழுவது எனக்குப் பிடித்தாலும் தன் கணவனான புகைப்படம் பிடிப் பவனுக்குப் பிடிக்காது' என்றாள். அப்படி பிடிக்காமலிருப்பது எதிர்பார்க்கக் கூடியதுதான் என்பதைப் புரிந்துகொள்ளும் அறிவு படைத்த சிநேகப்பூ, 'குழந்தைகள் எங்கே?' என்று கேட்டாள்.

'நகரத்தில் படித்துக்கொண்டிருக்கும் பிள்ளைகள் கிராமத்தின் மர நிழல்களைக் கண்டும் ஊரில் பரவும் பிசாசுக் கதைகளைக் கேட்டும் பயந்து முகம் கருகி விடுவார்கள்' என்றாள்.

சமீபகாலமாய் ஜானுக்கும் அவனது தம்பி பாலுக்கும் எத்தனை முறை கல்லறைகளிலிருந்து எழுந்து புறப்படும் சக்திகளின் நிழலிலிருந்து காக்கும்படியான மந்திரவாதம் செய்யவேண்டி வந்தது என்பதைச் சிநேகப்பூ முத்துமாரிக்குக் கூறிக்கொண்டிருந்தாள். பின்பு சிநேகப்பூ முத்துமாரியின் வடிவழகுகள் மாறிப் போனதன் காரணத்தைக் கேட்டாள். முன்னாள் சுதந்திரப் போராட்ட வீரரான தற்சமயப் புகைப்படக்காரர் ஒரு சுந்தரவதியின் முகத்தைத் தின்று தீர்க்கும் மாம்ச பட்சணியாய் அமாவாசை சூழும் இரவுகளில் மாறுவது பற்றி அறிந்த முத்துமாரி சிநேகப்பூவின் கேள்விக்குப் பதிலாக ஒரு பெருமூச்சுவிட்டாள். மீண்டும் அந்த வீட்டிற்கு வருவதாகக் கூறிய முத்துமாரி பிறகு தன் தந்தையின் உடலின் வாசனை சூழ்ந்த தனது வீட்டிற்குப் புறப்பட்டாள்.

புறப்படும் போது சிநேகப்பூ, அடுத்தமுறை முத்துமாரியின் பெண்ணையும் பையனையும் அழைத்து வந்தால், அவர்கள் மீது அவ்வூரில் அலையும் நிழல்கள் படாமல் தன்னால் காப்பாற்ற முடியுமென்று வாக்குக் கொடுத்தாள். அந்நேரம் பள்ளியில் படித்துக் கொண்டிருந்த ஜானும் அவன் தம்பியும் வந்தனர். முத்துமாரியும் புகைப்படக்காரனும் அவர்களுடன் பேச விரும்பியதால் ஜானும் அவன் தம்பியும் முதன் முதலாகத் தம் வீட்டிற்கு எதிரில் இருக்கும் அந்த இருள் விழுந்த வீட்டிற்கு வருவதாகக் கூறினார்கள்.

அடுத்த மூன்று நாள்கள் தனது மாதாந்திர நோய் வந்துவிடவே, நிம்மதியில்லாமல் காணப்பட்ட சிநேகப்பூ, மூன்றாவது நாள் சற்று ஆறுதல் அடைந்தபோது, விநோதமான சப்தம் ஒன்றைக் கேட்டு, ஜானின் தாத்தா படுத்திருந்த அறைக்கு ஓடி, அறைவாசலில் நின்று பார்த்தாள். வழக்கம்போல் இருளாய் இருந்த அறையில் தாத்தாவின் பற்கடிப்பு மிகவும் கொடூரமாகக் கேட்டதால் இப்படிச் சொல்லிக் கொண்டாள். 'யாரோ மிகுந்த கொடுமை செய்துவிட்டார்கள்.

எனவே அவரின் மிகுந்த கண்டனத்துக்கு ஆளாகியிருக்கிறார்கள்.' தாத்தா தொடர்ந்து கண்டனங்களை தெரிவித்துக்கொண்டிருந்தபோது, தன் கடையில் வேலை பார்க்கும் ஒருவனிடம் வியாபாரத்தை விட்டுவந்த ராசப்பன், தன் மனைவியை மிகவும் ஈனக்குரலில் அழைத்தார். ஒரு காகம் அவர் மனதின் அறையில் புகுந்து ஈனக்குரலில் கரைய ஆரம்பிக்கிறபோது அந்த மனிதர் தம் சரித்திரப் புகழ்பெற்ற காம உணர்வால் துடிப்பார். இதைக் கிறிஸ்தவ வேதங்களை நன்கு கற்ற சிநேகப்பூ இத்தனை வருடங்களாய் அறிந்திருந்தாள். பகல் நேரத்தின் மணம் ராசப்பனின் நாசித்துவாரங்களில் புகுந்து விடும்போது ரோமத் துவாரங்கள் வழி வெளிப்படும் ஆன்மாவின் ஆவி அவரது உறுப்பு களைப் பரபரப்பாக்குவதை அறிகையில், அந்த உறுப்புகளைப் பெண்ணுறுப்புகளின் தயவில் கட்டுப்பாடற்ற முறையில் விட வேண்டியது தன் கடமை என்பதை ராசப்பன் அறிவார். அச்செயலைத் தம் உடலின் விதியாகப் புரிந்த ராசப்பன், சிநேகப்பூவின் உடலை ஆடைகள் அற்றவிதமாகத் தன் உறுப்புகளின் சந்திப்புக்கு ஆளாக்குவார். அந்த ஆணுறுப்பும் பெண்ணுறுப்பும் தத்தமக்குள் ஒரு மூர்க்கத் தனமான விதிக்குக் கட்டுப்பட்டுத் தத்தம் ஒழுங்கு சிதையாதபடி, மனிதகுல ஆதியிலிருந்து பரம்பரை பரம்பரையாய் வந்த ஞானம் வழிகாட்ட தத்தம் முறைகளில் ஆசைகளைத் தீர்த்தன. அத்தகைய வேளைகளில் ஒன்றிரண்டு நாள்கள் இருவரும் ஒரே அறையில் அவர்களுக்கு அப்பாற்பட்ட ஒரு சக்தியின் விருப்பத்திற்குக் கட்டுப் பட்டுக்கிடப்பதுபோல் கிடந்து கொண்டிருப்பார்கள்.

இவ்வாறு உடல்கள் பேசும் கதை பற்றி இருவரும் தெரிந்து கொண்ட ஒருநாள் சிநேகப்பூ குளித்துக்கொண்டிருந்தாள். அவளது உறுப்புகளில் சதா ஓடிக்கொண்டிருந்த தண்ணீரின் முத்துத்திவலைகள் குறிப்பிட்ட ஒரு ஸ்தானத்தில் பட்டபோது இனிமேலும் குளிக்க முடியாது என்பதை உணர்ந்த சிநேகப்பூ தன் கணவனிடம் புதிய தன் கண்டுபிடிப்பைக் கூறினாள். கன்னிமரியிடம் இப்படி ஒரு ஸ்தானம் இருக்கிறதா என்பதைக் கண்டுபிடிக்க முடியாத ராசப்பன், அவள் குடும்பத்தினர் மேலூரில் இருந்தபோது அவள் பாட்டிக் குடும்பத்தார் யாரோ ஒரு முனிவனுக்குச் செய்த துரோகத்தால் ஏற்பட்டது என்ற கதையைச் சிநேகப் பூவைத் திருணம் செய்யவிருந்த காலங்களில் தனக்குப் பலர் சொன்னதை நினைவூட்டினார்.

கன்னிமரி போல் வயல்களுக்குக் களைபிடுங்கச் செல்லும் பல பெண்களுடன் தான் பரிச்சயம்கொண்ட நாள்களில் ஒருநாள், தனது

தந்தையுடன் வில்வண்டியில் சென்ற ராசப்பன் சிநேகப்பூவைக் கண்டு அவளைத் தனக்குத் திருமணம் முடிக்கத் தந்தையிடம் கேட்டதை, அவளுக்கு ஞாபகமூட்டியபடி, ஓர் அறையில் கிடந்தார். அப்படிச் சிநேகப்பூ தன்னைக் கவரக் காரணம், சிநேகப்பூவின் வலது கண்ணில் விழுந்துள்ள பூ என்று ராசப்பன் கூறினார். பாதிரியார் தாலி கட்டச் சொன்ன நேரத்தில் மஞ்சள் கயிறை அவள் கழுத்தில் கட்ட எடுத்த அச்சமயம் பார்த்து அந்தக் கண்ணில் விழுந்துள்ள பூவின் மீது ஒளித் திவலைகள் விழ, அதைப் பார்த்துக்கொண்டிருந்ததைப் பல தடவை அவளிடம் சொல்லிவிட்டார் அவர்.

கண்ணில் விழுந்த பூ கண்டு காதல் வயப்பட்ட ராசப்பன், இரண்டு நாள் கழித்து நோய் தீர்ந்து புறப்பட்டபோது வியாபாரம் நன்றாக நடந்துகொண்டிருந்தது. அன்றிலிருந்து வியாபாரம் செய்வதில் தன்னை விடத் தன் கடையில் இருக்கும் கடைச்சிப்பந்திதான் மிகவும் திறமையானவன் என்பதைக் கண்டுபிடித்ததாகத் தன் மனைவியிடம் வந்து சொன்னார். அன்று மதியம் சாயும்போது, ஒரு காகம் கரைந்த நேரத்தில் கன்னிமரி இறந்த செய்தியும் வந்தது. ஆனாலும் ராசப்பன் புறப்பட்டுப் போகாதது சிநேகப்பூவிற்குப் பெரிய ஆச்சர்யமாகத் தனது அந்தராத்மாவில் விரிந்தது. அவரது உறுப்புகள் தொடர்ந்து அவளைக் கட்டிப் பிணைத்தபடி இருட்டிற்குள் சுற்றிக் கிடப்பது அந்த வீட்டில் அன்றிலிருந்து அதிகமாயின. ஒருநாள் தன் உறுப்புகளின் வாய்கள் அவள் உடம்பிலிருந்து புறப்பட்டுக்கொண்டிருந்த சிறுசிறு வண்ணத்துப்பூச்சிகளைப் பிடித்துக்கொண்டிருந்த காலை வேளையில், திடீரென அவருக்கு ஜன்னி கண்டது. அன்று கவலைக் கிடமாகிப் போன அவர், ராமு வைத்தியரின் பட்டைக் கஷாயத்தால் நான்கு நாள்கள் கழிந்து எழுந்தார். ஜன்னி கண்ட அன்று அவர் கன்னிமரியின் உறுப்புகளைச் சிநேகப்பூ கொண்டிருக்கிறாள் என்ற உண்மையை அறிந்துவிட்டதை அவளிடம் சொன்னார். தான் அவருக்குக் கன்னிமரியின் உறுப்புகளுடன் இனி வாழவேண்டியிருப்பதைச் சிநேகப்பூ வேண்டா வெறுப்புடன் ஏற்றுக்கொண்டாள். ஆனால் அவளே நம்ப முடியாதபடி அவளது உடல் அவரது ஒவ்வோர் உடலசைவிற்கும் தக்கபடி இசைவுகொண்டு அசைவதை அன்றிலிருந்து கண்டு அவள் மனதிலும் பேராச்சர்யச் செடி ஒன்று வளர்ந்தது. காலை, மாலை, பகல் என்று திடீரென இரண்டு உடல்கள் உலக சஞ்சாரத்தையும் நாள்கள், வாரங்கள், பருவங்கள் என்று மாறிவரும் ஒழுங்கையும் மீறியபடி தமக்கேயுரிய வலயத்துகள் ஒதுங்கிப் பிரத்யேக ரீதியில் சஞ்சாரம் செய்வது இருவருக்கும் தேவையாகியிருந்தது. வியாபாரம்

முழுமையாய் கடைச் சிப்பந்தியின் கைக்கு மாறிவிட்டிருந்தது.

அவரது உடலிலிருந்து ரகசியவாசனை என்னும் வடக்கயிறு புறப்பட்டு சிநேகப்பூவின் உறுப்புகளின் அசைவுகளிலிருந்து புறப்பட்ட கயிறுகளில் இறுகிக் கிடந்த இரவு, பகல் மறந்த ஒருநாள் ராசப்பன் தனது மண்டைக்குள் யாரோ புகுந்ததுபோல் உணர்ந்தார். அப்போது தன் சித்தத்தை யாரோ பறித்துவிட்டார்கள் என்றார். அடுத்த இரண்டு நாள்கள் இருவருக்கான அதிக உணவை அவர் உண்டபோது அவரது மண்டைக்குள் வேறு யாரோ புகுந்துவிட்டார்கள் என்று சிநேகப்பூவும் உணர்ந்தாள் என்றாலும் அவள் இதயத்துள் அவர் உறுப்புகள் ஏறிப் பின்னிக்கொள்ளும் சுவாரஸ்யம் தொடர்ந்த தால் அவள் சஞ்சலம் கொள்ளவில்லை. ஆனால் ராசப்பனிடம் மாற்றங்கள் நிகழ்ந்தன. அறைச் சுவரில் போய் ஒட்டியவாறு படுத்துக் கிடந்தவர் சில வேளைகளில் உரையாடல்கள் நடத்துவதை அவரது உதடுகள் அசைந்ததன் மூலம் சிநேகப்பூ கண்டுகொண்டாள்.

ஒருநாள் ராசப்பனுக்கு மிகுந்த வாந்தி ஏற்பட்ட ஒரு காலையில் அவர் சப்தமிட்டு முத்துப்பிள்ளையுடன் விவாதிக்கலானார். அசையாமல் கிடக்கும் ஜானின் தாத்தாவிற்கு உணவு கொடுக்க வந்தச் சிநேகப்பூ அவர் பருத்துக்கொண்டு போவதைக் கண்டு பிடித்தாள். அதனைச் சொல்வதற்காக அவள் ராசப்பனிடம் வந்தபோது அவர் மிகுந்த சர்ச்சை ஒன்றில் ஈடுபட்டிருப்பதைக் கண்டாள். நாள்கள் செல்லச் செல்லத் தாத்தாவின் கைகால்கள் பருத்துக்கொண்டே போயின. உணவுப் பிரச்னை அந்த வீட்டில் உருவாகும் என்று எதிர்பார்த்த சிநேகப்பூ ஏமாற்றமுறும்படி அவர் வழக்கமாக உண்ணும் உணவிற்கு மேல் கொஞ்சம் கூட உண்ணவில்லை.

ராசப்பனின் விவாதங்கள் சிலவேளை சப்தமாகவும் சிலவேளை மௌனமாகவும் நடைபெற்றுக்கொண்டிருந்தன. பெண்ணுறுப்புகளின் ரகசிய பாஷையை அறியவல்ல ராசப்பனின் மூளைக்குள் முத்துப் பிள்ளை தான் ஏறியுள்ளார் என்பதை அனுமானிப்பது சிநேகப்பூவிற்கு அதிகம் கஷ்டமாக இருக்கவில்லை. தன் கணவனின் உடலிற்குள் புகுந்த புதிய காமப் பறவையின் ஸ்வரங்கள் கேட்க ஆரம்பித்தது அந்த முத்துப்பிள்ளையின் ஆவி புகுந்தபிறகு தானோ என்ற எண்ணம் ஏற்பட்டவுடன் அவள் தன் கணவனின் அறைக்குள் இனி செல்லக் கூடாது என்று முடிவு செய்தாள்.

அந்நேரம் ராசப்பனின் மூளையில் ஒரு ஞாபகம் பதிந்தது. முத்துப்பிள்ளை தனது தோழனாய் வாழ்ந்து வேலையேதும்

செய்யாமல் குடும்பத்து வாழைத் தோட்டங்களிலிருந்து வரும் வருமானத்தில் உண்டு களித்துச் சௌகர்யமாக இருந்த நாள்களை நோக்கித் தன் ஞாபகக் குயில் குஞ்சின் அலகு நீளுவதை உணர்ந்தார். அத்தோடு முத்துப்பிள்ளையின் மரண வாடை தோய்ந்த ஞாபகமும் சேர்ந்து மனதில் எழுந்தது.

முத்துப்பிள்ளை கொலை செய்யப்படுவதற்கு முந்திய நாள் முத்துப்பிள்ளைக்கும் ராசப்பனின் தந்தைக்கும் இரு குடும்பத் திற்குமான வயல்கரையில் வாக்குவாதம் நடந்தது. பாறையில் நிற்கும் பனை விடலிதான் இரு குடும்பங்களுக்குமான பாகப்பிரிவினை அடையாளம் என்பது ராசப்பனின் தந்தையின் கட்சி. அதுவல்ல, சற்று தூரத்தில் நிற்கும் தென்னைமரம் தான் பாகப் பிரிவினைக்குப் பயன்படுத்திய எல்லை என்பது முத்துப் பிள்ளையின் கட்சி. வாக்குவாதத்தில் முத்துப்பிள்ளை வழக்கம்போல் முதலில் கோப மடைந்து உடலில் புகுந்த ஒரு வெறியின் கரத்தால் உந்தப்பட்டு ஒரு கல்லை எடுத்து ராசப்பனின் தந்தையின் கன்னத்தில் எறிந்துவிட்டு ஓடிவிட்டார். ராசப்பனின் தந்தையின் ரத்தம் சூடேறியது. இடது காது துடித்தது. ஓடிப்போன முத்துப் பிள்ளையைப் பார்த்துக்கொண்டே, கன்னத்திலிருந்து வழிந்த ரத்தத்தைத் துடைத்தபடி அவர் மெதுவாகச் சொன்னார்: ‘முத்துப்பிள்ளையைக் கொன்றுவிட வேண்டும். இவன் உயிரோடிருந்தால் உலகம் அழிந்துவிடும்.’ தன் உடலில் ஏற்படும் பாதிப்பு மூலம் உலகத்தின் லயத்தை அறிந்து வாழ்ந்தவர் அந்த மனிதர். முத்துப் பிள்ளையைக் கொல்ல நிலத்தகராறு ஒரு வாய்ப்பாய் அமைந்தது. நிஜமான காரணம் வேறு என்ற எண்ணம் உடையவர் களின் கருத்தை ராசப்பனால் ஏற்க முடியவில்லை.

மறுநாள் வயல்வரப்பில் கிடந்த முத்துப்பிள்ளையின் உடலை, இரு துப்பாக்கிகளை வெளியில் நீட்டியபடி நின்ற போலீஸுடன் ஜீப்பில் சிலர் வந்து பார்த்தபோது ராசப்பனும் அவர் தந்தையும் தூரத்தில் வடலிக்காட்டில் ஒளித்துப் பார்த்துக்கொண்டிருந்தார்கள். அதன்பிறகு வழக்குமன்றத்தில் தந்தைக்கு ஐந்து வருடமும் முத்துப் பிள்ளையைக் கொலை செய்ததில் சம்பந்தமே இல்லாத மகனுக்கு இரண்டு வருடமும் தீர்ப்பானபோது தாத்தா மிகுந்த மௌனமாக இருந்தார். அன்றிலிருந்து முத்துப்பிள்ளை அந்த ஊரில் நிழலாய்ச் சுற்றிச்சுற்றி வந்தாலும் ஊரில் வந்துள்ள இரண்டு மாவரைக்கும் மில்களில் எப்போதும் கர்ணகடூரமான சப்தம் வந்தபடி இருப்பதால் முத்துப் பிள்ளை ஜனங்களை அதிகம் மிரட்ட முடியவில்லை. ஒரு மில் வடக்குத் தெருவிலும் இன்னொரு மில் தெற்குத் தெருவிலும்

இருப்பதால் கையால் மாவரைத்த பலர் இப்போது மில்லுக்கே வந்து மாவரைக்கிறார்கள். மில்லைக் கொண்டுவந்த செட்டியார் முதலில் பல எதிர்ப்புகளைச் சந்திக்க வேண்டி வந்தது. உயிரோடிருப் பவர்களும் நிழலாய் இருப்பவர்களும் எதிர்ப்புகள் காட்டினார்கள். ஒரு வாரம் வரை கரண்டு கம்பிகளில் மின்சாரம் வந்தாலும் எஞ்சின் ஓடவில்லை. மனிதர்களின் ஆயுசு அறாமல் செத்தவர்களைப் பற்றி அறிந்த பல வயதானவர்கள், அவ்வூரிலிருந்தார்கள். அவர்கள் அப்பிராந்தியத்திற்குள் தன் நடமாட்டத்திற்கு இடைஞ்சலான மாவுமில் வருவது கண்டு அதிருப்தியுற்ற முத்துப்பிள்ளையின் கைங்கர்யமே இது என்றார்கள். ஆனால் நாகர்கோயிலில் இருந்துவந்த மெக்கானிக் இரண்டு நாள்கள் இருந்து பல திருகாணிகளை வெளியில் எடுத்து வைத்து வேலை செய்துவிட்டு, வியர்வையைக் கடைசி விரலால் வழித்தபடி நீண்ட பொத்தானை ஒரு முறை அழுத்தியபோது, மீண்டும் அந்தப் பிராந்தியத்தின் இடிபாடுகளுக்கிடையில் வசித்த கெட்ட காற்றுகள் பயம் கொள்ளும்படி, மில் எஞ்சின் ஓட ஆரம்பித்தது. 'அவன்-அந்த மெக்கானிக்-முத்துப்பிள்ளையின் சக்தி தெரியாமல் விளையாடுகிறான். ரத்தம் கக்கிச் சாகத்தான் போகிறான் அவன்' என்ற பலரது எதிர்பார்ப்புத் தவறாய்ப்போக, மெக்கானிக்கான ஆங்கிலோ இந்தியன் தனது பழைய காரில் மிகுந்த நிச்சயத்துடனும், எதிர்கால நம்பிக்கையுடனும், மெதுவாகக் கார் செல்லும்படி பயணமான போது அந்த ஊரிலிருந்து பள்ளிக்குச் செல்ல ஆரம்பித்த இளைஞர்கள் பலத்த ஆரவாரம் எழுப்பினர். அந்த ஆரவாரம் காற்றுகளுக்கும் மரக்கிளைகளில் வசித்த துர்தேவதைகளுக்கும் மிகுந்த ஆயாசத்தை உண்டுபண்ணியது என்பதால் விஞ்ஞானத்திற்கு அது ஒரு வெற்றி என்று ஊர்த்தலைவர்கள் பலர் வெளிப்படையாகவே பேசினார்கள்.

முத்துப்பிள்ளை வெளவாலாய் அடிக்கடி ஊரில் மிரட்ட வருவதில்லை என்ற செய்தி அதன்பிறகு மிகுந்த பரபரப்புடன் பரவிக் கொண்டிருந்தது. அதனைப் பரப்பியதில் முக்கிய பங்கு, சமீபத்தில் பள்ளி செல்லும் மாணவர்களைச் சார்ந்தது என்பதைச் சிறியவரிலிருந்து முதியவர் வரை பலர் ஒத்துக்கொண்டனர். அப்போதும் தங்களுக்குள் மாணவர்களுக்கெதிராகத் திட்டங்கள் தீட்டி சந்தோஷப்பட்டுக் கொண்டிருந்தனர், வயதானவர்கள்.

பல ஆண்டுகள் இடையில் சென்று மறைந்தன. வயதானவர்கள் நிறைய பேர் செத்தபிறகு பள்ளிப் பிள்ளைகளின் எதிரிகள் இயல்பாகவே குறைந்தனர், அந்த ஊரில். இப்போது நிறைய நிறைய

பள்ளி மாணவர்கள் இருந்தனர்.

பள்ளி செல்லும் பிள்ளைகள் ஒருநாள், ஊருக்கு வந்து மாலைக்கான உணவுகளைத் தின்றபோது சிலருக்குப் புரையேற ஒரு ஞாபகம் வந்தது. நேசமணி நாடாரைப் போலீஸ் வந்து கைது செய்துவிட்ட செய்தியை அஞ்ஞாபகத்தால் அவர்கள் ஒரே குரலில் ஊரில் அப்போது பரப்பினார்கள். பாலையன் என்ற பதினொன்றாம் வகுப்பில் படிக்கும் மாணவன் (இவன் பிற்காலத்தில் நடிகன் ஆகாமல் வியாபாரியாகத் தான் ஆனான்) மிகுந்த அபிநய பாவத்துடன், ஜனங்கள் கொதித்தெழுந்து ரத்தம் பூசி ஊர்வலம் போனதையும், அப்படிப் போகும்போது மலையாள நாயர் சாதியினர் தங்கள் ராஜமரியாதையை ஜனங்கள் மறந்ததைக் கண்டு விசனித்துச் செருப்பும் முருக்குத்தடியும் கட்டித் தொங்கவிட்டபோது, வெகு ரோஷம்கொண்ட நாடார் ஜனங்கள் முருக்குத் தடிக்குள் குடியேறியிருந்த தங்கள் சாதி ராஜகுமாரி அகௌரவப்படுத்தப்பட்டதற்காய் பக்கத்து ஊர் நாயர் பெண்களை மானபங்கப்படுத்தியதையும் கூறினான். மானபங்கப்படுத்தியபோது நாயர் பெண்கள் எதிர்ப்புத் தெரிவிப்பதற்குப் பதில் மிகுந்த சந்தோஷம்கொண்டது கண்ட ஆண்கள் நாயர்களின் வம்ச ரத்தத்தைக் கண்டு பயந்து வேட்டிகளைக்கூட எடுக்காது ஓடிப்போனதைப் பலர் ரகசியமாகக் கூறியபடி இருந்தனர்.

நேசமணி நாடாரின் குமரி மாவட்டத்தைத் தமிழகத்துடன் சேர்க்க வேண்டுமென்ற கொள்கை, தக்கலையில் செருப்பும் முருக்கந் தடியும் கட்டிய பிறகு வெகுவாய் சூடுபிடித்துப் பரவ ஆரம்பித்தது. செருப்பிற்குள் அப்படி ஒரு சக்தி இருப்பதை அதுவரை தெரியாத பலர் பனைமரங்களை அம்போ என்று விட்டுவிட்டுத் தங்கள் கொள்கைக்காக உயிரையும் கொடுப்பதற்குச் சித்தமாயிருப்பதைத் தெரிவித்தார்கள். அந்த ஊரில் காலையிலும் மாலையிலும் தோன்றும் சூர்யனையும் சந்திரனையும்போல் நாகர்கோயிலிலிருந்து பி.பி.எம்.பஸ் வருவதுண்டு. மாலையில் வரும் பஸ்ஸில் தனது காச நோயையும் ஊர் நடப்புகளையும் கொண்டுவரும் முன்சீப் ஆபீஸ் பியூன் செல்லையா நாடார் வந்தால்தான் வெளியுலகம் அந்த ஊருக்குள் புகும். எந்தெந்தத் தலைவர்கள் கைதுசெய்யப்பட்டார்களென்றோ அல்லது தாய்த் தமிழகத்தோடு குமரி மாவட்டத்தைச் சேர்க்கும் கொள்கை எந்த அளவு முன்னேறியுள்ளது என்பது பற்றியோ மக்கள் தெரிந்துகொள்ள முடியும். அதுபோல் எத்தனை இடத்தில் செருப்பும் முருக்கந்தடியும் கட்டப்பட்டன என்பது தெளிவாகும். அந்தக் காலத்தில்தான் ஒருநாள் மாலையில் பள்ளிப்பிள்ளைகள் வந்துசேர்ந்த

ஏற்கனவே சொல்லப்பட்ட மனிதர்கள் ✤ 51

போது புஸ்தகக் கட்டோடு இன்னும் ஒன்றும் கொண்டுவந்தார்கள். சிநேகபுரம் அல்லோல கல்லோலப்பட்டன. பாலையன் போலீஸாரால் தாக்கப்பட்டு ஆஸ்பத்திரியில் அனு மதிக்கப்பட்டான் என்ற செய்தியே அது. அச்செய்தி வந்தபோது சிநேகபுரத்தில் ஆறேழு கடைகளில் 'தினமலர்' பத்திரிகை தென்படலாயிற்று. அந்த ஆறு ஏழு கடைகளில் காலை நேரங்களில் யாராவது ஒருவர் எழுத்துக் கூட்டிப் படிக்க மற்றவர்கள் அதனைக் கேட்டபடி நாயர் பெண்களையும் அவர்களின் வெண்மையான அங்கங்களையும் நினைத்து வெறி கொண்டு நிற்பார்கள். பலர் அந்நேரங்களில் ராஜகுமாரிகளான நாயர் பெண்களின் பர்த்தாக்களாகத் தம்மைத் கற்பனை பண்ணி மலையாளத்தில் கூடப் பேசலானார்கள். அது அப்படியிருக்க, பேப்பர் வாசிப்பவரின் விசேஷத் தமிழ்ப் பயிற்சியை பொறுத்து நடக்காத நிகழ்ச்சிகள் நடந்ததாக விளக்கப்படும் கார்யமும் நடந்தது. ஒருமுறை ஏற்கனவே சிறையிலிருக்கும் தலைவர் ஒருவரைக் கைது செய்ததாக வாசித்தபோது அதனைக் கேட்டுக்கொண்டிருந்த ஒருவர், 'எப்படி ஐயா, ஏற்கனவே கைது செய்த ஒருவரை இப்போதும் கைது செய்தார்கள் என்று வாசிக்கிறீர்?' என்று கேட்க, மலங்க மலங்க விழித்த அந்த ஆசாமி, 'தப்பிப் போயிருந்தாரே, வீரத்தோடு ஜெயிலிலிருந்து' என்று ஒரு போடு போட்டதும் கூட்டம் அந்தத் தலைவருக்கு ஜே ஜே என்று வெறிகொண்டு கத்தியபடி, தங்கள் கத்தலை அந்த ஊர் முழுவதும் தெரிவித்தபடி அலைந்தது. அங்கு வந்த வேறு சிலரும் உரக்கக் கத்தியுடன் முதலில் கத்தியவர்களுக்குச் சுரத்தில்லாமல் போயிற்று.

இந்த வகையில் திருவிதாங்கூர்-தமிழ்நாடு காங்கிரஸ் நடத்திய தேவிகுளம், பீர்மேடு மற்றும் குமரி ஜில்லாக்களைத் தாய்த் தமிழகத்தோடு சேர்க்கும் போராட்டம் அந்த மாவட்டத்தில் அதீதமான சாதி உணர்வையும், அமுங்கிக் கிடந்த பெண்களின் சம்போகம் பற்றிய ஞாபகங்களையும் அரசியல் எழுச்சியையும் தூண்டியது. இந்த எழுச்சியால் ரொம்பப் பேர் பனை மரங்களிடையே கள்ளையும் அரசியலையும் சேர்த்துக் குடித்தார்கள். அதில் நிரம்ப ஏழைகள் பாதிக்கப்பட்டாலும் குமரிமாவட்டம் தமிழகத்துடன் சேர்க்கப் பட்டவுடன் நடந்த பாராட்டுக் கூட்டங்களில் அவர்களில் பலருக்கேனும் மலர் மாலைகள் இடப்பட்டன. பாலையன் பதினொன்றாம் வகுப்பில் பத்துமுறை தோற்று ஒரு பலசரக்குக் கடை ஆரம்பித்திருந்த அந்தக் காலத்தில் ஒரு தலைவர் அவனுக்கும் ஒரு மாலையைப் போட்டபின் அவன் காணாமல் போனான்.

இந்த அரசியலால் மிகுந்த பாதிப்பிற்கு உள்ளானவர்களில் நம் கதாநாயகனான ஜானும் ஒருவன். ஜானுடன் பல ஆண்டுகள் பேசாமலிருந்த ஷாகுல் ஹமீது ஒரு நாள் திடீரென தான் ஜானுடன் பேசவில்லை என்று அறிந்து வருந்திவிட்டுக் குளச்சலில் அவனுடைய தாய் படித்த பள்ளியில் படிக்கப் போனபின், இன்னொரு பையன் ஜானுடன் சண்டை போட்டான். அவன் ஒரு மலை யாளிச் சிறுவன். 'தமிழகத்தோடு குமரிமாவட்டம் சேர்ந்தால் பட்டம் தாணுப்பிள்ளை எல்லோரையும் சுட்டுத் தள்ளுவாரே' என்று அவன் சொன்னபோது, ஜான் மிக உற்சாகமாக, 'தமிழ் பேசும் போலீஸ் திருவிதாங்கூரிலுள்ள எல்லோரையும் சுட்டுத் தள்ளுவார்களே, வெவ்வே...' என்றான். அந்தக் காலத்தில் ஜானுக்கு இன்னொரு முக்கியத்துவமும் கிடைத்தது. தினமலர் பேப்பரை அவன்தான் எல்லோருக்கும் படித்துச் சொல்ல வேண்டும். அன்றிலிருந்து அரசியல் அவன் மனதை ஈக்களாய் மொய்த்தது. இந்த முக்கியத் துவத்தால் ஒரு கடுமையான முடிவு எடுக்கத் தீர்மானித்த ஜான், பட்டம் தாணுப்பிள்ளையைச் சிலாகித்த நாயர் பையனுடன் மறுநாளிலிருந்து பேசாமல் இருந்து 'டு' விட்டான். இப்படி மீண்டும் தன் மனதிற்குள் மொழியைச் சிறை பண்ணும் நிர்பந்தம் ஜானுக்கு ஏற்பட்டது. முன்பு ஒருமுறை தன் ரத்தத்திற்குள் சிறகடித்த குறும்பு, ஷாகுல் ஹமீதுக்கும் தனக்கும் மொழிப் பரிமாற்றம் ஆகாதபடி அடித்ததை நினைத்தான். இன்று தனது சாதியின் ரத்தமும் அதனுடன் கலந்த ஒருவித மொழி சார்ந்த இன உணர்வும், ஒரு மலையாளம் பேசும் நல்ல நாயர் நண்பனைப் பகைவனாக்கி யிருக்கிறது என எண்ணினான்.

ஜான் தனக்குள் அடிக்கடி சிறகடித்து ஞாபகப்படுத்தும் வம்சக் கதைகளால் உருவான கோழிக்குஞ்சு போன்ற ஒரு வஸ்து, தன்னை மீறிய ஆற்றலுடன் மனதில் செயல்படுவதைச் சில வேளைகளில் அறிந்தான். ஆனால் அந்த வஸ்துவிற்கும் வார்த்தைகளுக்குமான யுத்தம் இப்படித் தீவிர தசையை அடையுமென்று ஒரு பகையுணர்வு அவனது மண்டைக்குள் புகையாய்ப் பரவி, இரண்டு மூன்று நாள்களில் ஜானின் மனத்தை அடைந்து, முகத்தின் வழி நிறைந்து, கண்களில் வழிந்துகொண்டிருந்தது. ஜானின் அரசியல் கொள்கை உள்ள மாணவர்களும் கூட அவனிடம் வந்து அன்பாகப் பேச முடியாதபடி முகம் பெரிய ஒரு கலவரத்திற்கு இடமாகிவிட்டது. அரசியல் பொருட்டுத் தனக்கும் தன்னையொத்த நாயர் பையனுக்கும் நடந்த கருத்து மோதல், இப்படியொரு வஞ்சனைமிக்க கூளியால் உருமாற்றம் பெற்று, தன் மனதையும் உடலையும் இப்படி மாற்றிவிடும் என்று

ஜானுக்கு நினைக்கவே முடியவில்லை.

அதே நேரத்தில், அந்த மார்கழி மாதம் கர்த்தர் பிறப்புக்காக நிறைய பனியைப் பெய்துகொண்டிருந்த ஒரு நாளில், சிநேகப்பூ பனித்துளி களைச் செடிகளில் பாதுகாத்த வண்ணம் வீட்டுமுற்றத்தைப் பெருக்கி விட்டு, வீட்டினுள் பெருக்க நுழையும்போது, தாத்தாவை மெல்லப் பார்த்தாள். அவர் தூங்கிக்கொண்டிருக்கிறார் என்று நினைக்கும்படி அவர் உடல் கிடந்தது. கடந்த ஆறுமாதமாகத் தொடர்ந்து கண்கள் மூடாமல் கிடந்ததால், அவர் தூக்கத்தை அவரது உடல் கிடக்கும் கோணத்திலிருந்துதான் அறிய வேண்டும். கையைப் பிடித்ததும் நல்ல வைத்தியருக்கு எல்லா நோய்களும் தெரிந்துவிடுவதைப்போல், சிநேகப்பூவிற்கு இப்போதெல்லாம் தன் மாமனார் எப்போது தூங்குகிறார், எப்போது விழித்திருக்கிறார் என்று அறியும் உணர்வு மிகவும் இயல்பாய் அமைந்திருந்தது. வேறு யாரும் அந்த அறைக்கு வந்தால், தூங்குபவரை, விழித்திருக்கிறாரென்றும், விழித்திருப்ப வரைத் தூங்குகிறாரென்றும் குழப்பமாகக் கூற நேரிடும். பழக்கத்தால் சிநேகப்பூ தன் மாமனாரின் உடல் குணத்தை நன்கு அறிந்துவிட்ட போது, ராசப்பன் தன் நோய் நீங்கப் பெற்றுக் கடைப் பக்கம் போய் வந்துகொண்டிருந்தார்.

ராசப்பனின் அறையில், தான் போகாவிடினும், அங்கு அசையும் நிழல்களையும் விவாதங்களையும் அறிந்து கொண்டும் கவனித்துக் கொண்டும் இருந்த சிநேகப்பூ, ‘கடைக்குச் செல்ல விரும்புகிறேன்’ என்று சொன்ன ராசப்பனை ஊக்கப்படுத்தி அனுப்பினாள். அன்றைக்குத் தாத்தாவின் அறையில், சிறு ஜந்து ஒன்று வேதனைக்கு ஆட்பட்டது போல் ஓர் ஈனஸ்வரம் எழும்பியது. அவரது உறுப்புகள் சூர்ய ஒளிபடாமல் வெளிறி ஜீவனற்றுக் காணப்பட்டன. சில பகுதி ரோமங்கள் உதிர்ந்து, இன்னும் சில பகுதிகளில் வியர்வை ஆலம் விழுதுபோல் கட்டியாகித் தோலிலிருந்து வெடித்துத் தொங்கியும் கிடந்தன. நகத்திற்கிடையில் ஏறியிருந்த அழுக்கில் சில பச்சை இலைகள் முளைவிட்டிருந்தன. அருகில் சென்று நின்ற சிநேகப்பூ, மிகவும் உன்னிப்பாக ஈனஸ்வரம் எங்கிருந்து வருகின்றதெனக் கேட்டபடி நின்றாள். காலையிலிருந்து மதியம் இரண்டு மணிவரை ஒவ்வோர் உறுப்பாகப் பிடித்துப் பார்த்தும் ஈனஸ்வரம் புறப்படும் ஸ்தலத்தைக் கண்டுபிடிக்க முடியாமல் சோர்வு முகத்தில் ஊஞ்சலாட, அவள் அறைக்கு வெளியில் வந்தாள்.

மாலையில் மிகவும் சோர்ந்து காணப்பட்ட தந்தையைப்

பார்ப்பதற்காக, ராசப்பன் ராமு வைத்தியருக்கு ஆள் சொல்லி அனுப்பியிருந்தார். சந்தியாகால வானம் நிறங்களைக் குழைத்துப் பூசிக்கொண்டும் நாலு மணிப் பூக்கள் பூத்து வர்ணமயமாய் தரையைச் செய்து கொண்டுமிருந்த பொழுதில் ராமு வைத்தியர் வந்து வீட்டினுள் ஏறினார். அவர் ராசப்பனின் தந்தையின் பால்யகால சிநேகிதராயும் இருந்தார். அவர் நாடி பிடித்துப் பார்த்துத் தன்னால் ஏதும் கண்டுபிடிக்க முடியவில்லை என்றார். அவரது உடல் இந்தக் கதி அடைந்தபின் அதன் எல்லாக் கூறுகளையும் கணித்து வைத்திருந்த சிநேகப்பூ, தனக்கும் கண்டுபிடிக்க முடியவில்லை என்றாள். தன் தகுதி எங்கே? இந்தப் பெண்மணியின் வைத்தியத் தகுதி எங்கே? எந்தத் தைரியத்தில் என்னுடன் தன்னை ஒப்பிடலாம் என்று அசூயைப் பட்ட ராமு வைத்தியர், தாத்தாவின் உடலிலிருந்து வெளிப்படும் ஈனஸ்வரத்தைக் கண்டு பிடிக்காமல் போவதில்லை என்று திடசங்கல்பம் ஒன்றை மனதில் செய்துகொண்டார். பின்பு சிநேகப்பூ கொடுத்த கஞ்சியை வாங்கிக் குடிக்கும்போது 'உப்பு கொஞ்சம் அதிகம் தா மகளே!' என்றார். அவள் கொடுத்த உப்பைக் கரைத்துக் கஞ்சி முழுவதையும் குடித்தபின், ராமு வைத்தியர் தாத்தாவின் சிரசுப் பகுதியில் ஒவ்வோர் உறுப்பாகத் தட்டியும், அமுக்கியும், அசைத்தும், சைக்கிள் ட்யூப் பஞ்சரைக் கண்டுபிடிக்கும் சைக்கிள் ரிப்பேர்காரன் போல் செயல்பட்டுக்கொண்டிருந்தார். இரவு ஒன்பது அல்லது பத்து மணியளவில் தான், தாத்தாவின் கழுத்தின் பின் பகுதியிலுள்ள எலும்புப் பகுதியில் உள்கட்டி ஒன்று உருவாகியிருக்கிறதென்றும் சில நாள்களில் அது வெளியே வரும் என்றும் கூறினார். ஒரு பச்சிலையைக் கொண்டு வந்து அதனை நன்கு கழுவிய கல்லில் வைத்து அரைத்து, அம்மருந்தை அப்பகுதியில் வைத்துக் கட்டச் சொன்னார்.

சிநேகப்பூ உடனேயே அதை அரைத்துக் கொடுத்தாள். வைத்தியர் தாத்தாவின் பின் கழுத்தில் அதனை வைத்துக் கட்டினார். அப்போது கடையை அடைத்துக்கொண்டு, ராசப்பனும் கடைச்சிப்பந்தியும் ஒரு சிறு மூட்டையுடன் வீட்டிற்கு வந்தார்கள். ராசப்பன் ராமு வைத்தியரிடம் தந்தையின் நிலைமை பற்றி விசாரித்தார். தன் கண்களில் குடிகொண்ட நிழல்களைத் தாங்கியபடியே, ராசப்பன் ராமு வைத்தியரிடம் தன் தந்தைக்கு அடிக்கடி நோய்நொடி வருவதற்கான காரணத்தை விளக்கிச் சொல்லும்படியாகக் கேட்க, ராமுவைத்தியர், 'அதற்கென்ன? நீ கேட்கும்போது நான் சொல்லாமல் இருக்க முடியுமா?' என்று கீழ்வருமாறு கூறலானார். 'உன் அப்பாவின் மனதில் உறுதி தளர்ந்து வருவது உங்களுக்கு எல்லோருக்கும் தெரியும்.

அப்படிப்பட்ட ஒரு நாள் அவரது மனத்திலிருந்த வெறுப்பு, அவரது மூளையில் சென்று கட்டியாகிவிட்டது.' அத்தகைய பதிலை எதிர்பார்த்ததுபோல் தன் முகபாவத்தைக் காட்டிய ராசப்பன் கடைச் சிப்பந்தியிடம் ஏதோ பேசி அனுப்பிவிட்டுத் தனக்கு வாழ்க்கையில் ஏதும் பொறுப்பில்லை என்பதுபோல் வீட்டினுள் நுழைந்தார். தாத்தா விற்குக் கொடுக்க வேண்டிய உணவுகளையும் கவனிக்க வேண்டிய பத்தியங்களையும் கூறிவிட்டு ராமுவைத்தியர் இருளும், பௌர்ணமி நிலவின் குளிர் பூசிய வெளிப்படலங்களும் படர்ந்த சாலைமீது மெதுவாக, இரவு வந்துவிட்டால் தெளிவற்றுப் போகும் தன் கண்களைச் சபித்துக்கொண்டே நடக்கலானார். இடையில் தன் கால்களில் தட்டுப்பட்டு, ஒரு தவளை திடீரென உருவம் மாறி, நாயாய்ப் பக்கத்துக் காட்டில் ஊளையிட்டதைப் பற்றி மறுநாள் பெட்டிக் கடையில் அமர்ந்து அவர் பேசிக்கொண்டிருந்தார்.

தன் அருகில் ராசப்பன் வந்ததைப் பார்த்த சிநேகப்பூ, அவள் தோலுக்கடியில் சதா ஓடிக்கொண்டிருக்கும் பரபரப்புடன் வந்து, இப்படிக் கேட்டாள்: 'சமகாலத்து மனிதர்களிடத்தும், ராஜாக்களைத் துப்பாக்கிகளாலும் டாங்கிகளாலும் விரட்டிவிட்டுத் தற்போது தேசத்தை ஆளுவதாகக் கூறும் தேசத் தலைவர்கள் மேலும், பிறந்துள்ள, மற்றும் பிறக்கப் போகும் குழந்தைகள் மீதும் ஏற்பட்ட தன்வெறுப்பை வடிவப்படுத்தித் தோலுக்குள் வைத்துள்ள மாமாவை என்ன செய்வது?'

அதற்கு எந்தவிதப் பதிலும் தேவையில்லை என்பதுபோல் மௌனமாகத் தன் காரியங்களில் ராசப்பன் ஈடுபட்டுக்கொண்டிருந்தார். மௌனத்தில் ஆழ்ந்துள்ள ராசப்பன், வெறுப்பை உடலிற்குள் கட்டி வடிவத்தில் வைத்திருக்கும் அந்த மனிதனின் நேரடி வாரிசு என்பதை அறிந்த சிநேகப்பூ, அவரது மனம் வேதனைப்படாதா என்று தன் மீது அமர்ந்து கரைந்துகொண்டிருந்த காகத்திற்குச் சொல்லிவிட்டு, அவனுக்கு உணவைக் கொடுத்தாள். அப்போது இரவு வெகுநேர மாகி விட்டது. தனது கணவனுக்கும் முகத்தில் மாமாபோல் முழி உருவாகியிருப்பதை அந்நேரம் கவனித்து, அவள் ஏதும் செய்ய இனி முடியாது என்பதுபோல் படுக்கையைச் சரிசெய்யப் போய் விட்டாள்.

மறுநாள் எழாமல் படுத்துக்கிடந்த ராசப்பனை எழுப்ப விரும்பிய சிநேகப்பூ மெதுவாய் அழைத்துப் பார்த்தாள். தன் மாமாவிடமும் மாமா போல் ஆகிவரும் கணவனிடமும் பழக்கம்கொள்ளும்படியாக ரூபமற்ற

ஆவிகள் வீட்டின் மூலைகளில் நிறைய இருக்கும் என்பதை உணர்ந்த சிநேகப்பூ, அந்த ஆவிகளுக்குக் கேட்காமல் மெதுவாய் கணவனை அழைத்தாள். கணவன் உடலில் தான் தொட்ட இடங்கள் சொர சொரப்பாய் மாறியிருப்பதைக் கவனித்தபின், இந்தத் தோல்களுக்குள் தனது மெல்லிய நாவில் ஜனனமான வார்த்தைகள் புகா என்ற உண்மையறிந்த அவள், அவரது காதுகளினருகில் அமர்ந்து மிகவும் உரக்க அழைக்கலானாள். அதற்கும் அவர் எந்தவித அசைவும் காட்டாதபோது பழங்காலத்திலிருந்து புறப்பட்டு அவரை விரட்டிக் கொண்டிருக்கும் நித்ராதேவி இனி வாரக்கணக்கில் விடாமல் அகப்படுத்திக்கொள்வாள் என்றும், இதுதான் தன் ஜீவிதத்தில் பார்க்கக் கொடுத்து வைத்த காட்சிகளா என்றும், இந்தக் கொடுமை களுக்கு இவளைப் பெற்ற அம்மா எவ்வளவு தூரம் காரணம் என்றும், விஸ்தாரமாக நாடோடிப் பாடல்கள் கட்டி ராகமிட்டுப் பாடுவதும், கண்கள் நிறைய துக்கத்தையும் நீரையும் தேக்கிப் புலம்புவதுமாக அன்று முழுவதும் கழித்தாள்.

இவ்வாறாக ராசப்பனின் தந்தைக்கும், தாத்தாவிற்கும் தாத்தாவின் தாத்தாவிற்கும், எத்தனையோ தலைமுறை தலைமுறை தாத்தாக் களுக்கும் வந்த வயதுகால நோயானது ராசப்பனுக்கும் வந்தது. இந்தக் கதையை ஆரம்பத்திலிருந்து கவனமாகப் படித்துவரும் நேயர்களே கேளுங்கள். நம் கதாநாயகனான ஜானின் தாத்தாவும், ராசப்பனின் தந்தையுமான அந்த மனிதர், வயோதிகத்தின் கொடுவெயிலில் கிடந்து, உடல் வெளிறி, மயிர் நஷ்டப்பட்டு, சுவாச கோசமும் உயிர் ஸ்தலங்களும் மட்டும் செயல்பட்டுக் கொண்டிருப்பதைப் பார்த்தோம். இந்த மனிதர் பிறந்ததும், திருவிதாங்கூர் ராச்சியத்திற்கு வந்ததும் அறிந்தோம். கருணையும் அன்பும் அருளும்கொண்ட மகாராஜா அவர்கள் ஆண்டுகொண்டிருந்த காலத்தில், வீரமும் தேவதைகளுமாகப் பெருகியிருந்த பத்மநாப புரத்தில் ஒரு சூதாடும் மாளிகை இருந்தது. அதனைப் பற்றிச் சொல்கிறேன், கேளுங்கள்.

பெரும் பெயரும், கருணைவள்ளல் என்ற கீர்த்தியும், ராஜகுமாரர்கள் கற்கும் வித்தைகளாகிய வில், வேல், வாள் வித்தைகளும், நான்கு வேதங்களும், மாய வித்தைகளும், மந்திரங்களும் கற்று, கண்டோர் மெச்சும் தோற்றமும்கொண்ட தெய்வமூர்த்தி என்னும் நமது கதா நாயகனின் தாத்தா, இன்று இந்த நிலையில் படுத்திருக்கிறார். ஆனால் அன்று ரெத்த ஓட்டமும் புஜபலமுமிக்க அந்த இருபத்தைந்தாம் வயதில் பிரபலமான பல ஊர்முக்கியஸ்தர்கள் சூதாடும் அந்த

மாளிகைக்குள் அவர் நுழைந்தபின் செய்த பராக்கிரமங்களுக்கு ஈடு இணையுண்டா?

நான்கைந்து வர்ண விளக்குகள் இருளைக் கண்ட துண்டம் செய்யும் முதலை வாய்களாய்க் காட்சிதர, நடுநாயகமாய் வீற்றிருந்த பாகுலேயன் நாயர், 'யாரடா அது உள் நுழைவது?' என்று மலையாளத்தில் கேட்க, பாண்டியிலிருந்து திருவிதாங்கூருக்குள் நுழைந்த அந்த இளைஞனுக்கு மலையாளம் புரியவில்லை. சற்றுநேரம் அப்படியே தன்னை நோக்கி வீசப்பட்ட மொழி எந்தத் தேசத்தினதோ அல்லது எந்தத் திக்கினதோ என்று மயக்கமுற்று நின்ற அந்த யுவனை நோக்கி, இரண்டாம் முறையாக அக்கேள்வி வீசப்பட்ட போதும் அந்த இளைஞன் மீண்டும் அப்படியே நிற்பது கண்ட உயர் வம்சத்தவர்கள் கூடும் சூதாடு களத்தின் தலைவன் 'கீழ்ச்சாதிப் பெண்ணின் மடியில் பிறந்தவனே, பதில் சொல் யாரடா நீ?' என்றான். அப்போது இன்னொருவன் தலைவனின் பேச்சை மொழிபெயர்க்க, அந்த யுவன் மிகுந்த உஷாரானான். முகத் தசைகளில் வீரம் பரவிற்று: ரத்தக் குழாய்களில் சில வீரப்புழுக்கள் ஓடின.

'தமிழ்நாட்டிலிருந்து வருகிறேன்' என்ற அவன் பதிலைக் கண்டு அப்படிச் சிரிப்பதற்கு என்ன இருக்கிறதெனப் புரியாமல், ஆனால் தைரியத்துடன் நின்ற அந்த இளைஞனைக் கண்டு அந்தத் தலைவன், 'சூதாடத் தெரியுமா?' என்றான்.

'அடே, உன் திமிரை அடக்கு. வா, ஆடுவோம்' என்ற இளைஞனின் தைரியத்தை மெச்சிய பிறர் உடனே மகிழ்ச்சி ஆரவாரம் செய்தார்கள்.

'உன்னை நான் தோற்கடித்தால் இதோ என் கையில் இருக்கும் சாட்டையால் நூறு அடி அடிப்பேன். நீ தாங்க வேண்டும், நான் தோற்றால் ம்... நீயே சொல்' என்ற சூதாடுகள விளக்கின் ஜுவாலைகளின் கருமஞ்சள் வர்ணம் மனதில் ஏறிய அத்தலைவனைப் பார்த்து இளைஞன் சொன்னான்:

'உன் தலையை மொட்டை அடித்து இந்த ஊரின் முக்கிய வீதியில் நீ ஒருமுறை வலம் வரவேண்டும்.'

சூதாட்டம் தொடங்கியது. இரவில் காடுகளுக்கிடையே சப்தத்தையும் கருமையையும் தின்றுகொண்டிருந்த தவளைகளைத் தவிர அந்தப் பிராந்தியத்தில் யாருமே இல்லை என்று சொல்லும்படி மௌனம் எங்கும் ஸ்திரப்பட பகடைக்காய்கள் உருண்டுகொண்டிருந்தன. முதல் ஆட்டம், புதிதாய் வந்த தமிழ்நாட்டு இளைஞனுக்கு வெற்றியில் முடிந்தது. கூடியிருந்த உயர்வம்சத்து மனிதர்கள் வாய்களாலும்

கரங்களாலும் பெரும் ஆரவாரம் செய்து, தங்கள் தொண்டைக்குள் சிக்கியிருந்த உயர் வம்சத்து வயிற்றுமந்த நோயைப் போக்கிக் கொண்டார்கள். இரண்டாவது ஆட்டம் மிகுந்த கவனத்துடன் தொடங்கியது. சூதாடு களத் தலைவனின் துடிக்கும் புயங்களும், உருளும் கண்களும், அதுநாள் வரைய அவனது சூதாடும் திறமை முழுமையும் அந்நேரத் தேவைக்கு ஒளிந்திருந்த இடங்களில் இருந்தெல்லாம் அழைத்துவரும் தேவதை ஒருத்தியின் புயங்களாயும் கண்களாயும் மாறின. சூதாடு கூடத்தின் தலைவன், தன் திறமை எல்லாம் எதிரியின் பக்கத்திற்கு ஓடிவிட்டது கண்டு நாணப்படும் வகையில் இரண்டாவது ஆட்டமும் மூன்றாவது ஆட்டமும் ஆடினான்.

என்றாலும் புதிய இளைஞனின் திறமை வாய்ந்த கரங்களின் நளினத்தில் மனமிழந்த வெற்றிதேவி சூதாடுகளத் தலைவனுக்குத் தோல்வியைத் தந்தாள்.

அந்தத் தமிழ்நாட்டு இளைஞனின் முன் எழுந்து நின்ற சூதாடுகளத் தலைவன் சிம்மத்தின் குரலைச் சிறுவயதில் விழுங்கியவன் போல் கர்ச்சித்தான். அரங்கில் கிடந்த பலவீனமுற்ற உயிர்களும் இருளைத் தின்னவந்த பறவைகளும், அவர் கர்ஜனையைக் கேட்டு நடுங்கத் தொடங்கின. தேவதைகளைத் தூஷித்தான். பின் கூறினான்:

'மிகச் சரி; நீ உண்மையில் ஒருத்திக்குப் பிறந்த வீரன் என்றால் என்னுடன் அடுத்த போட்டிக்கும் சம்மதிக்க வேண்டும்.'

இரு நாள்கள் பயணத்தினால் களைப்பு அடைந்த இளைஞனும் தன் பழைய கால நினைவுகளை மனம் என்கிற நிலத்தில் நட்டுப் புதிய ஊரில் வரும் சோதனைகளைக் கடந்து ஒன்றில் வாழ்வது அல்லது சாவது என எண்ணினான்.

அங்குக் கூடியிருந்த உயர்வம்சத்து நாயர்களும், தமிழ் பேசும் ஜமீன்தார்களும் அடுத்த போட்டி என்னதென அதிசயித்து நிற்கையில் சூதாடுகள நாயகன் பருந்தினுடையதைப் போன்ற தனது வாயால் சொன்னான்.

'அதோ இருக்கிறதே, ராஜ மகா ராஜர்கள் ஆண்டதும், இன்னும் அவர்களின் நினைவுகளை ஆள்வதுமான பத்மநாபபுரம் கோட்டை, அதற்குள் சென்று வடக்குப் பக்கத்தில் இருக்கும் மூன்று மாளிகைக்குள் நடு மாளிகையில் துயிலும் இளம் வயது ஸ்திரீயின் பத்தினித் தன்மைக்கு எந்த மாசுமறுவும் வராமல் அவளைத் தொடாமல், அவளது கழுத்தில் கிடக்கும் சூர்யனைப்போன்று ஜொலிக்கும் வைர ஆபரணத்தைக் களவு செய்துவிட வேண்டும்;

ஏற்கனவே சொல்லப்பட்ட மனிதர்கள் ✤ 59

அத்தகையக் களவு சாஸ்திரத்தில் நீ வல்லவன் என்றால் உனக்கு நான் தோற்றவன் என்பது நிரூபணமாகிவிடும்.'

தமிழ்நாட்டு இளைஞனும் கண்கள் சிமிட்டியபடி 'சரி' என்று ஒப்புக்கொண்டு அத்துடன் சொன்னான்: 'பெரிய வம்சத்து எஜமானர் களே, நான் இரண்டு நாள்களாக உணவு உண்ணாமலும் உறங்காமலும் வந்துள்ளேன். எனவே எனக்கு இரண்டு நாள் உண விற்கும் இரண்டு நாள் உறக்கத்திற்கும் நீங்கள் வகை செய்து தரவேண்டும்.'

அவர்களில் சிலர், இரண்டு நாள் உணவை எப்படி உண்பான் என்றும், இரண்டு நாள் உறக்கத்தைத் தொடர்ந்து தூங்க முடியுமா என்றும் ஆச்சரியப்பட்டாலும், அவனது வீர பராக்கிரமங்கள் மீது நம்பிக்கைகொண்டவர்களாதலால் சரி என்று ஏற்பாடு செய்தார்கள். அந்தச் சூதாடு கூடத்திலேயே அவன் இரண்டுநாள் எந்தத் தொந்தரவும் இல்லாமல் தூங்குவதற்கும் ஒப்புதல் அளித்தார்கள். அவர்கள் சென்ற பின் அவன் வயிறார உண்டு, அந்தப் பிரதேசத்தை நன்கு ஒருமுறை இரவு அதிக நாழி வரை சுற்றி அலைந்து நன்றாகப் பரிச்சயப்படுத்திக் கொண்டபின், மீண்டும் கொஞ்சம் உணவுப் பானமும் சில பழ வகைகளும் உண்டான். பயணம் செய்த ஆயாசம் ஒரு ராட்சசக் கழுகின் அலகாய் உள்நுழைந்து அவனையும் அவன் உடலில் அடையுண்டுக் கிடந்த உயிர்ப் பறவையையும் வருத்த, சற்று நேரத்தில் நித்திரை என்னும் ஆலகால விஷம் ஏறப்பெற்றவனாய் துயின்று கொண்டிருந்தான்.

4

பத்மநாபபுரத்திலுள்ள மாளிகைகளின் நிழல்கள் படர்ந்த சுற்றுப் புறங்களில் ஒரு பெண்மணியானவள் வைர ஆபரணங்கள் ரிப்பேர் செய்வதாக ரகசியமாக கூறிக்கொண்டு அலைந்தாள். அப்படி யிருக்கையிலே இரண்டாம் நாள், பிரஸ்தாபத்திற்குட்பட்ட மாளிகையிலிருந்து ஒரு மங்கையானவள் வந்து அந்த மக்களின் மனத்திலிருந்து மறைந்திருக்கும் மாளிகையில் மறைந்த ராஜனின் பதினொன்றாவது மனைவி வசிப்பதாகவும், அவள் மறைந்துபோன ராஜனின் மனைவி என்று பலருக்குத் தெரியாததால் மற்ற பத்து ராணிகளின் மறைவுக்குப் பின் அவர்களின் ஆவி ஒரு ராணியாய் உருமாறி அவளாய் உருக்கொண்டு அலைவதாக அவர்கள் நினைப்ப தாகவும் கூறி, அவள் வைர ஆபரணம் ரிப்பேர் செய்ய உன்னை

அழைக்கிறாள் என்று தெரிவித்து பெண்வேடத்திலிருந்த யுவனை அழைத்தாள். வைர ஆபரணம் ரிப்பேர் செய்யும் நங்கையின் வேஷத்திலிருந்த தமிழ்நாட்டு யுவன், வந்து சொன்ன அசாதாரண பணிப்பெண்ணிற்குத் தரையில் பாதம் படுகிறதா என்று பார்த்து விட்டே அவளுடன் புறப்பட்டுப் போனான். வௌவால்களின் செத்த உயிர்கள் ஆங்காங்கு தொங்கிக் கொண்டிருக்கும் அந்த நடுமாளிகையில் மறைந்த பத்து ராணிகள் மறந்துவிட்டுச் சென்ற கால் தடங்கள் கற்களில் பதிந்து கிடந்தன. திடீரென தென்னை ஓலைகள் ஆடுவதுபோல் வீசிய காற்றைக் கண்டு பயப்படாது தைரியமாய் நின்ற அந்தப் பெண் வேஷத்திலிருந்த வனைப் பணிப்பெண் பார்த்து மெச்சி, அந்த சப்தம் பத்து ராணிகளும் அவர்களின் உயிர்களும் அந்த மாளிகையின் ஒவ்வொரு மூலையிலும் ஒளிந்துகொண்டிருப்பதால் உருவாவது என்றும், யாரேனும் ஆடவர்கள் அந்த மாளிகையில் புகுந்தால் அவனைக் கொன்று அவனது ரத்தத்தை அவை குடிக்கும் என்றும் கூறினாள். அந்த வைர ரிப்பேர் பெண்மணி 'சரி, உன் ராணி இருக்கும் இடத்தைக் காட்டு' என்றாள். உயிர்களும், சடமாகிப் போன பழங்கால ராணிகளும் ஆக்கிரமித்த அந்த மாளிகையின் இருள் மூடிய அறை வழி பணிப்பெண் அவனை அழைத்து வேகமாக நடந்தாள். சற்று நேரத்தில் இன்னொரு நிலத்திற்குள், படிகள் வழிநடத்தும் அறையொன்றினுள் பெண்மணி அவனை 'வா' என்று அழைத்துப் பின் மாயமாய் மறைய, அந்தத் தமிழ்நாட்டு இளைஞன் எந்தப் பயமும் நெஞ்சைத் துளைத்து விடாதபடி, மாயங்கள் இறக்கை கட்டிச் செயல்படும் ஒரு மாளிகைக்குள் வந்துவிட்டோம் என்று புரிந்து, மேலும் திடமாகப் பாதங்களை வைத்தான்.

அதிகப் பிரகாசமாய் முன்னே தெரிந்த அறைக்குள் அவன் நுழைந்தான். சூரியனின் பிரகாசத்தை திரைச்சீலையாய்ப் போர்த்திய அந்த அறையில் நங்கை ஒருத்தி, கனவில் தோன்றுவதுபோல் படுத்துக் கிடந்தாள். அவளைக் கண்டு கனவுலகில் பிரவேசித்த பெண் வேஷமிட்ட யுவன் பயப்படாமல் அருகில் சென்று, 'உன் வைர மாலையைக் கொடு' என்று மிடுக்கோடு கேட்டான். மாயங்கள் உடலெங்கும் புகுந்துள்ள அந்த மங்கை ஒரு மாயத்தை மனதில் நினைத்து வைரமாலையை எடுத்து நீட்டியவுடன் அந்த யுவன் ஒளித்து வைத்தி ருந்த தன் கத்தியை நீட்டி அந்த மாலையை க்ஷணத்திற்குள் அந்த மாயமங்கை எதிர்பார்க்காதபடி வாங்கிக் கொண்டான். கூர்முனைக் கத்தியிலிருந்த இரும்பின் சக்தியால் ஓர் ஈனஸ்வரத்தில் சப்தம் எழுப்பிப் பறந்த சிறு பறவையைப் பார்த்த

யுவனுடைய முகத்தில் புன்னகை ஓடிவந்து அமர்ந்தது.

மறுநாள் சூதாடுகளத்தின் தலைவன் எண்ணங்களைக் கறுப்பாக்கும் தனது வஞ்சக மனத்தின் உள்பையிலிருந்த விஷம் முகமெங்கும் பரவும்படி தோன்றினான். எல்லோர் மத்தியிலும் அந்த யுவனைப் பார்த்து, 'அந்த வைர மாலை எங்கே?' என்று கேட்க, யுவன் கூட்டத்திலிருந்த கௌரவம்மிக்க நான்கு பேரை நடுவில் வரச் சொல்லி, அவர்கள் கையில் ஒரு வைர மாலையை எடுத்துக் கொடுத்தவுடன் கைகளில் குமிழியிட்ட இடி சப்தங்களை ஒவ்வொருவரும் எழுப்பிக் கும்மாளம் இட்டனர். தலை கவிழ்ந்து தன் கண்ணில் வழியும் வஞ்சகத்தோடு நின்ற தலைவன் வெட்கம் என்னும் பூதம் தின்ன நகர்ந்து வந்து நடுவில் நின்றான். அந்த மலையாளத்து நாயரைப் பார்த்து, 'உன் ஒரே பெண்ணையும் கொடுத்து உன் சொத்து எல்லாம் எழுதிக்கொடுத்து என் வீட்டு வேலைக்காரனாய் நீ காலம் முழுவதும் இரு' என்ற யுவன் கொஞ்சகாலத்தில் அந்தப் பிரதேசத்தின் அதிபதியாய் மாறி ஓர் அழகிய நாயர் பெண்ணின் கணவனாய் வாழ்ந்தான். பல ஆண்டுகள் கழிந்தபோது அவன் வீட்டில் சாட்டை அடிகளால் தோல் தடித்த ஒரு நாயர் கிழவன் வேலைக் காரனாய் துணி துவைத்தும், மாடுகளைக் குளிப்பாட்டிக் கொண்டும் திரிந்தான்.

ஜானின் தம்பி பால், தன் தமையனான ஜான் பத்தாவது வகுப்பில் கல்வி என்னும் கழுதை சவாரி செய்தபோது, ஐந்தாவது வகுப்பில் படித்துக்கொண்டிருந்தான். அவர்கள் குடும்பத்திற்குள் புதிய நாகரிகமான கல்வி என்ற வெள்ளைத் தேவதையின் தலைக்கிரீடத்திலிருந்து ஓர் ஒளிரேகை புகுந்தபோது முதலில் பல ரீதியான எதிர்ப்புகள் உருவாயின. பழைய தெய்வங்களிலிருந்து ரோட்டில் அலையும் ஆடுமாடுகள் வரை, தன் கட்டுப்பாட்டிற்குள் கொண்டு வரத்தக்க வித்தைகளை அறிந்து, அவற்றின் பாஷைகளைத் தெரிந்து வைத்திருந்த ஒரு மனிதனின் ரத்தம் ஓடும் வம்சத்திற்குப் புதிய மேற்கத்திய சோகை பூத்த ஒரு சாதாரணக் கல்வி எதற்கு என்று ஆரம்பத்தில் ஜானின் தந்தை கேட்டார். அவ்வூரில் சற்று வசதியாகிக் கொண்டிருந்த குடும்பத் தலைவர்களின் பிள்ளைகளைப் பள்ளிக்கு அனுப்பியபோது ஜானையும் அனுப்ப வேண்டும் என ஒரு கருத்து யார் மூலமாகவோ திருடனைப்போல் தன் வீட்டிலும் நுழைந்தபோது, ஜானின் தாத்தா வேதனையுற்றார். ஒரு தெய்வத்தைக்கூட ஏவல்

செய்ய வைக்கமுடியாத ஆங்கிலக் கல்வி பிரயோஜனமற்றது என்ற அவர் வாதத்தை இன்று வரை யாரும் முறியடிக்கவில்லை.

'வெள்ளைக்காரர்களின் மாயவித்தைகள் தற்சமயம் ஒரு சில இடங்களில் வெற்றி பெற்று விடலாம். அதற்கு அர்த்தம் அவர்கள் மாயத்திலும் தந்திரத்திலும் நம்மை எப்போதும் வெற்றி கொண்டுவிட முடியும் என்பதல்ல. என்னுடைய தந்தையின் வம்சத்தவர்களுக்குத் தெரிந்திருந்தால் குளச்சலில் புகுந்த வெள்ளைக்காரனால் குளச்சல் துறைமுகத்தைப் பிடித்திருக்க முடியுமாக்கும்! அவன் பீரங்கியால் ஒரு சூடு சுடும் முன் என் பீரங்கியின் வாயைக் கட்டிவிடமாட்டார்களா' என்று, பழமையின் வேர்கள் கபாலத்திலும் அதனுள் நிறைந்து இருந்த மூளைத்திராவகத்திலும் படர்ந்திருந்த ராசப்பனின் அப்பா கேட்டார்.

பள்ளிக்குப் போவதைப் பற்றி ஒரு முடிவு தனக்கு எடுக்க உரிமை இல்லை என்பதால் ஜானின் உற்சாகம் பீரங்கியை மந்திரத்தாலும் மாயத்தாலும் கட்டும் வித்தை பற்றி அறியும் முறை மீது தற்காலிகமாகக் குவிந்தது. தாத்தாவிடம் நான்கு வயதாக இருந்த ஜான் கேட்டான்.

'தாத்தா, உங்களுக்குத் தெரியுமா பீரங்கியைக் கட்டும் மாய மந்திரம்? தெரிந்தால் நான் உங்களிடமே வருகிறேன். உங்களுக்குத் தெரியாவிட்டால் பள்ளிக்குப் போகிறேன். அவர்கள் மாயமந்திரம் பற்றிச் சொல்லித் தருவார்கள்.'

தாத்தா சொன்னார்:

'சிறு வயதில் எங்கள் தாத்தா, 'சொல்லித் தருகிறேன். ஆனால் மனம் திடமாயிருக்க வேண்டும். அதற்குக் காலையில் யோகாப் பியாசம் செய்யவேண்டும்' என்று சொல்லிக் காலையும் கையையும் வளைக்கச் சொன்னார். 'அப்புறம் வருகிறேன் என்று சொல்லி வந்துவிட்டேன்.'

ஜானின் மனதில் தாத்தாவின் பழைய தலைமுறை குடும்பத்தினர் பிரமாண்டமான உயரத்தில் நின்றதுபோலவே, அப்போது தாத்தா 'ச்சூ' என்று கீழே தொப்பென்று விழுந்தார்.

ராசப்பன், சிநேகப்பூ, நான்கு வயது சிறுவன் ஜான் ஆகியோர் ஓரிடத்தில் அமர்ந்து இருந்தபோது, ஒருநாள் ஜானின் தாத்தா, 'இங்கிலீஷ் பள்ளிக்கூடத்தில் அப்படி என்ன மாயமந்திரம் சொல்லிக் கொடுப்பார்கள்?' என்ற தன் சந்தேகத்தைத் தனது வீட்டுச்சபையின் முன் வைத்தார்.

சிநேகப்பூ சொன்னாள்:

'என்ன மாமா, இந்த வயல் தோட்டத்து நாயருடைய மூத்த பையன் என்ன மாதிரி இங்கிலீஷ் பேசுகிறான்? ஒரு நாள் நம் வீட்டு ஆத்தா கூட, தேக்கம்பாலை தோட்டத்து மானேஜர் வெள்ளைக்காரத் துரையுடன் அவன் இங்கிலீஷ் அப்படிப் பேசினதைக் கேட்டாளாம். மாயமந்திரம் தெரியாமல் இப்படியோர் இங்கிலீஷ் நம்ம நாட்டு ஜனங்கள் மண்டைக்குள் புகுந்துவிடுமா?'

'என்னவோ அம்மா. வெள்ளைகாரன்கள் மாய மந்திரத்தில் நம்ம நாட்டுக்காரர்களை மிஞ்சமுடியாது. அந்தக் குளச்சல் யுத்தத்தில்கூட டிலனாயோ, கிலினாயோ எவனோ ஒருத்தன், நம் திருவிதாங்கூர் மகாராஜவுடைய படைகளைப் பீரங்கி வைத்து ஜெயித்து விட்டானாம். அது ஓர் தவறினால்தான். நம் ராஜா, ஒன்றிரண்டு மந்திரவாதிகளை அழைத்துப் பீரங்கிகளின் வாயைக் கட்டச் சொல்லியிருந்தாலும் வெள்ளிமலையில் இருக்கும் யோகிகளான மந்திரம் தெரிந்தவர்களை அழைத்துச் சொல்லவில்லை. அவர்கள் தான் முதல்தர மந்திரவாதிகள். ராஜாவின் கீழிருந்த படைத்தலைவன் சாதாரண மந்திரவாதிகளை அழைத்துச் சென்றிருக்கிறான். அதற்கு ராஜா பொறுப்பு இல்லை. நம் நாட்டு மந்திரவாதம் வெள்ளைக்காரர் களினதை விட எந்தவகையிலும் குறைந்ததும் இல்லை.'

தாத்தாவினுடைய இந்த விளக்கம் சிநேகப்பூவிற்கும் ஒத்துக் கொள்ளக்கூடியதுதான். ஆனாலும் பாதிரியார் சர்ச்சில் நடந்த பிரசங்கத்தில் அந்த ஊரிலிருக்கும் கிறிஸ்தவர்களின் பிள்ளைகள் எல்லாம் இங்கிலீஷ் பள்ளிகளுக்கு அனுப்பப்படாவிட்டால் தாங்கள் தங்கள் புத்திரர்களையும் புத்திரிகளையும் தேவனின் பாதையில் வளர்த்தவர்கள் ஆகமாட்டார்கள் என்றும், அவர்கள் (தந்தை மட்டுமல்ல தாயும்) சாவான பாவத்திற்கு ஆளாவார்கள் என்றும் காரணமில்லாமலா கூறினார் என்று மனதில் எழுந்தது ஒரு கேள்வி.

சிநேகப்பூ ஒரு புராதன விதியை மனதில் உணர்ந்தவள்போல் சொன்னாள்: 'எப்படியும் நம் ஜானையும் இங்கிலீஷ் பள்ளிக்கு அனுப்பித் தீர வேண்டும்.' இதுவரை தன் வாழ்வில் எந்தச் சாவான பாவத்தையும் தான் செய்ததில்லை என்ற சிநேகப்பூவின் மிக வலுவான நம்பிக்கையே இதற்குக் காரணம். மேலும் சாவான பாவம் செய்தவர்கள் நரகத்தின் நெருப்பு ஜுவாலை வீசும் காளவாயில் பாம்புகளுடனும் விஷ ஜந்துக்களுடனும் கிடந்து சாவதை ஒரு படத்தில் சிநேகப்பூ பார்த்திருக்கிறாள். சிநேகப்பூ பிடிவாதமாக

இருந்ததால் அந்த விவாதத்தில் நடுநிலைமை வகித்த ராசப்பனும் தன் மனைவியின் விருப்பம்போல் செய்ய இசைந்தார். அவள் ஏதாவது ஒன்றில் பிடிவாதமாக இருக்கிறாள் என்றால் தேவதூதர்களை அவள் சந்தித்துக் கலந்தாலோ சித்துள்ளாள் என்று அநுமானிப்பது ராசப்பனின் வழக்கம்.

'எப்படியாவது பையனைக் கெடுத்துத் தொலையுங்கள். வயதான என் பேச்சை யார் கவனிப்பார்கள்?' என்ற எதிர்ப்புடன் தாத்தா தன் வேலைக்குப் போய்விட்டார். அவரது தத்துவப்படி, யுத்தமோ ராஜ காரியங்களோ மாயமந்திரத்தில் யார் வல்லவராக இருக்கிறார்களோ அவர்களுக்குத்தான் கைகூடும். இங்கிலீஷ் மொழியை அவர்கூட ஒருமுறை இரண்டு வெள்ளைக்காரர்கள் பேசும்போது ஒரு பனை மரத்தில் அமர்ந்து கேட்டுப் பார்த்திருக்கிறார். என்னவோ, மாய மந்திரங் களுக்கேற்ற மொழியாக அது இருக்க முடியாதென்று, அதன் 'தஷ், புஷ்' சப்தச் சேர்க்கைகளைக் கேட்டு முடிவு கட்டிவிட்டார், தாத்தா.

ஜான் பள்ளிக்குச் சென்று பன்னிரண்டு வருஷங்களும் ஓடிவிட்டன. இரண்டு வருடங்கள் ஏதோ மர்மமான கெட்ட தேவதை உபத்திரவதத்தால் தோற்றானே தவிர மற்ற வருடங்கள் ஒன்று விடாமல் வெற்றி என்னும் தேவதையின் அருட்கடாட்சத்திற்கு ஆளாகி வருகிறான். பால் எந்த வருடமும் தோற்காமல் படித்து வருகிறான். அவன் பிறந்தபோது கையில் ஒரு கடிதத்தைப் பிடித்தபடி பிறந்தான் என்று சிநேகப்பூ சொன்னாலும் யாரும் நம்பாமலே இருந்தார்கள். சம்மனசுகள் கொடுத்த கடிதம் அது என்றும், அதனால் படிப்பில் கெட்டிக்காரனாக வந்து உலகை ஆள்வான் என்றும் அவன் ஜாதகம் எழுதப்பட்டபின் சிலர் சிநேகப்பூவை நம்பினார்கள்.

கல்வி என்னும் தேவியின் மனவசியத்திற்கு ஆட்படுகிற அந்த ஊரின் மாணவர்கள் பள்ளி இறுதி முடித்துவிட்டு நகரத்திற்குப் போய் மேல்படிப்புப் படிக்கவோ அல்லது உத்தியோகம் பார்க்கவோ செய்து ரத்தம் கெட்டுச் சோகை பிடித்துப் பாழாய்ப் போகிறார்கள். படித்து முடித்தவர்கள் யாரும் ஊரில் வந்து தொழில் பார்த்ததாகச் சரித்திரம் இல்லை. ஆனால் பள்ளிக்குச் செல்கிற எல்லாப் பிள்ளை களும் கல்வி என்னும் வெள்ளைத்தோல் தேவியின் மனவசியத்திற்கு ஆளாவதில்லை. பலருக்கு மனதில் கல்வி ஒரு பிடிப்பை ஏற்படுத்துவதே இல்லை. அதிலும் முக்கியமாக ஆங்கிலக் கல்வி, பல சிறுவர்களை மீண்டும் மலைக்கோ, காட்டிற்கோ, தத்தம் தாய் தந்தையர் செய்யும் தொழிலுக்கோ அனுப்பிவிடுகிறது. ஆங்கிலமாது

மிகவும் வடிகட்டி, தக்க மனப்பாங்கு உள்ளவர்களைத்தான் தன்னருகில் அணுகவிடுகிறாள் என்பது மாணவர்கள் மத்தியிலும், தாய் தந்தையர் மத்தியிலும் பிரசித்தம். எனவே மாணவர்கள் கல்வி என்னும் மலைமுகட்டில் ஏறுவதற்கு ஆசைப்படாமல் தனது மண்ணோடு கலந்து தங்கள் வீட்டு மாடுகளை மேய்ப்பதிலோ, வயல்காட்டு வேலைகளைச் செய்வதிலோ திருப்தி கண்டுவிட வேண்டும். அல்லது மண்வாசனையைத் தனது மனதிலிருந்து முற்றாய்க் களைந்து புதிய நாகரிகமாகப் பரவும் கல்வி என்னும் ராஜகுமாரியின் அடிமையாக மாறி, மனம் என்னும் அறைக்குள் ஆங்கில அரசர்களின் சிறப்புகள், இங்கிலாந்துக் கவிகளின் கள்ளக் காதலிகளின் பிறந்த தேதிகள், அங்குள்ள தத்துவ மேதைகளின் கிருதா அமைப்புப் போன்றவற்றை அறிந்துகொள்ள வேண்டும். ஜான் அங்குக் கொஞ்சம், இங்குக் கொஞ்சம் என்று இருப்பவன்; முழுமையாய் ஆங்கிலக் கல்வியின் உச்சிக் கிளையைத் தொடவும் முடியவில்லை, மண்ணின் வாசனையை உடம்பிலிருந்து முழுதாய்க் கழுவி எறிந்து விடவும் முடியவில்லை.

பாலுக்கு அந்தப் பிரச்சினை இல்லை. அவனது நடை உடை ஏதும் அந்த ஊருக்கும் அவனுக்குமுள்ள உறவைக் காட்டவில்லை. தனது நேரத்தில் பெரும்பாலும் பள்ளியிலும், பள்ளி விளையாட்டுகளிலும், பள்ளிக்கூட நண்பர்களின் வீடுகளில் கழிப்பதிலும் செலவிட்டான். ஆங்கிலக் கல்வியின் மாயவலைப் பாலை நன்கு மயக்கிவிட்டது. அந்தக் கன்னியால் மனவசியம் செய்யப்பட்டுத் தன்னைக் கெடுத்துக் கொண்டவன் என்று பல முதியவர்கள் ஏகமனதாக முடிவு செய்து விட்டிருந்தார்கள். ஆனால் குறிப்பிடத்தக்க ஒரு பிரச்சினை என்னவென்றால், அப்படிப் பேசும் முதியவர்கள் எண்பது வயது தாண்டியவர்களாகவோ, எழுபத்தைந்து தாண்டியவர்களாகவோ இருந்தார்கள் என்பதாகும். மேலும் அப்படியான கருத்து கொண்டவர்கள் வெகுவிரைவில் இறந்துபோய்க் கொண்டிருந்தார்கள் என்பதைக் கண்டு அவர்களின் கருத்துகள் தான் அவர்களைக் கொன்றுவிடுகின்றன என்று ஆங்கிலக் கல்வியை 'சப்போட்டு' செய்து பேசும் இளைஞர்கள் சொல்ல, 'ஆமாம்' ஆங்கில மயக்குக்காரி வந்து அத்தகைய மனிதர்களை இங்கிலாந்திலிருந்து வந்த பில்லிசூன்ய முறையால் சாகடிக்கிறாள்' என்று ஆங்கிலக் கல்வியின் மனதையும் பல்லையும் உடைக்கும் அமைப்பைக் கண்டு மலைகளுக்கும் காட்டிற்கும் வயல்களுக்கும் போகத் தீர்மானித்துவிட்ட பிள்ளைகள் கூறினார்கள்.

வரவர உயர் வகுப்புகளின் பாடங்கள் ஜானுக்கு ஆயாசமாகத்தான் இருந்தன. அந்த ஆயாசமும், ஜானின் தொப்புள் கொடியிலிருந்து தீர்மானிக்கப்படும் பகைவர்களும் அவனுக்குப் படிப்பில் இருக்க வேண்டிய கவனத்தைக் கொன்றுபோட்டார்கள். பால் மெது மெதுவாகத் தன் ஊரிலுள்ள மாணவர்களை மறந்து, பள்ளிக்கூடம் இருக்கும் அடுத்த ஊரில் நிறைய நண்பர்களை வைத்திருந்தான். என்றேனும் வகுப்பிற்குப் போகாமல் இருந்தால் அடுத்தநாள் காப்பி பண்ண வாங்கும் நோட்டுகள்கூட அடுத்த ஊர் மாணவர்களுடைய தேயாகும். அதற்கு நேர்மாறாக ஜான் அடுத்த ஊர் மாணவர்களோடு கற்றாழைச் செடிகளுக்கிடையில் நிறைய சண்டைகள் போட்டும், அதற்கு ஆதரவைத் தன் ஊர் மாணவர்களிடம் பெற்றும் ஒருவாறாகத் தன் கல்வி முயற்சியைத் தொடர்ந்துகொண்டிருந்தான்.

தங்கள் வம்சத்திலிருந்து ரத்த வழியாக இறங்கிய பல யோசனை களையும் வேர்களையும் காணாதவன், பால். உதாரணத்திற்குப் பால் பிறந்தபோது ஊர் தன் தோலை ரொம்பவும் உரித்து நிறைய மாறி இருந்ததோடு, கரண்டு கம்பியும் வந்துவிட்டது. அத்துடன் வம்ச ரகசியத்தைக் கொண்டு நவீன உலகில் புகுந்த தன் தாத்தா அவனுக்குப் புத்தி வரும் முன்பு, அவன் பிறந்த அறையில் காலங்களைக் கட்டி ஒரு மூட்டையாக மனதுள் வைத்துவிட்டுப், பிரயாணத்தைச் செய்ய ஆரம்பித்துவிட்டார் எனக் கண்டான். அதன் மூலம் தாத்தாவின் வார்த்தைகள் என்னும் மண்வாசனை பிடித்த தேவதைகள் தன் மண்டைக்குள் தான் உறங்கும்போது அதிகம் நுழைந்திருக்க வழியில்லை என்று பால் ஒருமுறை தன் அடுத்த ஊர் நண்பனிடம் சொல்லிக்கொண்டிருந்தான். ஜான் தான் அப்படிப் பேசமுடியாத நிலையில் இருப்பதை அறிந்தவன். தாத்தாவின் மூளையிலிருந்து உறைந்துபோன, ‘பழங்காலம்’ ஜானையும் பலவேளைகளில் தொட்டிருக்கிறது. அந்த ஈர்ப்பின் மூலம் தாத்தாவின் மண்டையைப் பிணித்துள்ள உடலற்ற சக்திகளின் அரவணைப்பை அறிந்து வருங்காலத்தின் மனிதர்கள் லாபம் அடைவார்கள் என்று ஜான் பலமுறை நினைத்திருக்கிறான். பால் பிறந்த அன்று ஜான் தாத்தாவின் அறைக்குப் போய், தனக்கு ஒரு தம்பி பாப்பா பிறந்திருப்பதைக் கூறிய போது, தாத்தா காலங்களாலும் புராண இதிகாசங்களின் காரண காரிய தர்க்கங்களாலும் கட்டப்பெற்ற கையை நீட்டினாராம். உடல் பருமனுற்று ஒரு மனிதத் தலையும் காலும் கொண்ட எருமைபோல் காலத்திற்குள் புதையுண்டு கிடக்கும் தாத்தா, அப்படிக் கை நீட்டியபோது அவரது தலை நிலத்தை நோக்கியேதான் பெரும்

பாரத்தால் அசையாமல் கிடந்தது. தாத்தாவின் கையை எடுத்துமடக்கி வைத்துவிட்டு எல்லோரிடமும் தாத்தா கைநீட்டிய விஷயத்தைச் சொன்னவுடன், தாத்தாவிடம் இப்போது பிறந்த குழந்தையைக் கொடுக்க வேண்டாமெனச் சிநேகப்பூ சொன்னாள். காலத்தை மறந்து அது வெட்டிய பள்ளத்தில் விழுந்துபோன மனிதருக்கும், அவரது வாசனையையோ அவர் பெற்றுக்கொண்டிருக்கும் பருமனையோ அறியாமல் அவரிருக்கும் அதே வீட்டில் பிறந்த ஒரு புதிய மனிதனுக்கும் உள்ள தொடர்பு அவ்வளவுதான். இயற்கைப் பொருளில் ஒன்றாய் அவர்மாறிக் கிடப்பதற்கு மேல் வேறெந்த முக்கியத்துவமும் இல்லை என்னும் எண்ணத்தில் வளர்ந்தவன், பால். ஜான் அப்படி அல்ல. அவனது மனவோட்டப் பாதையில் அடிக்கடி தாத்தா சொன்ன வம்சக் கதைகள் எழுந்து நின்று பாடின. பிரமிப்பையும் குழப்பங்களுக்குப் பதில் தரக்கூடிய ஆற்றலையும் தரத்தக்கவையாய் அவை தோற்றம் தந்தன. நவீனப்படிப்பில் அக்கறையற்ற, சொல்லப் போனால் எதிரியான, தாத்தாவின் நிழல் பட்ட மற்றும் அந்த நிழலில் தன்னை மறந்து கதை கேட்ட ஜான், படிப்பில் பாலைப்போல நாட்டமுடையவன் அல்ல. ஒருநாள் ஜான் பள்ளிக்குச் சென்று சேர்ந்து வந்ததைக் கண்ட தாத்தா அவசரம் அவசரமாய் அவனது நோட்டுகளை வாங்கிப் புரட்டிப் பார்த்தார். படிப்புத்தான் ரத்தத்தைக் குடித்து அந்தப் பாலகனைச் சக்கையாய் ஆக்கிவருகின்றது என்ற எண்ணம் தாத்தாவுக்கு. 'மலைக்குப் போகின்றவனைப்போல் கட்டுமஸ்தான உடலுள்ள ஒரு படித்த பயலைக் காட்டுங்கள். என் மூக்கை அறுத்து உங்கள் முன்வைத்து விடுகிறேன்' என்று உடல் நலத்துடன் நடமாடிக் கொண்டிருந்த போது பலரிடம் பந்தயம் வைத்திருந்த தாத்தா அன்றிலிருந்து இந்தப் பிள்ளைகளைக் கசக்கிச் சக்கையாக்கி வீட்டிற்கு அனுப்பும் ஆங்கில வார்த்தைகளை வெறுக்க ஆரம்பித்தார். பழங்காலத்து மனிதர்களின் வாசனையாலும் நினைவுகளாலும் பலமுற்ற மூளையில் பதிந்த எண்ணமல்லவா இது? தாத்தாவின் ஆணித்தரமான விவாதங்களைக் கேட்டு மிகவும் செல்லமாக வளர்க்கப் பட்ட பல சிறுவர்கள் படிப்பு என்ற உலக்கையடியிலிருந்து தப்பித்துப் பிழைத்துள்ளார்கள்.

ஒருநாள் ஜான் வந்து தாத்தாவிடம் ஒரு பையனைக் காட்டி, 'தாத்தா இவன்தான் ஆசிரியர் எப்படி அடித்துப் பார்த்தாலும் ஆங்கில எழுத்துகள் இருபத்தாறையும் சொல்ல முடியாது என்று கூறிய மாணவன்' என்று சொன்னபோது தாத்தாவிற்குக் கண்களில் கண்ணீர் வந்துவிட்டது. 'நீ ஒருவனாவது நம்முடைய ரிஷிகள் தந்த

மாயமந்திரங்களைக் காப்பாற்று அப்பா, காப்பாற்று, என்று நாத் தழுதழுக்கக் கூறினார், தாத்தா. அந்தந்தத் தழுதழுப்பு, பின் பல மாதங்கள்வரை தாத்தாவிடம் நீடித்ததை ஜான் கண்டான். அவர் தொடர்ந்து அழும் கண்களுடன் பல மாதங்கள் காணப்பட்டார்.

தாத்தா செய்த இன்னொரு புகழ்பெற்ற காரியத்தையும் கூற வேண்டும். அப்போது தாத்தாவிற்கு மிகுந்த அளவில் வெளியில் நடமாட்டம்கூட இல்லை. அப்படிப்பட்ட ஒருநாள் ஒரு குட்டையான லாரி வரவே அந்த லாரியிலிருந்து சுருள் சுருளாகக் கம்பிகள் சுற்றப்பட்ட உருளைகளை இறக்கினார்கள். தமிழ் எழுதப் படிக்கத் தெரியாதவர்கள் அந்த லாரியில் எழுதப்பட்ட எழுத்தை உன்னிப்பாகப் பார்த்தார்கள். சிலர் ஊருக்கு அசம்பாவிதம் என்று தலைமறைவாய்க் காடுகளுக்குப் புறப்பட்டனர். ஊருக்கு ஏதேனும் இடைஞ்சல்கள் வரும் குறி ஆராய்ந்தார்கள். பிறகு, தூரத்திலிருந்து அழைக்கப்பட்ட சில மாஜி பள்ளிப் பிள்ளைகள் வந்து அது, 'மின்சார இலாகா' என்று எழுதப்பட்ட எழுத்தென்று வாசித்துக் காட்டினார்கள். தாத்தாவிற்கு ஒன்றும் புரியாவிடினும் இனி உள்ள மனிதர்களுக்கு மிகுந்த ஆபத்துகள் சூழப்போகின்றன என்ற எண்ணம் அன்று பலமாக உற்பவித்துவிட்டது. கம்பி நட்டுக் கரண்டு ஒயர்கள் போடப்பட்ட ஒரு வாரத்தில், தாத்தா எதிர்பார்த்ததுபோலவே, ஒரு அறுந்த மின்சாரக் கம்பியைப் பிடித்த பாலகன் மரணமடைந்தான். பார்த்தவர்களை எல்லாம் அழைத்து, 'காலம் கலிகாலமாகிவிட்டது; பைபிளில் கூறப்பட்ட அந்திமக் காலம் வந்துவிட்டது' என்று தாத்தா கூறிக் கொண்டிருந்தார். எந்தக் காரணம் கொண்டும் தன் வீட்டில், தான் உயிரோடு இருக்கும்வரை கரண்டுக் கம்பி வரக்கூடாது என்று ராசப்பனை அழைத்து உத்தரவும் போட்டார்.

ராசப்பன் தன் மாதாந்திர நோய் தன்னைச் செத்த பல்லியின் வாலாய்த் துடிக்க வைக்கப் போவதை உணர்ந்த அன்று ஒரு செவ்வாய்க் கிழமையாகும். அவர் அப்படி வேதனையுற்று வீட்டின் மூலையில் படுத்து, வீட்டிலெங்கும் சூரிய வெளிச்சத்தைப் பார்த்தபடி தன் தந்தையின் மகத்துவம் என்னும் நிழலில் ஒரு வளை தோண்டி ஒளிந்து கொள்ள எத்தனித்தார். ஆனால் எதிர்பாராத விதமாய் ஒரு வாரத்திலேயே ராசப்பன் எழுந்தார். எழுந்த அன்று ஞாயிற்றுக் கிழமையாகையால் ஊர்ப் பொதுவில் வெட்டப்பட்ட பத்து ஆடுகளையும் அவற்றை வெட்டவெட்ட அங்கு நின்ற அந்த ஊரின்

உறுப்பினர்கள் வாங்கிப் போனபோது, ராசப்பனும் பாலுடன் சென்று அதைப் பார்த்துக்கொண்டிருந்தார். பாலை அழைத்துப் பச்சை ரத்தத்தைக் குடித்துவிட்டு ஓடச்சொன்னார். தயங்கித் தயங்கிக் குடித்துவிட்டு ஓடிய பால் தன் கணைநோய் அன்று மாலையே நீங்கிவிடுமென்ற தந்தையின் பேச்சைக் கொஞ்சமும் நம்பாவிட்டாலும் காலையில் வீசிய குளிர்காற்றானது சட்டை போடாத தன்னுடம்பில் படுவதை விரும்பினான் என்றே சொல்லவேண்டும். இதுபோல் பதினைந்து ஆண்டுகளுக்கு முன்பு நடந்த பொதுப் பங்கீட்டில் நடந்த நிகழ்ச்சி பலர் நினைவிலிருந்தும் அகலவே இல்லை.

அப்போது முழு மாம்சமும் பங்கிட்டபின் கொஞ்சம் தோலும் இரண்டு மூன்று ஆடுகளின் விழித்த கண்களைக்கொண்ட தலைகளும் கிடந்ததைப் பலர் பார்த்தபடி நின்றபோது அங்கிருந்து திருடிவிட்டு ஓடின எல்லையோர ஊரின் திருடனைச் சிலர் பிடித்து அழைத்து வந்தனர். ஜானின் தாத்தாவிடம் அவனைப் பிடித்து இழுத்து வந்து நிறுத்திய போது அவர் அவனை அருகில் அழைத்து அவனது உடலில் ஒளிந்து கொண்டிருக்கும் நரம்பு மண்டலக் கேந்திரத்தில் கால்கள் நடப்பதற்குப் பொறுப்பான ஒரு மர்ம ஸ்தலத்தைத் தன் ரகசிய ஆற்றலின் மூலம் கண்டார். தன் ஆணையை அந்த ஸ்தலம் நிறைவேற்றும்படி ஒரு செயல் செய்தார். சற்று நேரம் துடித்தபடியே தரையில் காலை உதைத்த அந்தத் திருடனைக் கண்டு எல்லோரும் பிரமிப்பு அடைந்து நின்றனர். அவர் அந்தத் திருடனை அழைத்துக் கையை லேசாய்ப் பிடித்து இழுத்துத் தலைக்குக் கீழ் இரு விரல்களை வைத்து, 'இனி இந்த ஊரில் திருடாதே' என்று லேசாய்த் தடவியதற்கு இவ்வளவு சக்தி உண்டா என்று ஜனங்கள் எண்ணியதே அந்தப் பிரமிப்பிற்குக் காரணம். அதன் பிறகு அந்த ஊரில் திருட்டுப்பயம் இருக்கவே இருக்காது என்று விஷயம் தெரிந்த பலரும் பேசிக் கொண்டனர்.

அவ்வாறே இந்த மனிதர் மனத்தில் ஒளித்துவைத்திருக்கும் வித்தைகளுக்கு எல்லை இல்லையா என்று பலரும் யோசித்தனர். இவ்விதமாக இயற்கைக்குள் ஒளிந்திருக்கும் பல்வித அறிவையும் தன் மனதினுள் பொதிந்து வைத்திருக்கும் மனிதர் ஆடுமாடுகளைப்போல் திடீரென மரத்துப் போவார் என்று எப்படி எதிர்பார்க்க முடியும்? மனிதர்களின் பெருமையை அவர்கள் உடல் இலயலாமல் படுக்கும் காலத்தில் ஊரில் நடக்கும் அதிசயங்களை வைத்துத் தெரிய வேண்டும் என்பது ராசப்பனின் எண்ணம். முன்பு ஒருமுறை ஊர்ப் பெரியவர் ஒருவர் மரணப்படுக்கையில் படுத்தபோது சர்ச் மணி தானாகவே

தினமும் 12 மணிக்கு அடித்த விஷயம் அவர் மனதில் நிழலாடியது.

தனது மாதாந்திர நோயின்போது பெரும்பாலான நேரம் தனது தந்தையின் முதுகுத் தண்டிலிருந்து புறப்பட்டுத் தனது ரத்தத்திற்குள் போய் விட்ட ஞாபகங்கள் பற்றிய யோசனையாகவே இருப்பதைக் குறித்து, ராசப்பன் அந்த மாதாந்திர நோயிலிருந்து விடுபட்ட நேரங்களில் சொல்லியிருக்கிறார். அந்த விஷயம் பற்றித் தனக்கு அதிகம் புரிந்துகொள்ளும் சக்தி இல்லை என்பதை அறிந்தும்கூட அத்தகைய சந்தர்ப்பங்களில் சிநேகப்பூ மிகுந்த உற்சாகத்துடன் கரிசனை செலுத்திக் கேட்டு வந்திருக்கிறாள்.

ஒருநாள் தன் மனதில் திடீரென விழுந்த நிழலைக் கண்டுகொண்ட ராசப்பனின் ஞாபகக்குகைக்குள் ஒரு பரபரப்புக் காற்றாய் வீசியது. அன்று தனது சித்தப்பா மகனான முத்துப்பிள்ளையை நிழல் வடிவில் வரவேற்ற ராசப்பன், வெளியுலக நடவடிக்கைகளிலிருந்து முற்றாகத் தன் தொடர்பை அறுத்துக்கொண்டார். அதனால் அவரது உடல் உறுப்புகள் உணவும் நீரும் உள்ளே புக எந்தவோர் ஏற்பாட்டையும் செய்ய எத்தனிக்கவில்லை. உள்ளிருக்கும் காற்று மட்டும் வெளியே போவதும் வெளியிலுள்ள காற்று உள்ளே போவதுமாக ஒரு கொல்லனது உலை துருத்திபோல் மேலும் கீழும் விரிந்து விரிந்து சுருங்கியது, விலையுயர்ந்த கம்பிளிகளால் மூடப்பட்ட ராசப்பனின் உடல். ராசப்பன் தனது சித்தப்பாவின் மகனைப் புற உலகத் தொடர்பறுத்து அக உலகத்தின் பாழடைந்த மன வீட்டில் சந்தித்த அன்று இருவரும் ரொம்பநாள் சந்திக்காததை நினைவுறுத்திக் கொண்டார்கள். என்றாலும் தன் சித்தப்பா மகனின் ரத்தம் பொது வம்சச் செடியின் குணம் பெற்றுத் தன் உடலிலும், தன் தந்தையின் கோபத்தால்கூடத் தடுக்கப்படாமல் ஓடிக்கொண்டிருப்பதை அறிந்த ராசப்பன், தன் மனம் இப்போது கடந்த காலத்தையும் நிகழ் காலத்தையும் மற்றும் நரர் உலகத்தையும் ஆவியுலகத்தையும் சங்க மிக்க வைக்கும் ஸ்தானமாய் இருப்பதைக் கண்டார். அப்படிப்பட்ட ஒருநாள் சுவர் மூலையில் படுத்த ராசப்பன் முத்துப்பிள்ளையின் முகமும் உடலும் மிகுந்த துளைகளிட்டபடிக் காணப்பட்டதைத் தன் மனத் திரையில் கவனித்து, ஊர் இப்போது கெட்டுப் போயிற்று என்று கூறினார். ராமு வைத்தியரின் பிரபல்யத்திற்கு எந்தக் குறைச்சலும் இல்லாவிட்டாலும்கூட, நகரங்களிலிருந்து புறப்பட்ட புதிய தெரசர்கள் நோயைக் கண்டுபிடித்து வெளியில் பிடித்திழுத்துக் காணும் ஒரு மாயக்குழாயுடன் அலைவது மிகுந்த கவனிப்புக்கு உள்ளாகியிருந்ததை, ராசப்பன் முத்துப் பிள்ளையிடம் தெரிவித்தார்.

மேலும் கரண்டு வந்துவிட்டபின் பல பணக்காரர்கள் தங்கள் வீடுகளில் கரண்டுக் கம்பிகளிலிருந்து வெளிப்படும் பிரகாசத்தை வீட்டு லோகப் பெட்டி ஒன்றிற்குள் அடைத்து இரவு நேரங்களில் வீடுகளில் விளக்காய் எரிப்பது பற்றியும் கூறினார். முத்துப்பிள்ளை இவற்றைவிட முக்கியமான ஒரு விஷயமாய், தனக்கு மதிய நேரத்தின் சஞ்சாரத்திற்குத் தடையாகி வந்துள்ள, மிகுந்த இரைச்சலுடன் ஓடிக்கொண்டிருக்கும் இரண்டு மில்களை நான்கைந்து முறை பிரயாசைப்பட்டு உடைத்தெறிந்தும் அது தொடர்ந்து ஓடுவது பற்றிக்குறைபட்டுக்கொண்டிருந்தார்.

மூன்று நாள்களுக்குப் பிறகு ராசப்பன் மிகவும் மெலிந்து ஒட்டி உலர்ந்த கன்னத்துடன் உலகின் ஆக்கினைகளைக் காணக் கண்களைத் திறந்தார். கவலையுடன் எந்தவித எதிர்பார்ப்புமற்று நின்ற சிநேகப்பூ, கையில் தயாராய் வைத்திருந்த சுடுகஞ்சியையும் முருங்கை இலைத் துவையலையும் கொடுத்தாள். எங்கோ உடலில் உடைப்பெடுத்துப் பாய்கிறதென்று நினைக்கும்படி வாயில் இவள் ஊற்றிய கஞ்சி நீர் வீழ்ச்சியிலிருந்து கேட்கும் ஒலிபோல் சப்தம் எழுப்பிக் கடகட என உள்ளே பாய்ந்தது. உடலில் விழுந்த பெரும் இடைவெளியில் செருகப்பட்டிருந்த பழங்காலம் வழி ஓடும் கால்வாயில் அந்தக் கஞ்சிநீராய் ஓடியதுபோல் பாய்ந்தது. மீண்டும் மீண்டும் கஞ்சி காய்ச்சி ஊற்றிக்கொண்டிருந்தாள் சிநேகப்பூ என்னும் அவனுக்கு வாழ்க்கைப் பட்ட நாற்பத்தைந்து வயது பெண்மணி.

5

ராசப்பனுக்கு வயது ஐம்பதானபோது அவரது வம்சத்தைப் பிடித்த வயது கால நோய் அதுவரை வாட்டியதைவிட சற்று அதிகமாய்த் தாக்க ஆரம்பித்தது. அத்தகையக் காலங்களில் ஒருநாள் ஆங்கிலக் கல்வி கற்கும் அவ்வூர் மாணவர்களிடையே பரபரப்பாகப் பேசப்பட்ட விஷயம் அடுத்த வாரத்தில் வரப்போகும் பள்ளி இறுதித்தேர்வு பற்றியதாகும். ஆங்கிலக் கல்வி என்னும் மனவசியக் கலையை எந்த அளவு இளைஞர்கள் கற்றுள்ளார்கள் என்பது பற்றிய தேர்வு அது. ஆசிரியர்களோ பலவிதமான பூச்சாண்டிகளையும் காட்டிவிட்டனர். ஆங்கிலக்கல்வி என்னும் ஞானம் இந்தப் பூமியிலுள்ள மாய மந்திரங்களையும் தந்திரங்களையும்விட உயர்ந்த

தென்பது அந்த ஊரில் சமீபத்தில் நுழைந்த கரண்டுக் கம்பிகள் மூலம் நிரூபிக்கப்பட வில்லையா என்று ஆசிரியர்கள் கேட்டார்கள். ஒரு சிறு வெண்மை நிறமான கண்ணை அழுத்தியவுடன் கம்பிக்குள் எங்கோ ஓரிடத்தில் ஒளிந்திருக்கும் பிரகாசம் எப்படி இருளின் கறுப்பு ரோமக்காட்டை எரித்து விடுகிறது என்று வியப்புடன் மாணவர்களைக் கேட்டு அத்தகைய ஞானங்களுக்கெல்லாம் மூலத் தாயாக இருக்கும் வெள்ளையர்களின் சாம்ராஜ்யம், பலநாடுகளையும் பல்வித மாயக் கலைகளில் சிறந்திருந்த நமது பாரத ராஜ்யத்தையும் ஆளும் சக்தி படைத்தது எனக் கூறி அது இன்று இல்லையே என்று மூச்சடைக்கச் சொன்னார்கள். அதன்பின் மாணவர்கள் தங்கள் தங்கள் வாழ்க்கை என்னும் எட்ட முடியாத கொடிக்கம்பத்தை எட்டுவதற்கும், சந்தோஷம் என்ற தேவதையைத் தம் வீட்டில் அழைத்து வருவதற்கும் கிடைத்த ஒரேயொரு மார்க்கமான ஆங்கிலக் கல்வியை ஒரு வாரம் தினமும் மூன்று மணி நேரம் வீதம் எழுத வேண்டியிருப்பதை நினைக்க லாயினர். பேர் கேட்ட தேர்வாளர்கள் சென்னையம் பகுதியில் தங்கள் மேலான மூளையைத் தயவுடன் பயன்படுத்தி மாணவர்களின் தேர்வுத் தாள்களைக் கணித்துத் தேர்விலும் வாழ்க்கையிலும் யார் யார் வெற்றி பெற்றுள்ளார்கள் என்று பிரகடனம் செய்வார்கள் என்று அந்த ஆசிரியர்கள் தெரிவித்தனர்.

மறுநாளிலிருந்து வீடுகளில் எந்த வேலையும் செய்யாமல் தேர்விற் காகப் பலப்பிரயத்தனங்களும் தியானங்களும் செய்யலானார்கள், மாணவர்களும் மாணவிகளும். அந்தத் தியானங்களின் மூலம் சிலர் கணிதத்திற்கான தேவதையையும் சரித்திரத்திற்கான தேவதையையும், தமிழுக்கான கன்னித் தாயையும், ஆங்கில மாதுவையும், ரகசியமாய் அழைப்பதற்குப் பிரயத்தனங்கள் செய்து செய்து, கண்கள் பஞ்சடைந்து அலைந்தனர். ஒரு சிலர் தலைமயிரைப் பிய்த்துக் கொண்டு ஓடியபோது கம்பிச்சங்கிலிகளால் கட்டப்பட்டனர். சிலர் தேர்வுத் தியானங்களின் மும்முர ஜுரம் அடித்தவுடன் சில புத்தகங்களையும் பேனா பென்சிலையும் மிகுந்த பக்தி சிரத்தையுடன் கரத்தில் தாங்கி வயல் வரப்புகளிலுள்ள சோலைகளிலும் தென்னந்தோப்புகளிலும் ஒளிந்து தின்று தீர்த்தனர். இன்னும் சிலர் பாறைக் கோயிலில் பலி கொடுக்கப்பட்ட ஆடுகளின் ரத்தத்தை நெற்றியிலும் புஸ்தகங்களிலும் தடவி, வெற்றி என்னும் தேவிக்காக அலைந்தார்கள். ஊரில் இப்படித் தற்காலிக முனிவர்களும் பாலயோகிகளுமாய் நிறைந்த நாள்களில் பலமுறை வீடுகளில் தங்களின் பிறபிள்ளைகளை இப்படிச் சபித்தார்கள்: 'படித்து ஏன்தான் இப்படிச் சாக வேண்டுமோ? எனக்கு

வீட்டுச்சாமான்கள் வாங்கி வரக்கூட ஒருபிள்ளை கிடைக்கமாட்டேன் என்கிறதே! இதுகளைப் பேய் கொண்டு போகாதா?'

இப்படிப் பால யோகியர்கள் ஊரின் ஆற்றங்கரைகளிலும் வயல் கரைகளிலும் தேவிக்காக அலைந்த ஒரு நாள் ஜான் தங்கள் தோட்டத்திற்குள் நடமாடிக்கொண்டிருந்த பக்கத்தூரில் படிக்கும் இளம் சிட்டுகள் இரண்டைத் தன் கண்கள் என்னும் வலையில் பிடித்தான். வம்ச சக்தியால் ஏற்கனவே கனவில் கண்ட அந்த இரு இளஞ்சிட்டுகள் மறுநாளில் நடக்கப் போகும் ஆங்கிலத் தேர்வில் வரப்போகும் கேள்விகளையும், அந்தக் கேள்விகள் என்னும் யுத்தக் கருவிகளை எளிதில் மடக்கும் எத்தனங்கள் பற்றியும் விரிவாகச் சர்ச்சித்துக் கொண்டிருந்தார்கள். தன் வம்சரத்தம் திடீரென இதயத்தில் பலமாய்க் கட்டியாகிவிட்டதைக் கண்ட ஜான், அந்த இருவரில் பச்சைப் பாவாடை உடுத்தியிருந்த பெண்ணின் சௌந்தரிய லாவண்யங்களைக் கண்திறக்கும் நேரத்தில் மனச்சிறையில் பூட்டிவிட்டான். அதன் பிறகு அந்தச் சிறு பறவையானது அவனது மனவெளியின் புற்களுக்கு மேல் பறக்க ஆரம்பித்தது கண்டு, அதனை அடித்து வீழ்த்த விரும்பிய கணித அம்புகளையும், ஆங்கில மாதுவின் தந்திரங்களையும், பிற சாஸ்திரங்களின் கவைக்குதவாத விஷயங்களையும் வெற்றி கொண்டுவிட்டான். தன் மகன் கணித சூத்திரங்களை மனதில் இரவும் பகலும் ஜபித்துக் கொண்டிருக்கிறான் என்று நம்பிய சிநேகப்பூ, தேர்வு ஜுரம் இப்படித் தன்மகனை வாட்டுவதறிந்து பரிதவித்துத் தூங்கும் காலங்களில் ஒருநாள், அவன் வாயின் வழியொரு பச்சைக்கிளி புகுந்து மனவெளி யில் கூடாரம் போட்டுக் காலையிலும் மாலையிலும் அதன் நிழலைப் பதித்துவிட்டதையும், அதனால் தன் மகன் ஜபிப்பது கணித சூத்திரங்கள் அல்லவென்றும் அம்மங்கை என்னும் கிளியின் நாமமே என்றும் அறிந்தாள்.

பச்சைக்கிளி மனதில் புகுந்துவிட்டபின் மகன் மிகவும் வாடி விட்டதையும், தன் ரத்தத்தினால் சிருஷ்டிக்கப்பட்ட மகனது இதயம் கிளியின் கனவுகளால் சஞ்சலமடைந்ததைத் தனக்கு மிகக் கச்சிதமாகக் காட்டி விட்ட அவனுடலின் ரத்தவாடை பற்றியும் ஒருநாள் சிநேகப்பூ வயதுக்கால நோய் குணமாகிக் கடைக்குச் சென்று கொண்டிருந்த ராசப்பனிடம் கூறினாள். ராசப்பன் கூறினார்: 'உன் ரத்தவாடை மூலம் பெறும் செய்தி மீது எனக்கு என்றும் அசைக்க முடியாத நம்பிக்கை இருந்தாலும், ஜான் போன்ற படித்து மனதை மென்மையான தாள் போலாக்கிவிட்ட சிறுவனிடம், நம் வம்சத்து ராக்ஷஸப் பட்சிகளின் நகப்பலம் மிக்க காதல் ஞாபகமே தோன்ற

measurable function on
are measures defined

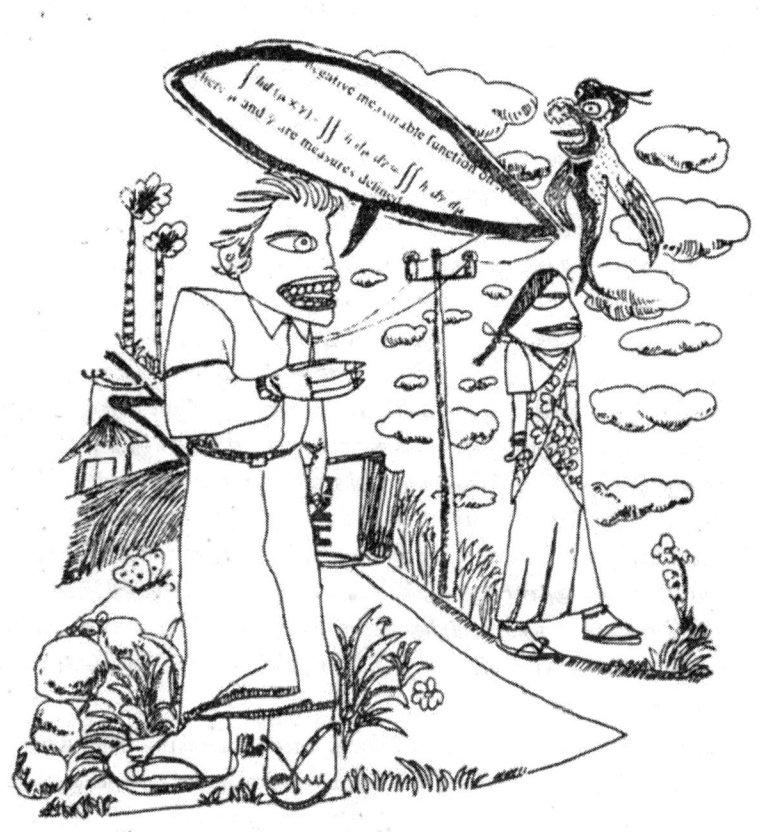

முடியாதென்று அவனைப் பள்ளிக்கு அனுப்பிய அன்றே அறிந்து வைத்திருக்கின்றேன்.' பின்பு கவலைப்படாமல் தன் வேலைக்குப் புறப்பட்டுப் போனார்.

யாருக்கும் சொல்லாமல் தன் மகனுக்குள் புகுந்துவிட்ட ஒரு பெண்கிளி அவனைத் தன் கூரிய நகத்தால் ரத்தம் சொட்ட வைப்பது கண்டு பெரும் துக்கத்தை மனதிற்குள் ஊற்றி நிரப்பிய சிநேகப்பூ, தன் நடமாட்டத்தில் ஒரு பலவீனம் புகுந்துவிட்டதைக் கண்டாள். தன் ரத்தக் கொடியில் தொங்கிக்கொண்டு தன் நிழலையன்றி எதையு மறியாது வாழ்ந்த ஒரு பாலகன் திடீரென பனங்காட்டு நிழலில் நின்ற ஒரு ஜந்துவை மனதிற்குள் கதவு திறந்து அனுமதித்தான் என்பதை எண்ணியபோது, அவளது ஐம்புலன்களையும் கனவானது வடத்தால் இறுக்கிக் கட்டியது. உணவு உண்ணுவது குறையலாயிற்று, நீர் அருந்துவதையும் குறைக்கலானாள் (உணவு உண்ணுவது குறைந்த போது பயப்படாத ராசப்பன், அவள் நீர் அருந்துவதைக் குறைத்த போது பயப்படலானார். அவளது ரகசிய எண்களில் அவள் நீரால் உற்பவித்தவள் என்று எழுதப்பட்டிருந்ததை அவர்கள் திருமணத்தின் போது மாந்திரிகன் ஒருவன் தெரிவித்திருந்ததே அதற்குக் காரணம்) ஒருநாள் கனவுகள் கண்டுகொண்டு நீர் அருந்துவதை நிறுத்தியும், கண்களைத் திறக்காது புலம்பிக் கொண்டுமிருந்த சிநேகப்பூ, ஓர் உலர்ந்த ஓணானாய், அவர்கள் வீட்டுப் பின்புறமிருந்த முள் வேலியில் கள்ளிமுற்களுக்கிடையில் ஓடிக் கொண்டிருந்தாள். நல்லவேளையாக அங்கு வந்த ராசப்பன் தனது ரகசிய சக்தியை அழைத்து, 'பர்த்தாவான நான் அழைக்கிறேன் வா' என்று சொல்லி அந்தக் காய்ந்த ஓணானை நீர்த்தொட்டியில் போட்டு இரண்டு நாள்கள் கழித்துப் பார்த்தபோது சிநேகப்பூ குளித்தெழுந்து வந்ததைக்கண்டார்.

தனது காதலால், மிகவும் பௌத்திரமானவளும், உதிரத்தைப் பாலாக ஊட்டி இத்தனை நோய் நொடி களிலிருந்து காத்தவளுமான தாயானவள் இத்தகைய சொல்லொணாத் துக்கத்தில் வாழ்கிறாள்; அவ்வப் போது வேலியில் ஓணானாய் (நீர் குடிக்க மறுத்து) ஓடுகிறாள் என்ற செய்தி எதுவும் தெரியாத ஜானுக்குத் தேர்வு நடந்ததோ, தான் எழுதிய வெள்ளைத் தாள்கள் அந்தப் பச்சைக்கிளியின் நாமத்தால் தினம் நிறைந்ததோ ஞாபகத்திற்கு வராதபடி ஞாபகத்தை அந்தச் சிறு பெண் எடுத்துவிட்டுப் போயிருந்தாள். அதன் பின் ஜான் வீட்டிற்கு வருவது பெரும்பாலும் ஒழுங்கற்றதாய் மாறியது. பனைமரங்களின் நிழல்களில் காத்துக் கிடந்து, அந்த மங்கை வராத நாள்களில்

அவளது ஞாபகக் கிளியை அழைத்துத் தனது மனதுள் இருக்கும் முள்வேலிக்குள் முளைத்த புல்லிற்குமேல் ஓடவிட்டும், பாட வைத்தும், சந்தோஷம் கொள்ளலானான். உள் நோக்கிப் பார்க்கும் பார்வையின் பழக்கம் கொண்ட தால், வெளியுலகில் அவன் யாரைப் பார்த்தாலும், பார்வை யார் மீதும் பதியாமல் தத்தளித்தது. திடீரெனப் பேசியும் திடீரெனப் பேசாமலும் ஆகிப்போன ஜானைப் பார்த்து யாரும் அதிசயமோ வெறுப்போ அடையவில்லை. அவ்வூரில் கல்விக்காகச் சென்று, யாராவது ஒருசிறு பெண்ணின் நிழல்பட்டு ஞாபகங்களைக் காயப்படுத்திப் புண்ணை மனதில் தாங்க ஆரம்பித்த இளைஞர்கள் பலர் அந்த மாதிரி ஆகிப்போனது அந்த ஊரில் சகஜமாகத்தான் இருந்தது. ஆங்கிலக்கல்வியின் பெருமை பற்றிப் பேசியவர்கள்கூட இன்றுவரை ஆங்கிலக் கல்விக்கூடங்களில் உற்பத்தியாகும் இந்த நோயைப்பற்றி முழுப்புரிதல் இல்லாதவர்களாகவே இருந்தார்கள். அதிக நாளான பழங்களில் அழுகல் விழுவதுபோல் இந்த ஸ்திரீ நிழல்விழும் மனங்களிலும் நோய்கள் உருவாயின. அந்தப் பள்ளிக் கூடங்களிலிருந்து தப்பிப் போகிறவர்கள் மிகச் சிலராகவே இருந்தனர். இந்த நோய்க்கு ஆளாகி, கனவு தின்ன ஆரம்பித்துப் பாழானவர்களில் மிகப் பிந்திய உதாரணமாக இப்போது பலரும் ஜானைச் சுட்டிக் காட்டிப் பேசினார்கள்.

அந்த ஊரிலிருந்து பள்ளி இறுதித் தேர்வு எழுதிய பல மாணவர்களும் மாணவியர்களும் தேர்வு முடிவு தெரிந்துகொள்ள தினத்தந்திப் பேப்பரைப் பார்த்துக்கொண்டிருந்தபோது, மனதிற்குள் குடியிருந்த கனவுகளின் அதீத தாக்குதலால் படுகாயமுற்ற, இரவையும் பகலையும் பாதையாக்கி அலைந்துகொண்டிருந்த ஜான், தினத்தந்திப் பேப்பரை வாங்கி அந்தப் பெண்ணின் எண்ணைத் தேடிக் கொண்டிருந்தான். அவள் எண்ணைக் கண்டபின்பு, தன் எண்ணைத் தேட, அதனை பத்திரிகைக்காரனும் அனாவசியமாக உதாசீனப்படுத்தி விட்டான் என்று கண்டு கோபம்கொண்டான். அப்போது, அங்கிருந்த ராசப்பனுக்கு வேண்டிய சிலர் ஜானின் மனதிற்குள் ஏறிய கெட்ட பேயின் மூர்க்கத்தனம் பற்றி அறிந்து, ராசப்பனிடம் சென்று சொன்னார்கள். கடையின் சிப்பந்தியை அனுப்பி, தினத்தந்திப் பேப்பரைக் கிழித்துத் தின்றுகொண்டிருந்த ஜானை வீட்டிற்கு வலுக்கட்டாயமாக அழைத்துப்போக ஏற்பாடு செய்தார், ராசப்பன்.

வீட்டிற்குப் போய் கையும் காலும் கட்டப் பெற்றுச் சில நாள்கள் ஞாபகத்தால் காயமுற்றுக் கிடந்த ஜானை அரித்துக்கொண்டிருந்த சிறு பெண், தன் நிழல்பட்டு ஓர் இளைஞன் சித்தசுவாதீனம்

ஏற்கனவே சொல்லப்பட்ட மனிதர்கள் ✦ 77

இழந்ததை அறியாது, தான் மட்டும் வெற்றிபெற்று-ஆங்கிலத் துரைகளின் கையிலிருந்து தப்பிப் புகுந்திருந்த கல்வியைத் தன் ஆளுகைக்குள் கொண்டுவரும் பொருட்டுக்-கல்லூரிக்குப் படிக்கப் போய்க்கொண்டிருந்தாள். வீட்டைவிட்டு வெளியில் அலைந்து கொண்டிருந்த ஜான், தன் மனதினுள், பல மாதங்களாகப் புகுந்து தன் மனதைச் செதில்போல் அரித்து மனதின் பலத்தைத் தின்று கொண்டிருந்த ஒரு பெண்ணின் பெயர், ஒரு நாள் ரோட்டோரத்தில் எழுதப்பட்டிருந்ததைக் கண்டு இரண்டு மூன்று நாள்களாக அந்தப் பெயரோடு பேசிக்கொண்டிருந்தான். இரண்டு மூன்று நாளாகியும்கூட தன்னுடன் பேசாத பெயருக்காக மிகவும் ஒலியெழுப்பிப் பரிதாபமாக அழுத ஜானை, அவன் தம்பி பால் வந்து சிரித்தபடி அழைத்துச் சென்றான். தன் தமையனை வீட்டிற்கு அழைத்துச் சென்றபின் அந்த இடத்தில் ஜான் ஏன் இரண்டு நாளாகப் புலம்பிக்கொண்டிருந்தான் என்று பார்க்கப்போன பால், அந்த இடத்தில் எதுவும் இல்லாமலிருப்பதைக் கண்டு மிரண்டான். அந்த ஏதும் இல்லாததிலிருந்து அர்த்தம் கண்டு அதற்காக மிகவும் கவலையுறும் தனது குடும்பத்தினரின் பல செயல்களும் அவனுக்குப் பிடிபடாமலே இருந்தது. ஒருநாள் இந்த மாதிரியான தன் குடும்பத்தவர்களின் செயல்களை மறைமுகமாகக் குறிப்பிட்டுத் தன் தாய் சிநேகப்பூவிடம் பேசிக்கொண்டிருந்த பால், தான் மட்டும் தன் குடும்பத்தில் எந்த ஒட்டுறவும் இல்லாமல் அவர்களின் இரத்தக் குணமும் வராமல் வளர்வதைக் கண்டறிந்தான்.

சில மாதங்கள் கழித்து ஜான் தான் படித்திருந்த கணித சூத்திரங்களும், சரித்திரத் தகவல்களும், ஆங்கிலப் பாடல்களும் திடீரென மழை விழுந்த பின் எழும் புற்றீசலாய், தன் மண்டையைப் பெருத்த ஆரவாரத்துடன் எழுந்து சுற்றுவதைச் சிறு குழந்தைபோல் சிணுங்கியபடி தன் தாய்க்குக் கூறினான். தாய் அதைக் கேட்டுத் தன்மகனை இதுநாள் வரைப் பிடித்தாட்டியது சந்தேகமில்லாமல் மோகினிப் பேய்தான் என்றும், தங்கமான தன்மகனை இனி எப்பாடுபட்டாவது அப்பேய் வசம் ஒப்படைப்பதில்லை என்றும் சூளுரைத்தாள். அன்றிலிருந்து அவனை வீட்டிலேயே குளிப்பாட்டிப் பராமரித்தாள்.

ஆனால் ஒருநாள், தாயின் கையால் எண்ணெய்ப் பூசி குளித்து எழுந்தவனின் மீது அவனது வீட்டு வாசல் நிழல் விழுந்தபோது, தன் பழைய ஆன்மாவில் இறகுகளாக முளைத்திருந்த ஒருசிறு பச்சைப் பாவாடைப் பெண்ணின் ஞாபகம், எதிர்பார்க்காதபடி மீண்டும் ஏற்பட்டது. அப்போது, 'உன்னை இதோ என்ன செய்கிறேன் பார்'

என்று கூறிக்கொண்டே சிநேகப்பூ பக்கத்து வேப்ப மரத்திலிருந்து நிறைய வேப்பிலைகளைப் பறித்துக்கொண்டு வந்தாள். மூலையில் போய்ப்படுத்திருந்த மகனைப் பிடித்த பேயை அதிக நேரம் வேப்பிலைகளால் அவள் அடித்துத் துரத்திக்கொண்டிருந்தாள். அவள் அடிக்கும் போது தன் மனதில் புகுந்திருக்கும் கனவுராணியின் நிழலுக்கு எந்தவித ஊறும் ஏற்படக்கூடாதென எண்ணி, தன் நெஞ்சுப் பகுதியில் வேப்பிலை அடிகள் விழாதவாறு தடுத்தான், ஜான். இரண்டுநாள்கள் ஒரு ரகசியத்தால் கட்டுப்பட்டுப் படுத்தவன்போல் கிடந்தவனை, மூன்றாம் நாள் பாதிரியார் வந்து பார்த்து, சீடப் பிள்ளையிட மிருந்த மந்திரித்த புனித நீரைத் தெளித்து அவன் படுத்த கட்டிலருகில் ஒரு மெழுகுவர்த்தியையும் கொளுத்தி வைத்துத் தலைமாட்டிலிருந்த காற்றில் ஒரு சிறு சிலுவை அடையாளமும் வரைந்து விட்டுச் சென்றார்.

ஊர்ச் சர்ச்சில் மீண்டும் சச்சரவு தொடங்கியபோது பழைய பாதிரியார் ஊரைவிட்டு மாற்றத்தில் போய்விட்டார். கொஞ்ச நாள்கள் வேலையின்றிக் கூடியிருந்து பீடி புகைத்துப் பீடிப்புகையை வளையமாக்கிய யூனியன் உறுப்பினர்கள் மீண்டும் கேரளத்தில் கம்யூனிஸ்டு ஆட்சி வந்துவிட்டதால் யூனியனுக்கு புதிய உயிர் புதிய மாவட்டத் தலைவர் உருவத்தில் வந்ததென்றார்கள். யூனியனுக்கு மீண்டும் சூடுபிடித்து ஊரின் கம்யூனிஸ்டுகள் சர்ச்சின் முன்பிருந்த பொது மைதானத்தில் ஒரு கம்யூனிஸ்டு கூட்டத்தையும் நடத்தி விட்டனர். மறுநாள் கிறிஸ்தவர்களான நாடார்களுக்கும், கம்யூனிஸ்டு களான முஸ்லிம்களுக்கும் நாயர்களுக்கும் இரண்டு மூன்று இடங்களில் மோதல் ரூபத்தில் வர்க்கப்போர் நடந்தது. இந்த வர்க்கப்போர் புரட்சிக்கு வழிவைப்பதற்குப் பதில் ஆஸ்பத்திரிக்கு வழி வைத்தது. தக்கலை அரசாங்க ஆஸ்பத்திரியில் பலர் அனுமதிக்கப் பட்டனர். கிறிஸ்தவர்களாக இருந்த மீனவர்கள், ஊர்ப் பாதிரியார் ஒரு நாடார் என்றறிந்து கிறிஸ்துவின் திருச்செய்தியைக் கொஞ்சம் மறந்திருந்தார்கள். மதத்தையும், அரசியலையும் ஜாதி அடிப்படையில் கணிக்கும் அந்த ஊரில் அடுத்த வாரத்தில் நடந்த பொதுக்கூட்டத்தில் யாரோ தமிழ்நாட்டிலிருந்து வந்த ஒரு கம்யூனிஸ்டுக் கட்சித் தலைவர் முதலில் இங்கிலீஷில் ஆரம்பித்து, மக்கள் இன்னும் அந்த மொழியைக் கற்கவில்லை என்பதறிந்து பின்பு தமிழில் பேசினார். ஆனால் அந்தக் கூட்டத்தில் தலைமை தாங்கியவர் ஊரில் பலராலும் வெறுக்கப்பட்ட, முன்னொரு முறை வாழைக்குலை திருட்டில் மாட்டி இப்போது வசதியுடனிருக்கும் எ.சார்லஸ் என்ற கிறிஸ்தவ

நாடாராகும். இந்தக் கம்யூனிஸ்டுக்காரர், தேக்கம்பாலை எஸ்டேட்டில் தொழிலாளர் யூனியன் தலைவராக அந்த ஆண்டு தேர்ந்தெடுக்கப் பட்டிருந்தார். நன்றாகக் காசு தட்டுகிறார் என்று அவரது பழைய நண்பர்கள் கூறினார்கள்.

அதற்கடுத்த வாரத்தில் அந்த ஊரில் கலவரம் ஒன்று மனிதர்களின் மனதில் உருவாகலாம் என்று பலர் பேசிக்கொண்டார்கள். அந்நேரம் அந்த ஊரில் பெண்ணெடுத்து மதுரையில் டெய்லராக இருக்கும் ஒருவர், முதன்முதலாக, 'நாம் தமிழர்' கட்சியின் கொடியை ஏற்றினார். அதன் நிழலால் ஊரில் பரவிவரும் கெட்ட தேவதைகள் நீங்குவார்கள் என்று நம்பி அவருடைய மாமனாரின் வீட்டில் அக்கொடியை ஏற்றினார். அது மட்டுமின்றி, அந்தக் கட்சியின் கொள்கைகளுக்காக எந்த நேரமும் தனது உயிரை விடுவதற்குச் சித்தமாக இருப்பதையும் கூறிக்கொண்டிருந்தார். பெயர் தெரியாத சமாச்சாரத்திற்காக இவர் உயிர்கொடுக்கப் போவது பற்றி ஜனங்கள் அதிகமாகப் பேச ஆரம்பித்த போது புரியாத புதிரை மனதில்கொண்டு வந்த அந்த மதுரைக்காரரான டெய்லருக்கு அவருடைய மாமனார் இப்படிக் கூறினார்: 'நீங்கள் என் பெண்ணை வைத்து ஆயுள் வரைக் காப்பாற்றுவீர்கள் என்பதற்காகத் தான் அவளுக்கு இவ்வளவு நகைகளும் போட்டு உங்களுக்குத் திருமணம் செய்து வைத்தேன். நீங்கள் ஏதோவொன்றிற்கு உயிர் கொடுக்கப் போவதாகக் கூறிக்கொண்டு திரிகிறீர்களாம். அப்படி என் மகளை நிர்க்கதியாக விடும் உத்தேசம் இருந்தால் உங்கள் மனதிலிருப்பதை வெளியே காட்டி விட்டு மரியாதையாக என் மகளை இங்கேயே, இப்போதே விட்டுவிட்டுப் போய்விடலாம்'. மதுரைக்கார டெய்லர் அடுத்த ஒரு வாரம் எங்கும் யார் கண்ணிலும் படவில்லை. மனதில் இருந்ததுதான் அவரை வெளியில் விடவில்லை என்றார்கள் சிலர். நாம் தமிழர் கட்சிக் கொடியும் ஒரு மதுரைக்காரர் தோற்றமும் சற்றுப் பரபரப்பை உண்டு பண்ணினாலும் தோன்றிய பரபரப்பு கொடியின் மறைவுடனேயே அதிக சர்ச்சையைக் கிளப்பாமல் மறைந்துவிட்டது. அக்காலங்களில் தேவதைகளோ ஆவிகளோ வழக்கமாக ஊரில் வெளவால் உருவத்தில் வந்து மலஜலம் கழித்ததன்றி வேறெதுவும் செய்யவுமில்லை.

ஆனாலும் அந்த ஊரில் இன்னொரு விஷயம் கிளம்பியது. ஞாயிற்றுக்கிழமை 'ஞான உபதேச' வகுப்பிற்குச் சென்று கொண்டிருந்த ஒரு பையன் திடீரென்று மூத்திரம் வந்தபடியால் சர்ச்சின் முன்புள்ள கடைகளுக்கிடையில் 'ஒன்று'க்கு இருக்கப் போகும்போது ஒருவர் கொஞ்சம் பேரை அமரவைத்து மலையாளத்தில் பேசிக்

கொண்டிருந்ததைக் கேட்டுவிட்டான். நாடார்களின் குலதெய்வம்தான் மூத்திர ரூபத்தில் அந்தப்பையனின் மூத்திரக் காய்களுக்குள் புகுந்தது என்பது பலரது பலமான யூகம். அந்தப் பேச்சு வெளி நாட்டிலிருந்து வந்த தத்துவம் பற்றியது என்று மலையாளத்தில் அந்த மனிதர் கூறி, அந்தத் தத்துவத்தின் சாராம்சத்தை விளக்கியதைப் பையன் ஒளிந்து கேட்கலானான். அந்தப் பையன் எதிர்பார்த்தது போலவே வெளிநாட்டுத் தத்துவமும் அல்ல, ஒன்றும் அல்ல. அவரது மனதில் நிறைந்திருந்த விஷம் வார்த்தைகளின் ரூபத்தில் சிறு சிறு புழுக்களுடன் வெளிப்பட்டது, அவ்வளவே. அது அந்த ஊர் முஸ்லிம்களுக்கும் கிறிஸ்தவர்களுக்கும் இருக்கும் ஊர்ச்சண்டை பற்றியதுதான். நான்கு பேர் கூடி ரகசியமாய்ப் பேசுவது வம்புக்கான விஷயம்தான். பிரச்னைகளைப் 'பலாத்காரம்' மூலமே தீர்க்கமுடியும் என்று அந்த மனிதர் மலையாளத்தில் கூறினார். பலாத்காரம் என்ற மலையாள வார்த்தைக்கு 'அடிதடி' என்று அர்த்தம் என சாதாரண வார்த்தையில் கூறினார். கம்யூனிஸத்தின் மூலாதாரம் இதுதான் என்றார். பாம்பின் விஷம் வெளிப்படுவது இப்படிதான் என்று பையனின் மூளை சொன்னது. கம்யூனிஸ்டுகள் என்பது அந்த ஊரில் நாடார் களுக்கு எதிரானவர்களைக் குறிக்கும் வார்த்தை. எனவே அடுத்து நடக்கப்போகும் கலவரத்தில் தன் சாதி நாடார்களைச் செம்மையாக அடிக்கவேண்டுமென்று கேரளத்திலிருந்து வந்த அந்த நபர் வெளிநாட்டுத் தத்துவத் துணையுடன் கூறுகிறார் என்று புரிந்த பையன் ஞான உபதேச வகுப்பிற்குப் போகாமல் நேராக ஊருக்குள் ஓடினான்.

ஞானஉபதேச வகுப்பிற்குச் செல்லாததால் நரகத்தில் நெருப்பில் சுடப்படும் ஆபத்தைக் கூடப் பொருட்படுத்தாமல் ஓடினான். ஊரில் இருந்தவர்கள் பையனின் சாமர்த்தியத்தை மெச்சினார்கள். தங்களைப் பாதுகாக்க வேண்டிய காரியங்களில் ஈடுபட்டார்கள். பல வீடுகளில் நீண்ட தடிகளும் கத்திகளும் கம்பிகளும் சாதியைக் காக்கும் பொருட்டு பாதுகாக்கப்பட்டன. சிலவேளை சாதியும் கத்திகளும் மனிதர்களும் இருளில் கூடிக்குலாவியதும் உண்டு. அந்தக் கேரளத்து மனிதர் மீசை வைத்துக் கொண்டு அலைந்து திரிந்ததால், வழக்கமாய் மீசைக்குள் ஒளிந்துள்ள மந்திரங்களை ஊர்ப்பெரியவர்களிடம் இளைஞர்கள் விரைவாய்க் கற்றனர். அடிமுறைகளிலும் பல உடல் வித்தைகளிலும் திறமையான ஆசானாகத் தான் அவர் இருக்க வேண்டுமென்று நாடார்களில் மூத்தத் தலைவர்கள் ஊகித்தார்கள். ஊரில் வெயிலுடன் பரவும் கலவரத்தையும், மனிதர்கள் மனதில்

ஒளித்துவைத்த வார்த்தைகள் தலைகளை வெட்டப் புறப்படுவதையும் பல நாள்களாக எதிர்பார்த்த பையனுக்கும், ஊருக்கும், முஸ்லிம்களும் பிறசாதிகளும் எந்தக் கலவரத்தையும் தொடங்கவில்லை என்பது பெரிய மர்மமாக இருந்தது. கம்யூனிஸ்டுகளின் மனதில் புகுந்த வார்த்தைகள் அவர்களின் உள்ளிருக்கும் தலைகளையே பலி கொண்டன என்று பின்பு ஒருநாள் ராசப்பனிடமிருந்து அறிந்தார்கள். அப்படி அறிந்த தினம் ராசப்பன் வழக்கமான வயது கால நோய்வாய்ப் பட்டிருந்தார்.

அதன் பிறகு அந்த மீசைக்காரக் கேரளத்து மனிதர் ஊருக்குக் கிழக்கே இருக்கும் குளத்தில் அடிக்கடிக் குளித்துக் கொண்டிருப்பதைப் பலர் கண்டனர். பல பள்ளிக்கூட இளைஞர்களும் அந்த மனிதருடன் குளித்தபடி அடிக்கடிக் காணப்பட்டனர். அவர் அந்த இளைஞர் களுக்குப் பலப்பலக் கதைகள் சொல்லிக் கொடுப்பதாகவும், அந்தக் கதைகளில் வரும் பாம்புகள் சீமாட்டிகளைப் பிடித்து அவர்களின் கர்ப்பப்பைக்குள் விஷத்தைச் செலுத்துவதாகவும் ஊரில் வதந்தி பரவியது. அதுபோலவே அந்த மனிதர் சாரைப்பாம்பு சாதி என்றும், அதனால் தான் வேறெங்கும் காணப்படாமல் அடிக்கடிக் குளத்தில் மட்டுமே காணப்படுகிறார் என்றும் இன்னொரு வதந்திப் பரவியது. அந்த இளைஞர்கள், 'நீங்கள் எந்தச் சாதி ?' என்று கேட்டபோது, 'நான் சாரைப் பாம்பு சாதி' என்று அந்த மனிதரே சொன்ன செய்தி ஒருநாள் வெளிப்பட்டது.

பாதிரியார் வந்து காற்றில் விரலால் ஒரு பாடுபட்ட சிலுவையைப் பதித்துவிட்டுச் சென்ற அரைமணி நேரத்தில், காற்றில் எழுதப்பட்ட சிலுவை அடையாளம் ஜானுடைய மனதிற்குள் புகுந்து அவனது மனதை அரிக்கும் நினைவைக் கட்டுப்படுத்தியதாலோ என்னவோ, ஜான் சுகமான ஒரு நித்திரையால் அடித்துச் செல்லப்பட்டதாக உணர்ந்தான். பெரும் சப்தங்களை மூச்சு வழி எழுப்பி, மனதில் தலைகீழாய்த் தொங்கிய ஆவிகளை விரட்டியபின், திடீரென எழுந்து சட்டையையும் வேட்டியையும் எடுத்து அணிந்த ஜான், புதிதாக வைக்கப்பட்ட கண்ணாடிக்கு (பழைய கண்ணாடி இரண்டாய் உடைந்து பார்ப்பவரைப் பிளவுடன் காட்டியது) முன் சென்று நின்று சீப்பால் வழிய வழிய தலைசீவிக்கொண்டு கொஞ்சம் பவுடரையும் பூசிவிட்டு விடுவிடென நடந்தான். அவனையே கண் கொட்டாமல் பார்த்த சிநேகப்பூ பதறியபடி ஓடிவந்து அவனைப் பிடித்தாள். 'அம்மா! எனக்கு ஒன்றும் இல்லை. இதோ வந்துவிட்டேன்' என்று சர்வ சாதாரண மாகப் பேசிக் கொண்டு புறப்பட்டான்.

தன் மகனுக்கு எந்த நோயும் இல்லை; பாதிரியார் காற்றில் வரைந்த சிலுவை அவ்வீட்டினுள்ளிருந்த ஜானைப் பிடித்த அழுக்கைச் சுத்தப்படுத்தி அவனை ரட்சித்துவிட்டது என்று எண்ணிய சிநேகப்பூ, எதற்காக இப்படி ஓடுகிறான் என்று புரியாது ஓரளவு பயந்தபடி நின்றாள். பின்பு திடீரென சப்தம் அதிகமானதைக் கேட்டு ராசப்பனின் தந்தை படுத்திருந்த அறைக்கு வந்தாள். அவர் யாருடனோ மல்யுத்தம் செய்யும் நினைவில் கிடந்ததால் அவர் முகம் அசாதாரணமாக இருந்தது. 'கபிரியேல் சம்மனசுபோல், அவர் சிலுவையின் உதவியால் ஜானைக் கட்டுப்படுத்தும் ஆவிகளை மல்யுத்தம் செய்துவென்று ஜானை ரட்சிக்க இன்னும் முயலுகிறார்' என்று தன் வீட்டின் காவல் தெய்வமாய் செயல்பட்ட தன் மாமாவை நன்றியுடன் நினைவு கூர்ந்தாள் சிநேகப்பூ.

விடுவிடு என்று ரோட்டோரமாய் நடந்த ஜான், நாகர்கோயிலிலிருந்து புறப்பட்டுச் சரியாக நான்கு நாற்பதுக்கு ஊர் வந்து சேரும் பிபிஎம் பஸ்ஸிலிருந்து இறங்கிய பச்சைப்பாவாடை உடுத்திய பெண்ணைப் பார்த்தபடி கண்களில் நீர்வழிய நின்றான். திடீரென இத்தனை மாதங்களாய் தன் நினைவுகளுக்கும் கனவுகளுக்கும் பொறுப்பாய் இருந்த ரகசிய ஸ்திரீ, பஸ்ஸிலிருந்து இறங்கித் தன் தோழி ஒருத்தியுடன் நடந்துபோனதைப் பார்த்த ஜான், என்ன செய்வதென்று அறியாதவனாய் மேலும் மேலும் கண்ணீர்விட்டவாறே நின்றான். கண்ணீர் வழி புறப்படும் துயரப் பூச்சிகளை அவனுள் எழுந்த அகக்கண் கண்டது.

துயரப்பூச்சிகள் அவனிடம் ஏதோ சொல்ல, திடீரென வெறி பிடித்தவன்போல் ஓடிச்சென்று அவள் முன் நின்று, 'உன்னை இத்தனை நாள் என் மனதின் ரகசிய அறைக்குள் வைத்திருந்தேனே; எப்படித் தப்பித்துத் தினமும் நீ கல்லூரிக்குச் சென்றுகொண்டிருக்கிறாய்?' என்று ஜான் கேட்டான்.

'நீ யார்?' என்று பயந்தபடியே கேட்ட அந்தப் பெண் வேகமாக நடக்க ஆரம்பித்தாள். அந்தப் பெண்ணின் தோழி, 'இது தெரியுமாடி உனக்கு, அந்தப் பழைய வீட்டு ராசப்பன் வியாபாரியாருடைய மூத்த மகன் இது. ஐயோ பாவம், என்ன கஷ்டமோ, இப்படிச் சித்த சுவாதீனமில்லாமல் அலைகிறான்' என்று கூறிவிட்டு இருவரும் நடந்தனர். அந்த இடத்தில் யாரும் இல்லை என்பதை உணர்ந்த ஜான், 'என் இதயத்தைக் கொத்திச் சென்ற கிளியே! உன்னைப் பனை மரங்களிடையில் நீ பள்ளியிறுதிக்குப் படித்துக்கொண்டிருக்கையில்

பார்த்துப் பரவசமாகி மனதைப் பறிகொடுத்தது உனக்குத் தெரியாதா? காதலால் மனமகிழ்ந்த என்னைப் பைத்தியம் என்றா சொல்கிறாய்?' என்று பக்கத்தில் செல்லாது தூரத்தில் நின்றபடியே கேட்டான். அவ்விரு பெண்களும் 'இவன் சினிமா வசனம் நன்றாகப் பேசுகிறானடி' என்று கூறிச் சிரித்தபடியே போய்விட்டனர்.

அப்பெண்ணின் உயிர் ஒரு நாகப்பாம்பாய் தன் மனதில் சுற்றிக் கிடப்பதைக் கண்ட ஜான் வெகு வேகமாய் வீட்டிற்கு வந்தான். இரு பெண்கள் தன் காதலைச் சித்த சுவாதீனமாய் கேவலப்படுத்தியதைப் பொறுக்காது பழையபடி முன்பு படுத்த இடத்தில் படுத்துக் கொண்டான். தான் மிகுந்த தலைவேதனையால் துடிப்பதைச் சொன்னபோது, இஞ்சி இடித்துக் கஷாயம் போட்டுத் 'தலை வேதனையை விரட்டு' என்று வடக்குத் திசைக்குக் கூறிக் கொடுத்தாள் தாய். வேதனையால் உடலை நெளித்து முறித்தவனைத் தூரத்தில் பரிதாபமாய் பார்த்தபடி நின்ற தாய், அருகில் வந்து வெந்நீர் ஒத்தடம் கொடுத்தவுடன் ஒரு பச்சைப் பாம்பைக் கொன்றுவிட வேண்டுமென்ற வெறி இவனுக்குத் தீவிரமானது. அப்போது ரொம்ப நாளாகத் தாங்க முடியாத ஒரு பெரிய வாந்தியை எடுத்தான். மஞ்சளாயும் பச்சையாயும் போன்ற திராவகம் போன்ற பொருளைப் பார்த்த தாய் கை விரல்களால் அப்பொருளைத் தொட்டுப் பார்த்து, 'இனி உன் நோய் போய்விடும் மகனே. உன்னை இந்தப் பாடுபடுத்திய பேய்களின் ஏவலால் வந்த நஞ்சுக் கொடி இதோ போய்விட்டது' என்று காட்டினாள். அதனைக் கேட்காது பச்சைப் பாவாடை உடுத்திய நாகப்பாம்பைத் தன் மனதிலிருந்து விரட்டி அதன் ரத்தத்தைக் குடிப்பதில் தீவிரமாயிருந்த ஜான் மனதில் அந்தப் பெண்ணின் நினைவுகள் ஒட்டிய இடங்களில் அம்புகளை எய்துகொண்டிருந்தன. ஒரு கேவலமான பச்சைப் பாவாடை உடுத்திய பெண் அந்த ஊரில் மிகப் பழம்பெருமை கொண்ட குடி ஒன்றில் பிறந்த மூத்த பையனான தன்னை ஒரு பொருட்டாகக் கருதாமல் இப்படி உதாசீனம் செய்துவிட்டாளே என்ற வேதனை அவனைத் தின்று தீர்த்துக் கொண்டிருந்தது.

அன்று படுத்தவன், நடுஇரவில் தன் தாத்தாவும் அவரது மகனும் செய்வதுபோல் மல்யுத்தம் ஒன்றை உருவமற்ற ஞாபகங்களுடனும் அந்த ஞாபகங்களைத் தரும் மூலகாரணங்களுடனும் தானும் செய்யலானான். அவனது தாத்தாவின் உடலில் புகுந்துவிட்ட பாதாள லோக நபர்கள் எப்படிப் பிரளய காலப் பேரிரைச்சலை ஏற்படுத்திப் பேரொலியுடன் அவர்களது அட்டகாசத்தை நடத்திக்

கொண்டிருப்பார்களோ, அதுபோல் அன்று சூரியக்கதிர்கள் கிழக்கிலிருந்து புறப்படும்வரை, ஜானின் உடலின் ரகசிய ஸ்தலங்களிலிருந்து சப்தங்கள் கேட்டுக்கொண்டேயிருந்தன. தாத்தாவையும் தந்தையையும் போல் மூன்றாம் தலைமுறையைச் சார்ந்த கன்னிகூட கழியாத ஜானும் ஆகிப் போவானோவென்று வீட்டுவேலைகள் என்னும் ஒரு நித்திய சாபத்தின் கொடும் தாக்குதலைப் பற்றிப் புலம்பிய வாறு, வீட்டு நடையில் கால் வைத்தவாறு அமர்ந்திருந்த சிநேகப்பூ கவலைப்பட்டாள். திறந்த ஜன்னல் வழியாகவும் ஆங்காங்கு உடைந்திருந்த ஓடுகள் வழியாகவும் சூரியக்கதிர்கள் புகுந்து ஜானின் வேதனைகள் பொதிந்த உடலின் உணர்வுக் கண்கள் மீது விழுந்தவுடன் மெதுவாகப் புது உயிர் ஒன்று அவன் உடலிற்குள் புகலாயிற்று. கட்டியாகி உறைந்திருந்த நினைவு ஒன்று அக்கதிர்கள் மனதில் புக ஆரம்பித்த க்ஷணம் கரையலாயிற்று. சுமார் பத்து மணிக்கெல்லாம் அந்த ஞாபகம் இருந்த இடம் சூன்யத்தால் நிரப்பப்பெற்றுச் சொஸ்தம் அடைந்த வனாய் பலநாள் மறதியிலிருந்து திடீரென ஞாபகம் பெற்று எழுந்தவன் போல் எழுந்து நின்று சுற்றும் முற்றும் பார்த்த ஜான், 'படிக்கப் போகிறேன்' என்றான்.

முதல் முயற்சியில் பள்ளி இறுதித் தேர்வு என்கிற ராஜசபையில் சேர்ந்து கிரீடம் சூட்டப் பெறாதவர்கள் டியூட்டோரியல் காலேஜ் என்கிற சுதந்திரமான சொர்க்கத்தில் சேரமுடியும். ஜான் தனது மனதில் புகுந்த சூன்யத்துடன் அந்த ஊருக்குப் பத்து மைல் தொலைவிலிருந்த டியூட்டோரியல் காலேஜிற்குப் பிற மாணவ மாணவிகளைப்போல் பஸ் ஏறிப்போக ஆரம்பித்தான். அவனது மனதைக் கவர்ந்து வைத்திருந்த பச்சைப் பாவாடை, மேற்கு செல்லும் பஸ்ஸில் ஒரிஜினல் காலேஜில் படிக்கப் புறப்பட்டபோது, ஜான் கிழக்கே செல்லும் டியூடோரியல் காலேஜுக்குப் புறப்படலானான். அவள் திசையில் தலை வைக்கக் கூடாது என்ற வைராக்கியத்தால் அப்படிச் செய்கிறான் என்றனர் சிலர். அந்தத் திசை அவனை மீண்டும் ஒரு சிறு கயிற்றை அனுப்பி கெட்ட ஆவிகளுடன் பிணைத்துவிடும் என்பதால் அந்த நங்கை மேற்கே புறப்பட இவன் கிழக்கே புறப்படுகிறான் என்று ஜானின் நெருங்கிய நண்பர்கள் கூறிச் சிரித்தார்கள்.

இப்போது காலை பத்து மணி முதல் மதியம் ஒரு மணிவரை பஸ்ஸில் சென்று பாடங்களைப் படித்துவிட்டு வருவதற்குத் தன் காலப்பட்சியை அனுப்ப முடிவுசெய்த ஜான் மீதி நேரத்தைத் தன்

நண்பர்களுடன் ஆற்றங்கரையில் அமர்ந்து கழித்தான். வயலின் பச்சைப் பரப்பிலிருந்து வரும் காற்று தரும் செய்தி மனதின் கள்ளங் கபடங்களையும் மாசு மறுக்களையும் போக்குமென நம்பி அமர்ந்தான். இடைப்பட்ட நேரங்களில் மனதில் ஏதோ ஒன்று ஊர்வதைத் தடுப்பதற்காக, வேறு சில இளைஞர்கள்போலவே இவனும் அந்தச் சாரைப் பாம்பு சாதிக்கார கேரள கம்யூனிஸ்டின் பின்னால் அலைய ஆரம்பித்தான். முன்புபோலவே பலர் அந்தக் கேரளத்து மீசைக்காரரை ஊரின் குளத்தில் பார்த்தனர். அப்போதெல்லாம் அவரைப் பற்றிப் பேசும் இளைஞர்கள் அந்தக் கிராமத்தில் பலரின் கவனத்தைக் கவர்ந்தனர். கையில் அவர் வைத்திருக்கும் ஒரு பொடியை வீசி இளைஞர்களை வளைத்துவிடுகிறார் என்று சிலர் கூறினர். இளைஞர்கள் சரியான மார்க்கத்தில் நடந்து வரவில்லை என்பது, அந்த மீசைக்காரரின் பின்னால் செல்லும் இளைஞர்களின் கூட்டம் அதிகரித்தபோது பல ஊர்ப்பெரியவர்களால் தெரிவிக்கப்பட்டது.

நாணம், வெட்கம் இரண்டையும் விரட்டியபடி இளைஞர்கள் இப்போதெல்லாம் நிறம் மாறிக்கொண்டிருக்கிறார்கள் என்றும் சாதி மத ஆசாரம்கூட போய்விட்டதென்றும் ஒருநாள் சர்ச் பாதிரியார்கூட கண்டித்துவிட்டார். ஒரு மந்திரவாதி திடீரென தோன்றி முன்பு கறுப்பாய் இருந்த ஓர் இளைஞன் நேற்று மஞ்சளாய் மாறிவிட்டான் என்று கூறினான். அந்த மீசைக்காரர் சாயங்காலங்களில் மரங்களுக் கிடையிலும், தோட்டங்களிலும், வயல் கரைகளிலும் யாருமற்ற பாறைகளிலும் ஒளிந்திருந்த மாயக்காரிகளைச் சிரித்துச் சிரித்து அவர்களுக்குக் காண்பித்தார் என்பது அந்த ஊர் கிறிஸ்தவர்களின் குற்றச்சாட்டு. இப்போது ரஷ்யாவில் ஒரு சமதர்ம பூமி பூத்திருக்கிறது என்றும், பணக்காரர்கள், ஏழைகள் என்ற பாகுபாடு கொஞ்சம்கூட இல்லையென்றும், தெய்வங்களை எல்லாம் கால், கைகட்டி ஜெயிலில் போட்டுவிட்டார்கள் என்றும் அந்த கம்யூனிஸ்டு மீசை எல்லோருக்கும் சொல்லி வைத்துவிட்டார். கேரளத்துக் கம்யூனிஸ்டுகள் பலரது தியாகத்தைப் பற்றி அவர் கூறும்போது அவரது மீசையில் கையை யாரும் பார்க்க முடியாது; கண்களில் கண்ணீர் நிறைந்து நிற்கும். மீசையில் கையை வைத்துவிட்டால் அந்த ஊரிலிருக்கும் சில பணக்காரர்களைப் பற்றி மறைமுகமாக அவர் குறிப்பிடுவார். மீசைக்குள் பல விஷயங்கள் ஒளிந்திருப்பதாய் அவரது இளம் நண்பர்கள் கூறினர். அந்த இளைஞர்களுக்கு அந்த மனிதரை முதலில் பிடிக்காவிடினும் இப்போது அவரது கதைகள் மூலம் அவரைப் பிடித்திருந்தது.

என்றாலும் மாலைக்காலங்களில் அந்த மனிதர் குடித்துவிட்டு, எங்கோ படுத்து, ஏதோ யாருக்கும் தெரியாத அவஸ்தைக்கு ஆளாகிறார் என்று அவரது நண்பர்களாகிவிட்ட பல இளைஞர்களுக்குக்கூட தெரிந்தது. அதுபோல் ‘கடவுள் உண்டா, இல்லையா என்பது பற்றி உங்கள் கம்யூனிஸத் தத்துவம் என்ன சொல்கிறது?’ என்பதற்கு அந்த மீசைக்காரரின் மீசைக்குள் பதில் இல்லை என்று அந்த இளம் சிறுவர்கள் கண்டுபிடித்திருந்தனர். அப்போதுதான் ஜானின் மனதில் கிடந்த சூன்யம் உருமாறி அது ஒரு மீசையாய் வளர்ந்ததை ஜான் கனவில் கண்டான்.

சூரியன் மிகவும் சீக்கிரமாய் வருவதைக் கண்ட ஒருநாள் கிறிஸ்தவ நாடார்களின் மத்தியில் ஒருவன் மிகவும் பிரபலமானான். அவன் அந்த ஊரிலிருந்து முதல்முதல் நாகர்கோயில் சென்று படித்துப் பொருளா தாரத்தில் பட்டம் பெற்ற யோவான் என்பவனாவான். அவன் ஒருநாள் பிபிஎம் பஸ்ஸிலிருந்து வந்து இறங்கும்போது, தனது பெட்டி படுக்கைகளையும் கொண்டு வந்து இறக்கினான். அந்தப் பெட்டிகளுள் ஒன்றில் ‘மதிப்பிற்குரிய பொய்’ பற்றிய புத்தகங்கள் இருந்ததைப் பல இளைஞர்கள் கண்டிருந்தனர். மதிப்பிற்குரிய பொய் என்று பின்பு ஒருநாள் அவன்தான் அவர்களுக்குச் சொல்லியிருந்தான். இந்த பிஏ பட்டதாரி அந்த ஊரிலிருந்து வரும் விவசாயியின் பேரனாகும். விரைவில் அந்த ஊரில் பலரும் பணக்காரர்கள் ஆவார்கள் என்று அவன் சொன்னபோது முதலில் யாரும் அதை நம்பவில்லை. தொடர்ந்து அவன் இந்தியாவில் ஐந்தாண்டுத் திட்டங்கள் நடைமுறைக்கு வந்துவிட்டதைச் சொல்லி, அந்தத் திட்டங்கள் ஏழைகளைப் பணக்காரர்கள் ஆக்குவதற்கான திட்டங்கள்தான் என்று தன் படிப்பு மூலம் கண்டறிந்ததாகவும் பொருளாதாரம் படித்ததன் காரணமாக இந்த ரகசியம் தனக்கும் தன்னையொத்த பொருளாதாரம் படித்த இளைஞர் களுக்கும் மூளைக்குள் புகுந்துவிட்ட ஒன்று என்றும் பலரை மயக்கும் விதமாகப் பேசினான். படித்த இளைஞனின் புத்தி பேதலிப்பு என்று அவனை ஊர்க்காரர்கள் பரிகாசம் செய்தனர். ஒருநாள் ஒரு கூட்டுறவு பாங்கு அங்கு வந்து நான்கைந்து நிலம் உள்ளவர்களுக்குக் கிணறு தோண்ட கடன் கிடைத்தவுடன் அந்த இளைஞன் சொல்லும் விஷயங்களில் ‘ஏதோ இருக்கு’ என்று, ‘எல்லோரும் பணக்காரர்கள் ஆகும் நாள் வெகுதூரத்தில் இல்லை’ என்றும் சொன்னார்கள்.

கடனாலும், நோயாலும், தங்கள் பிள்ளைகளைப் படிக்க வைக்கும் செலவாலும் நிலத்தை இழந்துநின்ற பலர், யோவான் ஓய்வாக இருக்கும் மாலை நேரங்களில் அவனிடம் சென்று இரு கைகளையும்

வாயில் கட்டி மெதுவாக முதலில் மன்னிப்புக் கோரி, பிறகு தாங்களும் நிலத்தைப் பெறும் மாதம், வாரம், தேதி எப்போது என்று கேட்டு நின்றார்கள். பல புஸ்தகங்களைப் படித்துப் பின்பு நில உச்சவரம்பு என்ற காங்கிரஸ் கட்சியின் திட்டம் பற்றி மிக விரிவாக விளக்கினான், அந்தப் பொருளாதார பி.ஏ. பட்டதாரி. அந்த விவசாயிகள் மிகுந்த நம்பிக்கையைத் தம் தலைப்பாகைகளுடன் தலையில் சுற்றிவிட்டு அகன்றனர். தொடர்ந்து அவனிடம் பலர் வந்தனர். பின்பு ஒருநாள் கூட்டுறவு பாங்கு கொடுக்கும் விவசாயக் கடனைச் சொன்னான். அந்தத் திட்டத்தின் மூலம் சிலர் பணம் பெற்றபோது இன்னும் கூட்டம் ஜாஸ்தியானது. எல்லோரும் இறுதியில் பணக்காரர்களாகும் கனவு களைத் தங்கள் ஓய்வு நேரங்களில் காண ஆரம்பித்தனர். ஒரு சிலர் மட்டும் தங்கள் வேலைகளுக்கிடையிலும் கனவு காணலாயினர். கனவுகள் அவர்கள் மனத்தைச் சுகமாக உருமாற்றியது. சிலர் பகலிலும் கூட அக்கனவைக் காண ஆரம்பித்துவிட்டதாக ஊரில் பலத்த வதந்தி நம்பகமான ஆள்களிடமிருந்து பரவிய தினத்திலிருந்து, இரவுகளில் தூங்கியவர்கள் சிரித்துக்கொண்டே தூங்க ஆரம்பித்தனர். மனைவிமார்கள், வளர்ந்த மகள்கள் யாவரும் தங்கள் தகப்பன்மார் ஏன் நள்ளிரவில் சிரிக்க ஆரம்பிக்கிறார்கள் என்று கேட்டபோது மகன்களும் மகள்களும்கூட ஒரு கனவை அவர்கள் அவர்கள் தகப்பன்மார் கொடுத்ததாகத் தகவல்கள் வந்தன.

அத்தகைய நள்ளிரவுக் கனவுக்காரத் தகப்பன்மார்களின் பிள்ளைகள் சிலர் படித்தவர்களாக இருந்தனர். அவர்கள் தங்களுக்கு நகரத்தின் நடுவிலிருக்கும் அலுவலகங்களில் வேலை கிடைப்பதாயும், வேலை கிடைத்தபின் லஞ்சம் வாங்குவதாயும், மறுநாள் ஒரு பங்களாவில் பஞ்சுமெத்தையில் பாடிக்கொண்டு அலைவதாகவும் கனவுகள் கண்டு உரக்கச் சிரிக்க ஆரம்பித்தார்கள். ஆக, அந்த ஊரில் பெரும்பான்மை யான வீடுகளில் இரவு முழுவதும் ஆடவர்களும் பெண்களும் கண்கள் மூடியிருக்கச் சிரிக்கலானார்கள். கணவன், மகன், மகள் இப்படிக் குடும்பத்தின் பலரும் கனவுகண்டு சிரிக்கும் இரவுகளில் திடீரென எழுந்துபார்க்கும் இல்லத்தரசியும் ஏதும் காரணமின்றிச் சிரிக்க ஆரம்பித்ததுண்டு. இரவில் இப்படிச் சிரித்ததைக் கூட மறந்துவிட்டுப் பலர் பகலில் சகஜமாக, நிறைய பேரைத் தூங்கியபடியே சிரிக்க வைத்ததில் பெரும் பங்கு தனக்குண்டு என்பதைப் பல குடியானவர்களிடம் விளக்கமாகச் சொன்னான், அந்தப் பொருளாதார பிஏ பட்டதாரி இளைஞன். ஏழையின் சிரிப்பில் இறைவன் இருப்பதாக விளக்கமளித்த அவன் கேரளத்து

மீசைக்காரருக்கும், மீசைக்காரரின் புரட்சிக் கதைகளால் இரவுகளில் கனவு காண்பதற்கு மறந்த இளைஞர்களுக்கும் பெரும் எதிரியாக விளங்கினான். கனவு காணாது இரவுகளைக் கழித்த அந்த இளைஞனைப் பார்த்து அவன் ஒரு நாள் சொன்னான்: 'நண்பர்களே, கனவுகள் வேண்டுமென்றால் என்னிடம் வாருங்கள். கனவுகளற்ற கசப்புகள் வேண்டுமென்றால் மீசைக் காரரிடம் போங்கள்.'

பி.ஏ. பட்டதாரி இளைஞனுடன் ஒருவித வாதத் திற்குத் தயாரான மீசைக்காரர், அதன்பின் அந்த இளைஞனுடன் பேசும் ஆசையை அடியோடு விட்டுவிட்டார். அவரது சீடர்களாயிருந்த சில இளைஞர்கள்கூட பின்பு அந்த பிஏ பொருளாதாரவாதியுடன் சேர்ந்ததாகத் தகவல்கள் வந்தன. ஒருநாள் இந்தியக் கம்யூனிஸ்டுக் கட்சி இரண்டாகப் பிளவுண்டதைச் சொன்ன அந்த மீசைக்காரர், இரண்டு மூன்று நாள்கள் யார் கண்ணிலும் படாமல் இருந்தார். அதன் பிறகு கதைகள் சொல்வதை விட்டுவிட்டு எப்போதாவது மட்டும் குளத்தில் காட்சி தந்தார். அவரைத் தேடிவரும் இளைஞர்களும் குறைந்தனர். குடித்திருந்த ஒருநாள் அவர் கதைகளையே உண்டு விட்டார் என்றும், அடிக்கடி வேறு ஏதோ ரகசியமாய்க் குடித்து வாந்தி எடுக்கிறார் என்றும் அறிந்து, இன்னும் இந்த மனிதர் இந்தப் பூமிக்குப் பிரயோசனமான வார்த்தைகளை மனதில் தாங்கிக் கொண்டிருக்கிறார் என்று நம்பிய இளைஞர்கள், அவருக்காகக் கவலைப்பட்டார்கள். கடைசியாகத் தன்னைத் தேடிவந்த இளைஞர்களை அந்த மனிதர் விரட்ட ஆரம்பித்தார் என்றும், 'உங்கள் மனதில் ஏறிய புரட்சிக் கதைகளை வாந்தி எடுத்துவிடுங்கள்: துப்பிவிடுங்கள்; நான் சொன்ன கதைகள் பொய்கள்' என்று கதறினார் என்றும் கடைசி நிமிஷம்வரை அவரைக் குருவாக நினைத்த சிலர் ரொம்ப நாள்கள் அவரது ஞாபகத்தைப் பகிரும் வாய்ப்பு வந்தபோதெல்லாம் கூறினார்கள். அவர் கதை முடிந்தது இப்படி; அவர் சாரைப் பாம்பு சாதி என்பதை நிரூபிப்பதுபோல் ஒருநாள் காலையில் குளத்தில் குளிக்கப்போனவர்கள் கழுத்தில் கல்லால் கட்டப்பட்ட ஒரு பிணம் குளத்தின் நடுப்பகுதியில் நீருக்குள் கிடந்ததைக் கண்டுபிடித்தார்கள். சர்ச்சுக்கு ஞாயிறு தோறும் சென்றுகொண்டிருந்த மனிதர்கள் தெய்வ நிந்தனை சும்மா விடுமா என, இளைஞர்கள் இல்லாத நேரத்தில் பேசிக் கொண்டு மனதிற்குள் ஏற்கனவேயிருந்த சந்தோஷத்தைப் பெருக்கிக்கொண்டார்கள். அதன்பிறகு பல வாரங்கள் மீசைக்காரரின் சீடர்களாயிருந்த இளைஞர்கள், மீசைக்காரரைப் பற்றியே பேசிப் பேசி ஆறுதல்

அடைந்துகொண்டிருந்தார்கள்.

அந்தக் கேரளத்து மீசைக்காரர் அவ்வப்போது யாருக்கும் தெரியாத ஓர் அவஸ்தையால் கொடுமைப்பட்டபடி காட்சி தந்தார் என்பதற்கு அப்போது காரணம் கிடைத்துவிட்டதாகவும் பேசினார்கள். அவருக்குள் அவரையும் அறியாமல் ஒளிந்திருந்த அந்தக் காரணமற்ற அவஸ்தை அவரை இப்படி நீருக்குள் மூழ்க வைத்திருக்கிறதென்று விளங்கிக் கொள்வதுதான், அவரை நீண்டகாலம் அறிந்தவர்கள் ஏற்கும் விளக்கமாக இருந்தது. இப்படிச் சில மாதங்கள் அவரைப் பற்றிப் பேசியதால், கனவுகளை அள்ளித்தந்துகொண்டிருந்த பிஏ பொருளாதாரவாதியிடம் இளைஞர்கள் எவரும் வரவில்லை. ஆனால் அந்தப் பொருளாதாரப் பட்டதாரியைத் தொடர்ந்து உதாசீனப் படுத்துவது கூரிய மதியும் தேடலும்கொண்டு மனதை ஓரிடத்தில் ஓய்வாக இருக்கவிடாமல் நடக்கும் இளைஞர்களுக்கு எளிதாய் இருக்கவில்லை. இளைஞர்களும் கேரளத்து மீசைக்காரர் மனதில் விதைத்த புரட்சிக் கதைகளை எளிதில் மறந்துவிட்டு மயக்கும் தன்மையுள்ள புதிய தர்க்கங்களில் மனதைப் பறிகொடுத்தார்கள். முழு தர்க்கமும் கேட்ட ஒரு சில இளைஞர்கள், 'மீசைக்காரரின் சீடராய் இருந்தவர்களுக்கு பிஏ பட்ட தாரியின் தர்க்கங்கள் ஏற்கக்கூடியதாய் இருக்கவில்லை' என்று கூறி மௌனமாகவோ, தனியாகவோ அலைய ஆரம்பித்தார்கள். மௌனமாக அலைவதும் தனிமையாக இருப்பதும் கடினமான காரியங்கள் என்று கருதியவர்கள் மட்டும், கனவுகள் தந்தவனிடம் சென்று வேறு வழியில்லை என்று சரணடைந்தனர். 'இறுதியாய் என்னிடம் வருவீர்கள் என்பது எனக்குத் தெரியும்; கம்யூனிஸ்டுகளுடன் சேர்ந்தால் இறுதியில் நீரில் கல்லைக் கட்டி மிதக்க வேண்டியதுதான்' என்று எகத்தாளமாய்ப் பேசினான் பொருளாதாரப் பட்டதாரி. பிறகு கனவுகள் தர ஆரம்பித்தான், அந்த மாஜி மீசைக்காரரின் சீடர்களுக்கு. ஆரம்பத்தில் கனவுகளுக்குப் பதிலாக அழுகை வந்த அந்த சீடர்கள், பட்டதாரியின் ஆலோசனை யுடன் தொடர்ந்து கனவுகளுக்குப் பயிற்சி பெற்றபோது அவரவர் ஆசை பலத்தைப் பொறுத்துக் கனவுகளும் காண ஆரம்பித்தனர். இம்மாதிரி மெல்ல மெல்ல ஊரின் பெருவாரியானவர்கள் கனவுகள் காணலாயினர்.

காலச்சக்கரம் சுழன்ற போது பலர் கேரளத்து மீசைக்காரனை அடியோடு மறந்தனர். அப்படி ஒரு சாரைப் பாம்பு சாதியைச் சார்ந்தவன் அந்த ஊரின் தெருவில் நடமாடினான் என்பதைக்கூட மறந்த இளைஞர்களில் ஒருவனான ஜானும், பல முயற்சிகளிலும்

பள்ளி இறுதித் தேர்வில் வெற்றி வராதது கண்டு, தனது படிப்பை, அவ்வூரின் பல நண்பர்களைப்போல் நிறுத்திவிட்டுக் கனவுகாணும் இளைஞர்களில் ஒருவனாக மாறியிருந்தான். அடிக்கடி தன் நண்பர் களோடு சேர்ந்து பட்டதாரி இளைஞனுடன் பேசிக்கொண்டோ, சிரித்துக்கொண்டோ இருந்தான். நகரத்தில் எத்தனை திட்டங்கள் வெற்றி பெற்றுள்ளன என்பதை விளக்கிக் காட்டும்படியாக, பட்டதாரி இளைஞன், நகரங்களிலுள்ள சீமான்கள் வீட்டு நரீ மணிகள் ஆங்கிலத்தில் பேசி, வயது வந்ததும் ஒரு பணக்கார வீட்டுப் படித்த பையனைக் கணவனாய்ப் பெற்று அடுத்த ஃபிளைட்டில் ஒரு ஐரோப்பிய தேசத்தில் விஞ்ஞானியாகவோ, டாக்டராகவோ, எஞ்சினீயராகவோ வேலை செய்யும் கணவனுக்குப் பிள்ளை பெற்று, சமையல் செய்து, பார்ட்டிக்கு ஏற்பாடு செய்து, விடுமுறைகளில் யூரோப்பைக் கனவில் கண்டு ஊரில் வாழும் தங்கைக்கு விரைவில் யூரோப்பில் வேலை பார்க்கும் ஒரு கணவனை ஏற்படுத்தும் காரியங் களைச் செம்மையுறச் செய்து, காலையிலிருந்து நடு இரவு வரை சந்தோஷத்தை ரகசிய இதயத்தின் ஓர் அறையில் வைத்து வாழும் வர்க்கத்தைப் பற்றிப் புகழ்ந்து பேசி, வளர்ச்சி என்பது இதுவன்றோ என்று முடிக்கும்போது நண்பர் குழாம் கிறங்கிப்போகும். புதிய கனவுகள் அன்று நவநவமாய்க் காணப்போவதை நினைத்துப் பிரிந்துபோகும் நண்பர்களின் மத்தியில், தொடர்ந்து ஜானும் இருந்தான். இனி படிப்பின் மூலம் கனவுகாண முடியாதென்று முடிவு செய்த ஜான், வேறு கனவுகளுக்கு வழி கண்டுகொண்டிருந்தான்.

6

அடுத்தமுறை குழந்தைகளை அழைத்து வா, சாலையில் நடக்கும் அவர்களை நிழல்கள் அணுகாமல் பார்த்துக்கொள்கிறேன் என்ற சிநேகப்பூவின் வாக்குறுதியை நினைவில் வைத்தோ என்னவோ மீண்டும் குடும்பத்துடன் வந்த முத்துமாரி தன் கணவனின் புகைப்படம் பிடிக்கும் கருவிகளுடன் அந்த ஊரில் வந்து இறங்கினாள். அந்த ஊருக்கு அதுவரை வந்திராத கரிக்கேஸ் லாரியில் முத்துமாரியின் கணவனின் ஸ்டுடியோ சாமான்களும், வீட்டுச் சாமான்களும் வந்தன. அந்தச் சாமான்களுக்கிடையிலிருந்து விசித்திரமான இன்னும் இரு பொருள்கள் வந்தன. ஒன்றின் பெயர் சிநேகராஜன். இன்னொரு பொருளின் பெயர் லதா. முதல் பொருள் ஆண். இரண்டாவது பெண்.

கரிக்கேஸ் லாரியிலிருந்து ஒரு தொப்பியும் பாண்டுமாக இறங்கிய சிநேகராஜனை அந்த ஊர் ஜனங்கள் விநோதப் பொருளைப் பார்ப்பது போல் பார்த்தார்கள். அந்தப் பெண், கண்ணில் கண்ணாடி போட்டு வெள்ளை சருமம்கொண்ட அழகியாகத் தென்பட்டாள். அந்தப் பையனுக்கும் பெண்ணுக்கும் அடிக்கடி வாயிலிருந்து நிறைய ஆங்கில வார்த்தைகள் வெளியில் பறந்து வந்து பின்பு வாயின் உள்ளேயே போய் தஞ்சம் புகுந்தன. கரிக்கேஸ் வண்டி எல்லாப் பொருள்களையும் இறக்கிவிட்டு, நிறைய கரியைப் போட்டு ஸ்டார்ட் செய்தபின் மெதுவாக மிகுதியான புகையை அந்தச் சாலையின் மீது கிளை பரப்பியிருந்த மரங்களுக்கு வழங்கிவிட்டுப் புறப்பட்டுச் சற்று நேரத்தில் மறைந்துவிட்டது. அந்த ஊருக்குக் குடிவந்துள்ள நான்கு புதிய நபர்களும், தங்கள் பழைய வாழ்வு கரிக்கேஸ் வண்டியின் உருவத்தில் சென்று மறைவதைப் பார்த்துக்கொண்டு நின்றார்கள்.

அவ்வாறு அவர்களின் பழைய நகரத்து வாழ்வு, புகைவிட்டுக் கொண்டும் 'பொம் பொம்' என்ற ஹாரன் அடித்துக் கொண்டும் சென்று மறைந்தபின் எங்கிருந்தோ வந்து அவர்களைப் பார்த்து 'வாருங்கள்' என்று கூறிச் சிரித்துவிட்டு மீண்டும் யாருக்கும் தெரியாமல் மறைந்து போனாள் ஊர்வேசி. ஜானும், பாலும், சிநேகப்பூவும், ராசப்பன் கடையிலிருந்து வந்த கடைச் சிப்பந்தியும் பொருள்களை முத்துமாரி சொன்ன இடங்களில் அடுக்க உதவினார்கள். வேறு நிறைய ஆள்களும் முத்துமாரியின் உதவிக்கு வந்தார்கள். அவர்களில் பலர் பால்யத்தில் முத்துமாரிக்காகக் கண்ட தத்தம் கனவுகளை இன்னும் வைத்திருந்தனர். எல்லோரும் வேலையை முடித்ததும் அவர்களை ஒரு மர நிழலின் பின்னணியில் நிற்கும்படி, முத்துமாரியின் கணவன் மிகுந்த புன்னகையை வெளிப்படுத்தி அதன் மூலம் வேண்டுகோள்விடுத்தார். முத்துமாரியும் அவள் மகனும் நடுவில் நிற்க ஒரு கறுத்த பேயின் ஆடையைத் தலைவழி போட்டு அந்தப் பேயின் மூன்று மரத்தாலான கால்களைத் தரையில் வைத்து எந்திரக் கண்கள் வழி பார்த்துக்கொண்டிருக்கும் கருவியின் முன்வந்து நின்று ஒரு சிறு சொற்பொழிவு நிகழ்த்தினார் முத்துமாரியின் கணவர். 'நீங்கள் எல்லோரும் சிரித்துக்கொண்டு நிற்க வேண்டும். மனதில் கவலை இருந்தாலும், கனவுகள் இருந்தாலும் பரவாயில்லை. முகம் சிரித்தபடி இருக்க வேண்டும். நான் 'ரெடி' என்று சொன்னவுடன் உங்கள் முகத்தை ரெடியாக வைக்க வேண்டும். நான் 'ஒன்' என்று சொல்லும் போது சிரிக்கத் தொடங்கி, 'த்ரீ' என்று சொல்லும்போது, சிரிப்பை ஸ்திரமாக முகத்தில் பொருத்தவேண்டும்' என்று சொல்லிவிட்டு

எந்திரக் கண் மூலமாகப் பார்த்தார். சிலர் முதலிலேயே சிரிப்பைப் பொருத்தி, 'த்ரீ' என்று சொன்னபோது ஏனோ பரிதாபமாக விழித்தார்கள். இன்னும் சிலர் ஞாபகம் வந்தவர்களாய் தலையைச் சொரிய ஆரம்பித்தனர். சற்று நேரத்தில் புகையின் மூலம் எல்லோரையும் பிடித்தாகிவிட்டது என்று கூறினாலும் பலர் நகரவே இல்லை. ஞானம் உதயமாகிறது என்பதற்கு அடையாளமாக காதோரங்களில் வளர்ந்திருந்த நரைத்த ரோமத்தைத் தடவியபடி முத்துமாரியின் கணவர், தான் புகைப்படம் எடுத்துவிட்டதைச் சொன்னதும் தம் வாழ்க்கையில் முதன்முதலாக ஃபோட்டோவுக்கு நின்ற அவர்கள் யாரும் அதனை நம்பவில்லை. புகைப்படம் எடுப்பதாய்க் கூறி, நகரத்துக்காரர் அவர்களை எல்லாம் முட்டாளாக்கிவிட்டார் என்பது அவர்கள் எண்ணம். என்றாலும் அவர்களின் அவநம்பிக்கையை அதிகம் காட்டிவிட்டால் முட்டாள்கள் என்பார்களே என்று அசட்டுச் சிரிப்பை உதிர்த்த வண்ணம் எல்லோரும் தத்தம் வீடுகளுக்குப் புறப்பட்டார்கள். வீட்டினுள் புகுந்தவுடன் லதாவும் ராஜனும் வீட்டைச் சுற்றிப் பார்த்தனர். பல இடங்கள் இன்னும் தூசு நிரம்பிக் காணப்பட்டன. ஓர் அறையில் நின்று ஏதோ வாசனை பிடித்து, அந்த அறையில் தானே தன் தாயின் தந்தை படுத்து உயிரோடு மேலுலகம் சென்றார் என்று கேட்ட முத்துமாரியின் மகளான லதாவைப் பார்த்து எல்லோரும் ஆச்சரியம் அடைந்தனர். இவள் எப்படி இந்த அறையைத் தெரிந்து கொண்டாள் என்று ஆச்சரியமும் அதே நேரத்தில் பயமும்கொண்டாள், முத்துமாரி. அறைகளில் செத்துத் தொங்கிக் கிடந்த தவளைகளையும், ஸ்தம்பித்துக் கிடந்த காலத்தையும், ஓணான்களையும் அடுத்த இரண்டு நாள்களில் அடித்து வெளியேற்றி சுத்தமாக்கி, வீட்டை ஒழுங்கு செய்தாள் முத்துமாரி. அதற்கிடையில் நகரத்தில் புகைப்பட ஸ்டுடியோ வைத்திருந்த முத்துமாரியின் கணவர், கிராமத்தில் ஸ்டுடியோ வைப்பதற்குத் தக்கவொரு இடத்தைத் தேடி அலையலானார். இப்போது முத்து மாரியுடன் பலர் தங்கள் பால்ய காலப் பழக்கத்தையும் உறவையும் புதுப்பித்தனர். வீட்டில் எங்காவது மறந்து கிடக்கும் கடந்த காலத்தின் துண்டோ துணுக்கோகூடத் தெரியாதபடி வீடு வெள்ளை யடிக்கப்பட்டது. வீட்டில் எழுதப்பட்டிருந்த பல புராதன வார்த்தைகளும் சங்கேதச் சித்திரங்களும் அத்துடன் மறைந்தன என்றுதான் முத்துமாரி நம்பினாள்.

அந்த ஆண்டு லதாவும் ராஜனும் அடுத்த ஊரிலிருக்கும் பள்ளிக்கூடத்திற்குப் புறப்படலானார்கள். இருவரது நகரத்து வாசனையும் வழக்கம்போல் அந்தக் கிராமத்து உயர்நிலைப்பள்ளி

ஆசிரியர்களுக்கும் கண்ணில் பட்டுவிட்டது. பல ஆசிரியர்கள் தனி மரியாதையுடன் லதாவையும் ராஜனையும் கௌரவித்தார்கள். பள்ளியில், படிப்பில் அதிகம் திறமை காட்டாவிட்டாலும்கூட கௌரவத்திற்கு ஆளானவர்களாய் இருந்த ஒரு தினம், வீட்டில் தாத்தா ஒரு காலத்தில் கிடந்த அறையிலிருந்து வாசனை மிகவும் சகிக்க முடியாமலானபோது, லதா மிகவும் உரக்கக் கத்தினாள். அவ்வீட்டில் மகளோ, மனைவியோ உரக்கக் கத்துவதென்பது வழக்கமாகி விட்டிருந்தது. அவ்வேளைகளில் நைசாக இன்னொரு கதவு வழியாக வெளியேறிவிடும் மாஜி சுதந்திரப் போராட்ட வீரரும் தற்சமய புகைப்படக் கலைஞருமான முத்துமாரியின் கணவர், இப்போதும் அந்தக் காரியத்தையே செய்தார். அதன் பின் தனது ஆடை எங்கே என்று மகள் கத்த, அந்த ஆடையைப் பாதுகாப்பது தன் பொறுப்பல்ல என்று தாய் கத்தினாள். 'அதற்காக ஏன் கத்துகிறாய்?' என்று கேட்ட லதாவை, 'என்னைப் பற்றிக் கேட்க நீ யார்? என்னைத் தொட்டுத் தாலி கட்டிய கணவனே என்னைக் கேட்க முடியாது' என்று கோபமாய் தாய் பதில் சொல்ல, 'வாயில்லாத அந்த மனிதரால்தான் தன் தாய் இப்படிக் கோபத்தை ஒரு மிருகமாகவே வளர்த்து வைத்திருக்கிறாள் என்றும், கையாலாகாத அந்த மனிதர் அங்கு இராமல் ஓடிவிடுவதே அதற்குச் சாட்சி' என்றும் லதா கூற, 'இதோ, அந்த மிருகம் வருகிறது' என்று அறுபத்தேழு பௌண்ட் எடையுள்ள முத்துமாரி தன் மகள் மீது பாய்ந்து அவளது கூந்தலைப் பிறாண்ட, லதாவும் தன் தாயின் கூந்தலைப் பிடித்து இழுக்க, வீடு அல்லோல கல்லோலப்பட்டது. அப்போது சற்று தூரத்தில் ரோட்டோரத்தில் நிற்கும் பலாமரத்தில் நிற்கும் கனிகளைக் கவனமாக எண்ணிக்கொண்டு நின்றார், நகரத்துப் புகைப்படக்காரர்.

அந்த நகரத்துப் புகைப்படக் கலைஞர் பலாக்கனிகளை எண்ணிவிட்டு, அடுத்தபடியாக வளர்ந்திருந்த மாமரத்தில் ஏன் காய் காய்க்கவில்லை என்று ஆலோசனை புரிந்துகொண்டு நிற்கும்போது, அவரது வீட்டில் யுத்தம் இரண்டாம் கட்டத்தை எட்டியது. தாயின் சேலையைப் பிடித்திழுத்த மகளின் பாவாடையையும் பிளவ்சையும் மிக லாவகமாய்க் கிழித்தெறிந்த தாயை, தனது அம்மணத்திலிருந்து புறப்பட்ட வெறியால் மகள், கீழே கிடந்த நீளமான மரம் போன்ற வஸ்துவால் மண்டையில் தாக்கிக்கொண்டிருந்தாள். உடனே தாய் யாரும் எதிர்பாராததைச் செய்தாள். அதாவது மகளது வளர்ந்து வரும் மார்பகங்களைப் பிடித்துக் கிழித்தெறிய ஆரம்பித்தாள். அப்போது மிகக் கொடுமையான கதறலை மகள் எழுப்ப, அவள் வயிற்றில்

அடைப்பட்ட மஞ்சள் காற்று வெளிப்பட்டது. பிளவ்ஸ் இல்லாமலும் முகமெங்கும் நகப் பிறாண்டல்களுமாய், அவிழ்ந்த உடையுடன் நின்ற முத்துமாரி ஒரு துர்க்கைபோல் காணப்பட்டாள். மகளின் அம்மண ரூபத்தைக் கண்டவுடன் முத்துமாரியின் வெறி இன்னும் பன்மடங்கு அதிகமாகிவிட்டது, மகளை மேலும் மேலும் தாக்கிக் கடித்தாள். தன் நகத்தையன்றி வேறெதையும் பயன்படுத்த முடியாத நிலையிலும் சிறு பெண் சிங்கம்போல் வயதான தாய்ச் சிங்கத்தை எதிர்த்த பெண்ணின் அபயக்குரல் தெருவெங்கும் கேட்கலாயிற்று. குரலிலிருந்து ரத்தத் துளிகள் தெறித்தன என்றார் ஒருவர். அப்போது அங்குக் கூடிய ஜனக்கூட்டத்தில் ஒருவராய், யாரோ ஒருவர்போல நகரத்துப் புகைப்படக்காரர் நின்றிருந்தார். லதாவிடமிருந்து பெரும் கதறல் கேட்டபோது ஜனங்கள் மிகவும் பயந்து போக, யாரோ ஒருவர் மட்டும் அந்த வீட்டில் இருவர் அம்மணமாக யுத்தம் புரிவது அறியாமல் கதவை உடைக்கலானார். அப்போது திடீரென கதவிலிருந்த கம்பி ஒன்று வளைந்து கதவு திறந்தவுடன், உள்ளே பாய்ந்த ஜனக்கூட்டம் திக்பிரமை பிடித்து நிற்க, அம்மணமாகவே அந்த ஜனங்களையும் பொருட்படுத்தாமல் தாயும் மகளும் மேலும் மேலும் ஆக்ரோஷமாய்ச் சண்டையிட லானார்கள். யாரோ ஒருவர் புகைப்படக்காரரை அழைக்க, அவர் அக்காட்சியை இப்போது படம்பிடிக்க முடியாதென்றும், அந்நேரத்தில் தான் வீட்டிலிருப்பது உசிதம் அல்ல எனறும் கூறினார். செய்தி கேட்டு வந்த சிநேகப்பூ வீட்டினுள் நுழைந்தபோது, ஜானும் சேர்ந்து பலரை வெளியே தள்ளிக் கதவை அடைத்து, லதாவையும் முத்துமாரியையும் ஆடையுடுத்திச் சண்டையிடுமாறு கூறி ஆடை கொடுத்தார்கள். தங்களாலும் சண்டையை நிறுத்த முடியாது என்பதை அறிந்தவுடன் சிநேகப்பூவும் மகனும் வீட்டைவிட்டு வெளியேறினர். அப்போது கோபத்தில் உள் நுழைந்த ஊர்வேசியைக் கண்டு பலரும் பயந்து வழிவிட்டார்கள். அவள் முகம் யாரோ புகுந்துவிட்டதுபோல் காட்சி தந்தது. சற்று நேரத்தில் சண்டை எப்படியோ நின்றது. சப்தம் ஏதும் வெளியே கேட்கவில்லை. உடனே கூட்டத்தைத் தள்ளிக் கொண்டு ஊர்வேசி புறப்பட்டுவிட்டாள்.

வீட்டினுள் கிடந்த இருவர் மத்தியில் இருந்த வெறியைத் தன் கைகளுக்குள் பிடித்து வைத்திருப்பவள்போல் ஊர்வேசி, இரு கைகளையும் நடுக்கத்துடன் சேர்த்து இணைத்து யாரையோ வானை நோக்கி எதிர்பார்த்தபடி சென்று மறைந்தாள். போகும்போது, 'வம்சம் வம்சமாக ரத்தத்தில் ஊறிய வெறி அல்லவா?' என்று அந்த வெறியைப்பற்றி ஏற்கனவே அறிந்தவள்போல் தனக்குத் தானே

பேசிக்கொண்டு போனாள் ஊர்வேசி. கூட்டம் மெதுவாகப் புறப்பட ஆயத்த மாயிற்று.

புகைப்படத் தொழில் தொடங்க ஒரு கட்டிடம் கிடைக்காம லிருப்பது பற்றிப் புகைப்படக்காரர் ஜானுடன் பேசியபடி எங்கோ நடந்துகொண்டிருந்தார். வீட்டினுள் புகுந்த ஊர்வேசி, முத்துமாரியின் தந்தையிடமும் இந்த மாதிரி ஒரு மிருகம் இருந்து இம்சித்ததை அறிந்தவள். அப்படி அறிந்ததால் அந்த மிருகத்தின் கால்களையும் கைகளையும் இப்போது கட்டும் வித்தையைப் பிரயோகித்தாள். இருவரை அம்மணமாக்கிக் கொலை வெறியைத் தூண்டிப் போராட வைத்த, தாய்க்குள்ளும் மகளுக்குள்ளும் இருந்த மிருகத்தின் குணத்தை ஊர்வேசி எத்தனையோ முறை முத்துமாரியின் தந்தையிடம் கண்டபடியால் தன் பெருவிரல் நகத்தைப் பயன்படுத்தி, அதை அம்மிருகத்தின் உடலில் புகுத்தி வெறியைக் குறைத்தாள். சற்று நேரத்திற்குள் இருவரும் கண்கள் மேல் செருக, வாயில் வெண்பசை நிரம்ப தரையில் விழுந்து, கொல்லன் கடை துருத்திபோல் மூச்சுக்காற்றைப் பேரிரைச்சலுடன் விட்டபடி படுத்துக் கிடந்தனர். அதன்பின் மூதாட்டி புறப்பட்டாள்.

இந்த நிகழ்ச்சி ஊரில் பரபரப்பை ஏற்படுத்தினாலும் ராசப்பனுக்கும் சிநேகப்பூவுக்கும் ஆச்சரியத்தைத் தரவில்லை. முத்துமாரியின் கோபம் அவளது இளம் வயதில் அந்தப் பிராந்தியத் திற்கே பிரசித்தமாயிருந்தது. அதுபோலவே இறந்த பிறகுகூட கோபம் தணியாமல் வௌவாலின் நிழலாகிவிட்டிருந்த முத்துப் பிள்ளையும் அவர்கள் குடும்ப கோபத்திற்குச் சாட்சியாக இருந்தவன்தான். அந்தக் குடும்பக்கோபம் ஜானின் தாத்தாவின் சகோதரர் மனைவியான முத்துமாரியின் தாயிடம்கூட பிரசித்தமாக இருந்தது. அதனால்தான் கணவனுடன் கோபம்கொண்டு, அன்றே வீட்டிற்குள் தூக்கில் பிணமாகத் தொங்கிக்கொண்டிருந்தாள் அவள்.

ஒருநாள் அவள் வீட்டிற்குள் நுழையும்போது கணவன் ஆடையில்லாத இன்னொரு பெண்ணுடன் வெற்றிலை போட்டு கொண்டிருந்ததே அவளது தூக்குப் போடுதலுக்கான கோபத்தை அளித்தது. அந்தக் குடும்பத்தில் பரம்பரை பரம்பரையாக வந்து பலரைப் பலியாக்கிய கோபம் என்கிற வெறி பிடித்த மிருகத்திலிருந்து காப்பாற்றுவதற்கே பிறந்தவள்போல் திடீரெனத் தோன்றி, பிறகு திடீரென மறைந்த ஊர் வேசியைப் பற்றிப் பலரும் வியப்புடன் பேசினார்கள்.

சற்று நேரத்திற்குப்பின் முத்துமாரி எழுந்து ஆடை உடுத்தி தன் மகளையும் அன்புடன் தழுவி, ஆடை உடுத்துவித்து, காயம்பட்ட இடத்தில் மருந்து போட்டு மிகுந்த வியாகுலத்துடன் இருந்தாள். எங்கோ பெரிய ஒரு காரியத்திற்காக அலைந்த முத்துமாரியின் கணவனைக் கண்டு முத்துமாரியோ, மகளோ ஆச்சரியம் அடையவோ, கோபப்படவோ செய்யவில்லை. கடந்த பத்து, பதினைந்து ஆண்டு களாக இப்படி வீட்டில் சண்டை ஆரம்பித்தவுடன், சண்டையில் ஈடுபடுகிறவர்கள் வேறொரு மிருகத்தின் கைப்பாவை ஆகிப் போவார்கள் என அறிந்ததால், அந்நேரத்தில் அந்தப் புகைப்படக்காரர் வெளியில் புறப்பட்டுப் போய்விடுவார். என்றேனும் அப்படிப் புறப்பட்டுப் போகாது போனால் தான் மரணமடைவது நிச்சயம் என்று ஏற்கனவே அந்தக் குடும்பத்தின் மூன்று உறுப்பினர்களுக்கும் அவர்கள் அது உண்மை என்று நம்பும் வகையில் அவர் சொல்லி வைத்திருக்கிறார்.

சுபாஷ் சந்திரபோஸின் நினைவை மனதிற்குப் பதிலாய்ப் பல ஆண்டுகள் வைத்திருந்த அம்மனிதர், ஒருநாள் தன்னைப் (அப்படிச் செய்தது ஒரே ஒருமுறை தான்) புகைப்படம் எடுத்தபோது சுபாஷ் சந்திர போஸிற்குப் பதில் அந்த இடத்தில் காந்தி மகாத்மா இருந்தது கண்டு மிகுந்த வியப்பு அடைந்தாராம்.

காலையில் நிழல்கள் வீடுகளிலிருந்து வெளிப்பட்டுத் தெருக்களில் விழுந்த ஒரு நாள், பெருங்கூட்டமொன்று கைகளில் வர்ண வர்ணக் கொடிஞடன் மிகுந்த சந்தோஷத்தைத் தூக்கிப் பிடித்தபடி ஒரு பெரும் பயணப்பாடலுடன் சாலையில் வந்துகொண்டிருந்தது. அப்போது சாலை மரங்களின் கிளைகள் ஒடிக்கப்பட்டதும், மரங்களின் நிழல்கள் கொடூரமாக மிதிக்கப்பட்டதும் அவ்வூர் ஜனங்களால் கவனிக்கப்பட்டது. நிறைய வார்த்தைகளைத் தங்களிடம் வைத்திருந்த கூட்டத்தினர், மைக்கைப் பொருத்தி மக்களுக்கு வேண்டுகோள்கள் விடுத்து, நடந்து முடிந்த வெற்றி விழா பற்றிய நினைவுகளின் துணையை அடிக்கடி கண்டு துக்கம் இல்லாதவர்களாய் வந்தனர். அவர்களில் சிலர் ஆன்மா இல்லாதவர்கள் என்றும் கண்டுபிடிக்கப்பட்டது. காரணம், ஆன்மாவை வில்போல் வளைத்தபடி அவர்கள் நடந்தனர். அந்தக் கூட்டத்தவர் இளமையாகவும் எதிர்கால நம்பிக்கையின் மூலம் இறந்து போன காலங்களின் நஷ்டங்களைக்கூட லாபமாக்கத் தெரிந்தவர்களாகவும் இருந்தனர் என்ற பிரச்சாரம் நகரத்திலிருந்து வந்த பத்திரிகைகளில் செய்தியாக வந்திருந்தது. மேலும் சரித்திரத்தில் தமிழர்கள் மறந்து போன மகாப்பெரிய குடும்பத்தை அந்தக் கூட்டத்தைச் சார்ந்தவர்கள்

மீண்டும் மண்ணின் மீது ஸ்தாபிப்பவர்கள் என்றும் பிரச்சாரகர்கள் பாடிக்கொண்டு வந்தார்கள். மறந்துபோன தமது குடும்பங்கள் உருவாவதைப் பலர் ஆதரித்தார்கள். காரணம் குடும்பமும் ரத்த உறவும் வாழ்க்கைக்கு மிகவும் முக்கியமானதென்ற தத்துவத்தை அந்த மக்கள் பழைய ஏடுகளில் எழுதியிருப்பதைச் சுட்டிக்காட்டிப் பேசினார்கள். அந்தக் கூட்டத்தினர் எல்லோரையும் தாய் தந்தை இட்ட பெயரால் அழைக்காமல் உறவுப் பெயர்களால் அழைத்தார்கள். இன்னும் சிலர் மறைந்துபோன காலங்களில் சிறப்படைந்த பெயர்களையும் வார்த்தை களையும் தேடிக்கொண்டிருந்தார்கள். சிலர் இறந்து போனவர்களின் பெயர்களையும், எலும்புக்கூடுகளையும் கைகளில் தூக்கியிருந்தனர். இந்த வகைக் கூட்டத்தினர் ஜானின் வீட்டை வந்தடைந்தபோது திடீரென நின்றார்கள். மலைக்கப்பால் இருக்கும் நகரத்தில் அவர்களின் ஆட்சி வந்துள்ளதென்றும், அந்த ஆட்சியின் நினைவாகப் பழங்கால மனிதர்களின் நினைவுகளைப் புத்தகங்கள், கோட்டைகள், கல்வெட்டு களிலிருந்து எழுப்பி அவர்களின் ஞாபகங்களைச் சந்தித்து வீரர் பட்டம் தருவது தமது ஆட்சியின் முக்கிய சாதனை என்றும் சொன்னார்கள்.

ஜான் தானும் அப்படி ஓர் ஆட்சி வந்திருப்பதைக் கேள்விப்பட்டி ருப்பதாய்ச் சொல்லிக்கொண்டிருந்தபோது, எதிர் வீட்டில் வந்திருந்த புகைப்படக்கலைஞர், ஆமாம் நகரங்களில் அந்தக்கூட்டத்தவரைப் பற்றியே தான் இப்போதெல்லாம் வாய்திறப்பவர்கள் பேசுகிறார்கள் என்றும் சொன்னார்.

பின்பு ராசப்பனைக் கடையிலிருந்து அழைத்து வந்தார்கள். 'கேரள நாட்டில் நாயர் பெண்ணை, சூதாட்டத்தினாலும், கோட்டை ஒன்றில் படுத்திருந்த மாய உலகப் பெண்ணைக் கண்டு அவளது கழுத்தின் வைரமாலையைப் பெற்றதினாலும் திருமணம் செய்த ஒருவர் உங்கள் வம்சத்தில் இருந்திருப்பதாகத் தெரிகிறது. அவரது நினைவை கௌரவிக்க, கோட்டையில் ஆட்சிக்கு வந்துள்ள நாங்க தீர்மானித் துள்ளோம். வந்துள்ள நாங்கள் அந்தப் புரட்சிகரமான அணியினரின் ஆள்களாவோம். உங்கள் முன் நிற்பவர் ஒரு மந்திரி' என்று ஒருவர் கூறினார். ராசப்பன் பழைய நினைவுகள் பல தன் வம்சத்தில் பற்பல பராக்கிரமங்கள் செய்த துண்டு, அதனை மறுப்பதற்கில்லை என்று சொன்னார். தற்சமயம் பராக்கிரமங்களுக்குப்பதில் காலக்கிரமம் தவறாது நினைவுகள் அடிக்கடி எழுந்து பல தொந்தரவுகள் வருவதன்றி, மறதிக்குள் ஆன்மாவும் புலன்களும் விழுந்து துக்கம் பரவுவதன்றி, ஏதும் சொல்லும்படி இல்லை என்று விளக்கினார். வந்திருந்தவர்கள்,

ROYAL
CINEMA

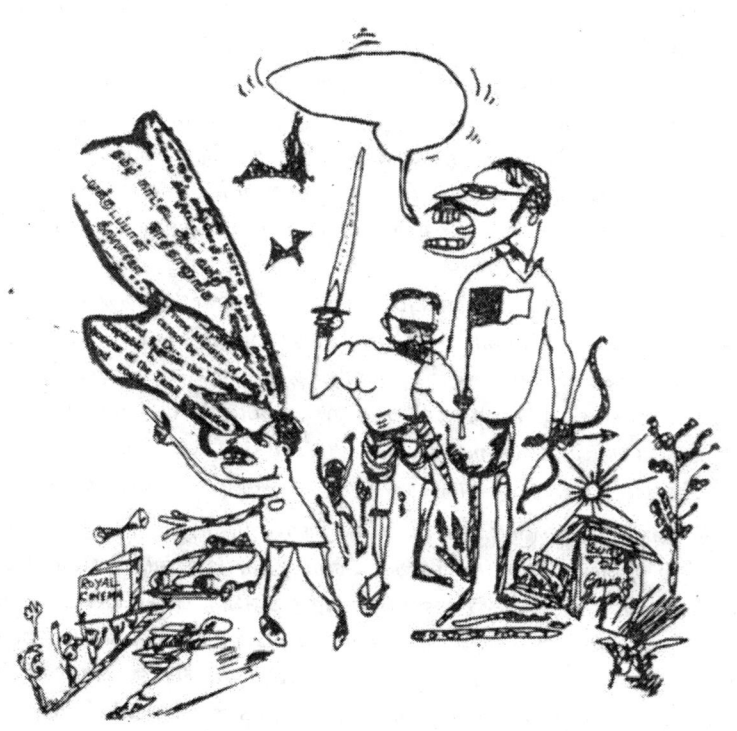

பழமையின் சாயல்களைப் பல இடங்களிலிருந்தும் உயிர்ப்பித்து வருவதையும், கல்லறைகளில் படுத்திருக்கும் சிலரின் ஞாபகங்களைக் கூடத் தாங்கள் தேடிவருவதையும், நாடெங்கும் பல கல்லறைகளும் புதைகுழிகளும் தோண்டப்படுவதையும் பற்றிப் பலத்த பேச்சு ஏற்பட்டுள்ளதை எடுத்துச் சொன்னார்கள். நாடு முழுக்க பல குழிகள் கிடந்தன என்றும், பிணவாடை அடிக்காத எதிர்காலத்தைப் பார்க்கும் பலமற்ற தவளைகள் என்றும், எதிரணியிலிருந்து பெரும் கண்டனங்கள் கிளம்பிய காலம் இதுதான். பழமையை மீட்டு நமது நோய்களுக்கும் நொடிகளுக்கும்—குறிப்பாகச் சமீபகாலத்தில் நமது மக்களை மிகவும் வருத்திவரும் வயிற்றிற்குள் ஏற்படும் காலை நேர நோய்க்கு—மருந்தாகப் பயன்படுத்த முடியும் என்றும் வந்தவர்கள் சொன்னார்கள். விரைவில் தலைமை அதிகாரி அந்த ஊருக்கு வந்து மூத்த குடியிலுள்ள ஆவிகளின் விழாவைக் கோலாகலமாக நடத்துவது பற்றி யோசிப்பார் என்றும், அவ்வைபவத்தில் அவர்களின் மூத்தகுடியின் உறுப்பினரான தாத்தாவையும் அவரது நிழல்படிந்த காலத்தையும் எல்லோர் முன்பும் மீட்டுக் கொண்டுவந்து காட்டி, நமது மொழியின் பெருமை பற்றி அறியாத பகைவர்களும் வடநாட்டி லிருந்து வந்த ஆரியர்களும் நாணித் தற்கொலை செய்யும்படி தாங்கள் செயல் புரிவதாகவும் கூறி அவர்கள் புறப்பட்டனர். புறப்படுகையில் வெற்றிலையிட்டபடி மந்திரி ஓட, மற்றவர்கள் தொடர்ந்து விரட்டிக் கொண்டு சந்தோஷக் கூச்சலிட்டபடி ஓடினார்கள்.

இரண்டு நாள்களுக்குப் பின் தாத்தாவிற்கு இருந்த இரண்டு பற்களில் ஒன்று விழுந்திருந்தைக் கண்டதும், இரண்டு நாள்களாக உடலிற்குள் ஒரு வேதனையை வைத்து அவர் கஷ்டப்பட்டதன் காரணத்தை வீட்டினர் உணர்ந்தார்கள். மற்றபடி தாத்தாவின் முதுகுப் பகுதி எருமை மாட்டின் முதுகுபோல் மரத்துப்போன நிலையில் எந்த மாற்றமும் இல்லை என்று, பல் விழுந்ததைக் கேள்விப்பட்டு அவசர அவசரமாக ஓடிவந்த ராமு வைத்தியர் (தாத்தாவின் உயிர் பற்களில்தான் உள்ளது என்பது ராமு வைத்தியரின் வெகுநாளைய எண்ணம்) கூறினார். இடையில் தாத்தாவைப் பார்க்கவந்த முத்துமாரியும் ராஜனும் (லதா பயப்படுவாள் என்றும், அந்தப் பயம் திருமணத்திற்குப் பிறகு பிறக்கும் குழந்தையின் உறுப்புகளைப் பாதிக்கும் என்றும் முத்துமாரி கூறியிருக்கிறாள்) ஃபோட்டோ கிராஃபரும் தாத்தாவின் ஞாபகங்கள் மிக எளிதில் யாரையும் ஈக்கள் போல் மொய்த்துவிடுவது, தாத்தாவின் தெய்வீக ஆற்றல்களின் சிறப்பைத்தான் காட்டும் என்று கூறினார்கள். தாத்தாவைத் தேடிவந்த

அரசியல்வாதிகள் உயிரோடு இருக்கும் பழமையின் உறைவிடமான தாத்தாவின் உணர்ச்சியழிந்த உடலைக் காணக்கூட விரும்பவில்லை என்பது அவர்களுக்கு உயிர்களைவிட சாவுகள்தான் தேவை என்பதை நிரூபித்தது.

ராஜன் சொன்னான்: தாத்தாவின் உடலிற்குள் நம் குலத்தின் பல ரகசியங்கள், பாழ் கிணற்றில் கிடக்கும் இருள்போல மறைந்து கிடக்கின்றன.

புகைப்படக்காரர் சொன்னார்: எல்லோரும் ஒப்புக்கொண்டால், இவரது உடலிற்குள் இருக்கும் குல ரகசியங்களையும் இருள்களையும் ஒரு புகைப்படமாக எடுக்க முடியும்.

முத்துமாரி சொன்னாள்: பழைய காலத்தின் சார்பில் வாழ்ந்து கொண்டிருப்பவர்களைப் (தாத்தா போன்றவர்களைப்) புகைப்படம் எடுத்திருக்கிறார்கள். ஞாபகங்கள் புகைமூட்டம்போல் காட்சி தருவதன்றி வேறெப்படித் தோன்ற முடியும்? உமது கருவி ஞாபகங் களைப் பிடிக்கும் கருவிதானே!

அடுத்த நாள் வந்தது. கறுப்புத் திரைச்சீலை மூடிய, மாயத் தோற்றங்களைக் கூட விரட்டிப் பிடிக்கும் காந்தக் கண்கள் கொண்ட பெட்டியைத் தாத்தாவின் முன் வைத்த புகைப்படக்காரர், தாத்தாவின் புகைப் படத்தை எடுத்தார். இரண்டு நாள்கள் கழித்துப் படத்தைக் கழுவி ஜானிடம் கொடுத்த புகைப்படக்காரரின் முகம் ஒரு மாதிரி மாறியது. ஆச்சரியமான வஸ்துக்களைப் பார்க்கும்போது அவரது கண்கள் மாறு கண்களாகத் தெரியும். இப்போதும் அப்படித் தெரிந்தது. சிநேகப்பூ அதைப் பார்த்துவிட்டு ஆச்சரியப்படவில்லை. ராசப்பன் அதைப் பார்ப்பதில் அதிகம் சிரத்தைக் காட்டவில்லை. அப்படத்தில் தாத்தாவோ, பருத்துக்கொண்டே செல்லும் அவரது உடலோ தெரியவில்லை. அதற்குப் பதிலாகத் தாத்தா, வளரும் பச்சை இலைவிட்ட ஒரு செடியாகப் புகைப்படத்தில் இருந்தார். 'செடித் தாத்தா' என்று சொன்னாள் லதா. அக்கணம் தனக்குள் உருவான சிரிப்பை வெளிப்படுத்தாமல் மனதின் ஓர் அறைக்குள் அவள் அனுப்பினாள் என்பது குறிப்பிடத்தகுந்ததாகும்.

படத்தைப் பார்த்த சிநேகப்பூ சொன்னாள்: 'இந்தச் செடி வேறு யாருமல்ல, அவரது இதயத்தில் வாழ்ந்துகொண்டிருக்கிற மாமியின் நினைவுதான்.'

நினைவிற்கு என்ன நிறம் என்று அந்த ஊரிலுள்ள பலருக்குத் தெரியாமல் இருந்தது. இப்போது நினைவு பச்சை நிறத்தில்தான்

இருக்கும் என்பது பலருக்குத் தெரிந்தது. முத்துமாரியின் கணவரின் ஸ்டுடியோவில் வெளியே தொங்கப் போட்டிருந்தவர்களில் சுபாஷ் சந்திரபோஸ், காந்தி, இன்னொரு செடி ஆகிய மூன்று புகைப் படங்களும் மிகுந்த அளவு கவர்ச்சியுடையன வாய்த் தெரிந்தன. விஷயம் தெரிந்தவர்கள் மட்டும், 'அந்தச் செடி யார் தெரியுமா?' என்று கேட்டுவிட்டுப் பின்னர் ஜானின் தாத்தா பற்றியும், அவர்கள் குடும்பம் பிற குடும்பங்கள்போல் கெட்டுப் போகாமல் தமிழர்களின் முதுகுடி ஒன்றின் குணங்களுடன் வாழ்வது பற்றியும் பேசிக்கொண்டு போனார்கள். புகைப்படக்காரரான முத்துமாரியின் கணவன் முத்துமாரியைத் திருமணம் செய்தபின்பு அவளது உடலிற்குள் புகுந்திருக்கும் புராதனக் காலத்திற்குச் சொந்தமான சில குணங்கள் இரவுகளில் அவளது இதயத்தில் ஏறி ஆடையின்றிக் கிடக்கும் அவரைத் தம் கைக்குள் எடுத்து விளையாடுவது கண்டு ஆரம்ப காலங்களில் மிகுந்த சிரமத்தை அடைந்தாலும் இப்போது பழகி விட்டார். அதனால் மாறுகண் பார்வையை அவ்வப்போது ஏற்படுத்தி விட்டு அமைதியாகிவிடுகிறார். இரவு நேரங்களில் அவள் உடலிலிருந்து புறப்படும் புராதன வீரர்களின் தாக்குதலிற்கும் அவளது பாலுறுப்புகளின் வைராக்கியம்கொண்ட கோபத்திற்கும் (அந்தக் கோபம் அப்படித் தீராத காலங்களில்தான் லதா பாடு படுதிண்டாட்டமாகும்) ஆளாகும் மாஜி சுதந்திரப் போராட்ட வீரர் இரவு நேரப் போராட்ட வீரராக மாறுவதில் தயக்கம் காட்டா விட்டாலும்கூட ஏதோ ரத்தம் குடிக்கும் மிருகம் தன்னுடலில் ஏறியதாக அடிக்கடி ஒரு கனவு காண ஆரம்பித்தார்.

இந்தக் கதையைப் படிக்கும் மகா ஜனங்களே! நமது புராதன வேதத்தில் வரும் ரிஷிகளின் பழமையளவு பழமை உடையது அவர்கள் காற்றைப் பற்றி எழுதி வைத்துள்ள செய்திகளுமாகும். காற்று ஜீவன் தரும் மூல வஸ்து. காற்று அசையாதவற்றை அசைத்து அதன் பின் அவற்றைப் பொடி செய்கிறது. பொடி பின்பு பஸ்பமாகிறது. பஸ்பம் நித்திய சலனத்தில் ரூபமற்றுச் சேர்கிறது. உயிர்கள் விவித சலனத்தின் ரூபமாயிருக்கின்றன. ஒரு புலனுள்ள உயிர்களிலிருந்து பல புலன்களைக்கொண்டு சஞ்சாரத்தையும் பறத்தலையும் நடத்தலையும் மேற்கொள்ளும் ஜீவன்கள் தோன்றுகின்றன. முளைக்கவும் பூக்கவும் வளரவும் செய்யும் தாவர இனங்கள் உருவாகின்றன. ஜீவன்கள் தத்தம் மூடத்தனத்தினால் வஸ்துக்களாய், செடிகளாய், பல்விதத் தாவரங்களாய், அசையும் ஜீவனுள்ள கால்நடை களாய், மிருகங்களாய், ஆகாசத்திலே பறக்கும் பட்சிராசிகளாய்,

மனதிற்குள்ளே பறக்கும் மனிதராசிகளாய் மாறுகின்றன. காற்றின் சிருஷ்டியாலான இந்த லோகத்தில் நடக்கும் நமது கதையில் ஒரு மனிதன் செடியாய் மாறியுள்ளதும், இன்னொரு மனிதனின் ஜீவகோசம் பட்சியாய் மாறிப்போனதும் ஆச்சரியப்படத் தக்கதல்லவே? ஏனெனில் மலையடி வாரங்களில் 'வாயுவே ஸ்வாகா' என்ற குரல் கேட்டுக் கொண்டேயிருக்கிறது.

ஜானின் தாத்தா ஒரு செடியை மனதுள் வைத்து யாருக்கும் தெரியாமல் அந்தச் செடியின் இலைகள் வழி சுவாசித்தும், அதன் கண்ணிற்குத் தெரியாத வேர்கள் வழியாய்க் காற்றில் பரந்திருக்கும் உணவையும் ஈரத்தையும் உள்ளுறுஞ்சியும் நாள்களைக் கழித்தபோது சிநேகப்பூ கொடுத்த உணவையும் நீரையும் உண்பதையும் குடிப்பதையும் நிறுத்தினார். 'மாமா என்மீது வைத்த அன்பு என்ற சங்கிலி அறுபட்டுப் போயிற்றே. அதனால்தான் இந்தப் பாவி கொடுத்த உணவை ஏறெடுத்தும் பார்க்கவில்லை; நீரைக் குடிக்கவில்லை' என்று சிநேகப்பூ அழுததைக் கேட்ட ராசப்பன் ராமு வைத்தியரை அழைத்து வந்தார். தன் மூக்கைப் பிடித்தபடி உடலெங்கும் நாடி சோதித்த ராமுவைத்தியர் சிரித்தார். 'அந்த மூத்தக்குடியின் மனிதருக்கு எப்படி வாழ்வதென்பது தெரியும். யாரும் அவருக்கு எப்படி உண்ணவேண்டுமென்றோ, எப்படிக் குடிக்கவேண்டுமென்றோ சொல்லித் தர தேவையில்லை' என்று இறுகிப் போயிருந்த பற்களை ஒரு வெட்டுக் கத்தியை இடையில் கொடுத்துப் பிளந்து பார்த்த வைத்தியர் பல்லைச் சோதித்துப் பார்த்துக் கூறினார். நிரம்ப வெந்நீரைக் காய்ச்சி எருமைமாட்டைத் தேய்ப்பதுபோல் வைக்கோலும் சவரியும் சேர்த்து அழுத்தித் தேய்த்தால் உடலிலிருந்து துர்வாசனை போய்விடும் என்றார். தன் இளமைக் காலங்களில், ராசப்பன் கன்னிமரியிடம் போய் ஒளிந்தபடி வாழ்ந்த நாள்களில் தனக்கு மிகுந்த ஆதரவு காட்டியவர் இந்த மனிதர்தான் என்று கூறிச் சிநேகப்பூ கண்ணில் நீரொழுகப் புலம்பிக் கொண்டு, உலகம் கெட்ட பிறகு இந்த முரட்டு உலகத்தின் அசூசையைத் தாங்கிக் கொள்வதற்காக எருமைத்தோலை அவர் ஏற்படுத்திக்கொண்டது ஒன்றும் குற்றமல்ல என்று கூறினாள். வெந்நீரை அண்டா அண்டாவாகக் காய்ச்சி, சூடு மாறும் முன்பே தன் மாமா படுத்திருந்த அறையில் ஊற்றிக்கொண்டிருந்தாள். அப்படிக் கஷ்டப்பட்டு வேலை செய்வதில் தனக்கு எந்தவிதத் துன்பமோ உடல் நோவோ இல்லை என்றும், அவருக்காகத் தன் ஜென்மம் முழுவதும் வெந்நீர்க் காய்ச்சி ஊற்றிக்கொண்டு இருக்கமுடியும் என்றும் அவள் கூறினாள்.

கொஞ்ச நாள்கள் ஊரிலிருந்து காணாமல்போன பிஏ பொருளாதாரப் பட்டதாரி மீண்டும் ஊரில் தோன்றியபோது பிஏபிடி என்ற நான்கு எழுத்துக்களைத் தன் அறிவாலும் சீரிய ஒழுக்கத்தாலும் பெற்றுவிட்டதாக அவனைக் காண ஏங்கிக்கொண்டு அலைந்த இளைஞர்களுக்குச் சொன்னான். மிக விரைவிலேயே பக்கத்துப் பள்ளிக்கூடத்தில் அறிவைப் பரப்பும் ஆசிரியனாகவும் நியமனம் பெற்றான். தன் மகளைக் கட்டினால்தான் அந்த வேலையைப் பெறமுடியுமென்று பள்ளித் தலைமை ஆசிரியர் கூறியவுடன் அந்த பிஏபிடி இளைஞன் ஒரு சின்ன யுக்தியைக் கையாண்டான்.

கனவைப் பரப்பும் அவனது பணி அந்த ஊரில் மிகவும் புகழ் பெற்றிருந்ததால் கனவைப் பரப்பும் இன்னொரு கட்சி ஆட்சியில் இருப்பது தனக்கு எளிதான காரியம் என்று கருதி, அந்த ஜில்லாவின் கனவு வழங்கும் கட்சியின் தலைவரைச் சென்று கண்டான். அவரது வீட்டில் காலையில் போய் காம்பவுண்டுக்கருகில் நின்றபோது, வீட்டின் முன்புறம் பெருக்குவதற்காக வெளியில் வந்தத் தலைவரின் மகளின் கண் தன்மீது பட்டுவிடுமோ என்று பயந்து சற்றுநேரம் கார்ப்பரேஷன் குழாய் ஒன்றில் ஒளிந்த பிஏபிடி, மீண்டும் சொற்ப நேரத்தில் வெளியே எட்டிப்பார்க்கையில், தலைவரின் மனைவி வீட்டு வாசலில் நிற்பதைக் கண்டு வெளியே வந்தான். தலைவரின் மனைவியின் கண்பட்டாலும் பரவாயில்லை என்று எண்ணி, தைரியத்தை வரவழைத்து வீட்டினுள் புகுந்தவன் முன்அறையில் ஜில்லா தலைவரின் வருகைக்குக் காத்திருந்தான். தலைவர் வந்தவுடன் தன் ஆடைக்குள் ஒளித்துவைத்திருந்த ஜரிகை மாலை ஒன்றை எடுத்து, அதனை அணிவிக்க, தலைவரின் கழுத்து எங்கே என்று தேட ஆரம்பித்தான். சமீப காலத்தில் தனது கழுத்து மறைந்து போனதைச் சொல்லிப் புன்னகையுடன் இரு கைகள் தூக்கிய தலைவரைப் பார்த்து அவன் தனது ஊரில் கனவுகள் நன்றாகப் பரவுகின்றன என்றான்.

தலைவர் திருப்தி யைக் காட்டிக் கனவுகளுடன் புராதன வாசனை இருக் கிறதா என்று கேட்டபோது, கேரளத்து நாயரைச் சூதாட்டத்தில் வென்ற நமது வம்சத்தின் புராதனக் குடியைச் சார்ந்த பழங்கால யுவனின் சந்ததியினர் வாழும் ஊர் தனது ஊர்தான் என்றான். மிக மகிழ்ந்ததாகச் சொல்லியபடி நிறைய உணவுகளைத் தின்று பல ஏப்பங்களை வெளியேற்றிய கழுத்தில்லாத் தலைவர் என்ன செய்ய வேண்டுமென்ற போது, அவன் தனக்கு ஊர்ப் பள்ளிக்கூடத்தில் வேலையைப் பெற்றுத்தர வேண்டும் என்றும் அதற்கு விலையாகப்

பள்ளித் தலைமை ஆசிரியரின் அழகில்லா மகளைத் தன் தலையில் கட்ட உத்தேசித்திருப்பதிலிருந்து தன்னைக் காப்பாற்ற வேண்டும் என்றும் கூறினான். அதற்கான தனக்குரிய கட்டணத்தைத் தருமாறு கேட்டவருக்குக் கட்டணம் கொடுத்து அவன் மீண்டான். அதன் பின்னர் ஒருநாள் படுத்துப் பெரிதாகக் குறட்டை விட்டுக்கொண்டு கிடந்தவனிடம் பள்ளித் தலைமை ஆசிரியர் வந்து பள்ளிக்கூடத்து ஆசிரியர் வேலை அவனுக்குக் கொடுக்கப்பட்டிருப்பதை மகிழ்ச்சியோடு தெரிவிப்பதாகச் சொன்னார். அவருடைய மகிழ்ச்சிக்குக் குந்தகம் வராவண்ணம் அந்த வேலையை அவன் பெற்றுக் கொள்வதாகத் தெரிவித்தபின், சந்தோஷம் தாங்காத பள்ளி ஆசிரியர் மனதிற்குள் ஒரு கெட்ட வார்த்தையை யாருக்கும் தெரியாமல் சொல்லிக்கொண்டு அறையிலிருந்து புறப்பட்டார். பின்னரும் பள்ளியில் பலமுறை அவனைப் பார்க்கும்போதெல்லாம் அந்தக் கெட்ட வார்த்தை அவரைச் சந்திக்க வந்து வந்து போயிற்று. அந்த ரகசிய கெட்ட வார்த்தை பற்றி அவர் யாருக்கும் தெரிவிக்காது உஷாராக இருந்ததால் அவனது நல்ல நண்பர் என்று தலைமையாசிரியர் கருதப்பட்டார்.

ஜான், தனது வார்த்தைகளைத் தடை செய்யும்படி முகாந்திரம் ஏற்பட்ட இரு நபர்களைச் சமீபத்தில் சந்தித்தான். தன் பால்ய காலத்தை எந்தவித மாற்றமுமில்லாமல் பார்க்கும்படித் தனக்கு உதவிசெய்த ஷாகுல் ஹமீது இப்போது ஒரு லாரிக்குச் சொந்தக்காரனாகி விட்டானாம். ஒருமுறை அவன் சிங்கப்பூர் சென்று திரும்பியபோது லாரியையும் ஒளித்துக்கொண்டு வந்துவிட்டான் என்று அவனது அசகாய சூரத்தனங்களைப் பற்றிப் பிரஸ்தாபித்த குளச்சல் ஜனங்கள் கூறினார்கள். இன்னொரு ஆதிகால பால்யப் பகைவனான நாயர் பையன் ஒரு பெரிய மீசைக்காரனாக உருவம் மாறி (பால்ய காலத்தில் அவனுக்குள் ஒளிந்திருந்த உருவம்தான் இது என்பது ஜானின் எண்ணம்) மலையாளத்தில் ஒரு நாடக நடிகனாக இருக்கிறான் என்று அறிந்தான்.

இவ்வாறு ஜான் திடீரெனத் தனது பால்ய பருவத்தைக் காலம் என்னும் திரையைக் கீறி கண்களால் கண்ட மறுநாள் அவனது தம்பி பால் தனிமை என்னும் நோயால் பீடித்து இரத்தம் குன்றி, சோகை பிடித்த வனாய், நாகர்கோயில் கிறிஸ்டியன் கல்லூரி ஹாஸ்டலி லிருந்து வீட்டிற்கு வந்தான். பி.ஏ. ஆங்கில இலக்கியம் படிப்பவன் அவன். அவனது நிலைமையைக் கண்ட சிநேகப்பூ பதறியபடி ராசப்பனுக்கு ஆளனுப்ப, மெலிந்து, நீரின்றிக் காய்ந்துபோன ஒரு செடிபோல தோற்றம் தந்த பாலைப் பார்த்த ராசப்பன், 'உயர் படிப்பு இப்படித்தான்

இரத்தத்தை உறிந்துவிட்டுச் சக்கையாக அனுப்பும்' என்று கூறிவிட்டு, ராமு வைத்தியரிடம் ஆலோசனை கேட்கப் புறப்பட்டார். பழங்காலத்தின் இழுப்பிலிருந்து விடுபட முடியாமல், பழமையின் நிழலிருந்து வழியும் விஷம் ஏறி நீலம் பாரித்துச் சித்திரவதைகள் படும் அவனுடைய குடும்பத்தாரைப் போன்றவனல்ல பால். பால் நிகழ் காலம், மற்றும் எதிர்காலம் என்னும் வடிவம் பெறாத ஞாபகங்களை மனதில் வைத்துக் கஷ்டப்படுவதற்குப் பிறந்தவனாய்த் தென்பட்டான்.

ஜான் சற்று வித்தியாசமாக வளர்ந்தவன். பழமையின் கதைகளைக் கேட்டுத் தன் உடலில் அதன் கற்பனைகள் சிலவேளை சிறகடித்துத் தன் ரத்தத்தைப் பாதித்ததை அறிந்தாலும், நேரு மலர்மாலையை வீசியதை நேரிலும், நினைவிலும் கண்டவன். நவீன சமூகத்தின் வயிற்றில் பிறந்த ஒரு கம்யூனிஸ்டு எப்படிச் சாரைப் பாம்பாய் அவர்கள் ஊரின் நீரில் கிடந்து செத்துப்போனான் என்பதை அறிந்து அந்தக் காலத்தின் விநோதத்தைப் பார்த்தவன். ஒருநாள் வந்து கடவுள் இல்லை என்று சொல்லிவிட்டு மறைந்து போனவனை யும், கனவுகள் விற்ற நேரத்தில் ஊரில் ரொம்ப பேர் சிரித்துக் கொண்டு போய் வந்ததையும் கண்டவன். இவன் தன் நெஞ்சில் மண்பிளவொன்றில் நவீனம் என்னும் மலைப்பாம்பு ஒன்று ஓடி இருளில் ஒளிந்ததைப் பார்த்தவன். பழமையின் பாதாளக் குகையில் வெடித்து எழுந்த வாக்குகளின் அடங்காத எதிரொலிகள் வௌவாலாய்ச் சிறகு அடித்து, அதன் குரல்கள் தரையில் விழுந்து முளைத்ததையும் அதே நேரத்தில் அறிந்தவன். இரு புறத்திலிருந்தும் இரு சிறகுகளைப் பெற்று ஜீவிக்கும் வலிமையைப் பிறப்பிலிருந்து வந்த சக்தியால் பெற்றுக் காலத்தை நடந்து நடந்து கழிப்பதற்கான விதியை அறிந்து அதே காலத்தின் மீது ஏறி அமர்ந்து போய்க்கொண்டிருந்தவன். தன் தம்பியை எதிர்காலத்தி லிருந்து வந்த சோகை நோய் இப்படி மிக விரைவில் பிடிக்குமென்று எதிர்பார்க்காதவனாய் பல பக்கங் களிலிருந்தும், வந்த கதைகளும் கற்பனைகளும் பல்வித தாவர, மிருக ராசிகளின் பேச்சுகளும் நிரம்பிய அந்தப் புராதனமான பெரிய வீட்டில், அங்குமிங்குமாய் அலைந்து கொண்டிருந்தான்.

ஒளித்து வைத்த ஏதோ ஒரு பொருளுக்காக வீட்டின் ஒவ்வாரு பகுதியிலும் ஜான் அலைவதைப் பார்த்தாள் சிநேகப்பூ. முத்துமாரி நகரத்திலிருந்து வந்தபோது அன்பிற்கு அடையாளமாய்க் கொடுத்த இரண்டு கைகளுடன் காலத்தைச் சுட்டிப் பேச வந்திருக்கும் கடிகாரம் என்ற பெயருள்ள வஸ்து அவள் கண்ணில்பட்டது. அப்போது அந்த வஸ்து அந்நேரம் காலை இரண்டு மணி என்று சொல்லிற்று.

'காலையில் இரண்டு மணிவரை எதை மறந்து போனவனாய் இவன் தேடுகிறான்?' என்ற கேள்வி எழுப்பியவளுக்குப் பதில் எங்கிருந்தும் குதித்து வரவில்லை. அந்தக் கேள்வியை ராசப்பனிடம் கேட்டபோது, அவர்கள் குலத்தவர்கள் பெண் எடுப்பதற்காக வழக்கமாய்த் தேடிப் போகும் ஊருக்குப் போவது தேவை என்று தான் உணருவதை எந்த வருத்தமுமில்லாமல் சொன்னார். இவை ஏற்கனவே நடப்பதாக வரையறுக்கப்பட்டதை அறிந்தவராக, அவர் பேசினார்.

எல்லாம் ஏற்கனவே மனிதனுக்கு வரையறுத்து வைக்கப் பட்டிருக்கிறது என்பதில் பெரிதும் நம்பிக்கை வைத்து நமது கையில் ஏதுமில்லையென்று அடிக்கடிப் பேசுபவர்களிடமெல்லாம் தலை யாட்டியபடி நடமாடிக்கொண்டிருக்கிற ராசப்பன், ஒருநாள் மண்ணிலிருந்து கிளம்பி வருவதுபோல் மலையிலிருந்து சூரியனின் ஒளி தோன்றிப் பூமியெங்கும் பிரகாசமடைந்த ஒரு காலையில், ஜானுக்கு அமைந்துவிட்ட பெண்ணைப் பற்றி ஏற்கனவே தெரிந்தவர் போல் பேசிக் கொண்டிருந்தார். அப்போது சிநேகப்பூ அந்த மனிதரின் அந்தரங்கம் எந்த உடல் பாகத்தில் எப்படி இருக்கும் என்று தனது இதயத்தின் மூலமும் இரவு நேரத்தில் தன்னிடமிருந்து புறப்படும் உறுப்புகளின் காந்த ஆற்றல் மூலமும் தெரிந்துகொண்டிருப்பதாய் நினைத்துக்கொண்டிருப்பவள்—ஆச்சரியம் அடைந்தாள். வம்சத்தின் ரகசியம் எப்படி, எப்போது, யாரிடம், எந்தெந்த புலன்களில் இறங்கியுள்ளதென்றறிந்த ராசப்பன் ஜானுக்கு அமைந்துவிட்ட பெண்ணைப் பற்றிப் பேசினார். சிநேகப்பூ ராசப்பனிடம் 'பெண் யார்?' என்று கேட்டாள். அதற்கு அவர் தந்த பதிலைக் கேட்டு அவள் மிகுந்த அதிர்ச்சியடைந்தாள். ஆண்டாண்டாய்க் காப்பாற்றப்பட்ட அவரது அந்தரங்கத்திலிருந்து கீழே இறங்கி வந்த பதில் இதுதான்:

'பெண் யாரென்று எனக்குக்கூடத் தெரியாது.'

7

ஒரு காலத்தில் மனதிற்குப் பதிலாக சுபாஷ் சந்திரபோஸின் உருவத்தையும், காந்தியின் உருவத்தையும், முத்துமாரியின் கணவர் மாறி மாறிப் பல நாள் வைத்திருந்தார். என்றாலும் இறுதியில் மனம் பிற உருவங்களை வெற்றிகொண்டு தனக்கான இடத்தில் அமர்ந்து கொண்டது. அத்தகையவரான கோபால்ராஜ் கொஞ்ச நாள்களாகத்

தன்னைவிட்டுப் போயிருந்த மனதை எந்தவித விழாவுமின்றி வரவேற்றார். பின்னர் ஒரு கடையை வாடகைக்கு வாங்கி ஸ்டுடியோ அமைத்துத் தொழில் ஆரம்பித்தார். அவர் தனது புகைப்படக் கருவியால் முதன்முதலில் குடும்பத்தை எடுத்த புகைப்படம் பற்றி அவர்கள் குடும்பத்தில் அடிக்கடி பேச்சு நடந்தது. கருவியின் கண்களிலிருந்து கறுப்புத்துணியை எடுத்தபின் மூடி வைத்துவிட்டுக் கழுவிப் பார்த்தபோது, காமிராவின் முன்பிருந்த ஒரு குழந்தை எங்கும் பதியவில்லை. அதற்குப் பிறகு கவனமாகப் படத்தின் நெகட்டிவை வெளிச்சத்தில் பிடித்தபோது குழந்தை லதாவிற்குப் பதிலாக ஒரு வெளவாலின் நிழல் லேசாய்ப் படர்ந்திருந்ததைக் கண்டுபிடித்தவள் முத்துமாரிதான். தான் இதுவரை ஓர் ஆவி அதுவும் தன்னுடன் கள்குடித்த ஆவி—எப்படிப் புகைப்படத்தில் வரும் என்று பார்த்த தில்லை என்று முத்துப்பிள்ளையை நினைத்தபடிக் கூறி அப்படத்தைக் கழுவி அச்சிட விரும்பிய கணவனிடம் அச்சிடக்கூடாது என முத்துமாரி கூறினாள். அவளிடம் பல்வேறு விவாதங்களை முன்வைத்த மாஜி சுதந்திரப் போராட்ட வீரர் முத்துமாரியின் கண்களுக்கிடையில் ஒளிந்திருந்த கோபம் மூக்குவழி லேசாய்த் தலைகாட்ட ஆரம்பித்ததும் மிகுந்த பொறுப்புணர்ச்சியுடன் விவாதத்திற்கு முற்றுப்புள்ளி வைத்தார். பேயையும் ஆவிகளையும் தன் கருவியின் மூலம் காலத்தைத் தாண்டி வாழவைப்பது பெரிய மனித குல எதிர்ப்புச் செயல் என்று அப்போதுதான் மனதில் பட்டதெனத் தெரிவித்துக்கொண்டு வெகு வேகமாக எங்கோ புறப்பட்டார்.

தன் கணவன் புறப்பட்டபின் தனது சாயலில் வளர்ந்து வரும் தன் மகனான ராஜனை முத்துமாரி அழைத்தாள். தன் தாயின் உயிரையும் ஆன்மாவையும் ஆண்பையனின் உடலில் வைத்தபடி ராஜன் வளர்ந்து கொண்டு இருந்தான். அவன் அந்த ஆண்டு பள்ளி இறுதித் தேர்வு எழுதிய பின்னர் அடுத்து என்ன செய்வதென்று புரியாமல் ஊரில் அலைந்துகொண்டிருந்தான். தாய்க்குத் தெரியாமல் அவனிடம் வளர்ந்த மீசையைத் தந்தையின் பிளேடினால் முதன்முதலாக அகற்றிக் கொண்டிருந்த ராஜன் தன் தாயிடம் சென்று, ‘அம்மா! உனக்கு உன் உதட்டில் முதன்முதலாக ரோமம் தோன்றியபோது என்ன செய்தாய்?’ என்று கேட்டான். அந்நேரம் தாய் சமையலறையில் தன் பால்யகாலத் தோழியிடம் தன் கணவன் வாழும் மனிதர்களின் ஆவிகளைப் பிடித்துப் படமாக்கிக் காலத்தின் கொடூரத்தை அழித்துக்கொண்டிருக்கும் செயலை இந்த ஊரார் ஆதரித்துக் கௌரவிக்க வில்லை என்ற தன்

வருத்தத்தைக் கூறிக்கொண்டிருந்தாள். எனவே மகனுடைய கேள்விக்குப் பதில் கிடைக்கவில்லை. 'புகைப்படத்தால் ஒரு மனிதனுடைய எந்த ரகசியத்தையும் வெளிக்கொணர்ந்துவிடலாம்; மனிதன் தனக்குள் வைத்திருக்கும் குழந்தைப் பருவத்தையும் முதுமைப் பருவத்தையும் வெளிப்படுத்துவது வெளிநாடுகளில் மிகுந்த சந்தோஷத்தைக் கொடுத்த சமாச்சாரம்' என்று தொடர்ந்து முத்துமாரி சொல்லச் சொல்ல, அவளோடு சேர்ந்து ஆறு வயதில் சிறுகற்களை வைத்து விளையாடிய பெண்மணிக்கு ஆச்சரியமாக இருந்தது.

ராஜன் தன் முகத்திலிருந்து ரோமங்களை முழுதும் அகற்றிய போது முத்துமாரி அவனைக் கொஞ்சி, 'பத்திரமாக ஊர் சுற்றிவிட்டு வா' என்று அனுப்பினாள். அந்தப் பையனும் பத்திரமாகவே ஊர் சுற்றித் தாய்க்கு நல்ல பெயர் வரும்படியாகப் பார்த்துக்கொள்வதாய்க் கூறிப் புறப்பட்டான். தன்னுயிர் ராஜனின் உருவத்தில் வளர்வதைக் கண்ட முத்துமாரி, மாலையில் ராஜன் வீடு திரும்புவதைக் கண்டு பரபரப்படைந்து அந்தப் புகைப்படக்காரரை அழைத்து, 'நீர் அந்த ராஜனை எங்கிருந்தாலும் உமது புகைப்படக்கருவியால் கண்டு பிடித்து விட வேண்டும். வீட்டிற்கு வந்தால் அவனுடன் வர வேண்டும்; இல்லையெனில் மீண்டும் சுதந்திரப் போர் நடத்தப் போய்விடும்' என்று அன்பாகச் சொல்லியனுப்பினாள். பிறகு தனக்காக ஏற்படுத்தப் பட்ட அறையில் தனது அலங்காரங்களைக் களைந்து, மிகுந்த துன்பம் வானத்திலிருந்து இறங்கித் தன்னைப் பிடித்துக்கொண்டாற் போன்று துடித்தபடி கிடந்தாள். திடீரென வானில் சூரியன் வந்ததைக் கண்டாள். காலையிலும் தன்னுயிராகிய ராஜன் வீட்டிற்கு வராததையெண்ணி முத்துமாரி அழுது அரற்றும் தன் ஆன்மாவுடன் பேசலானாள். பேசியபடியே நெடுநெடுவென வளர்ந்த தன்னுடலை ஓர் இருள் அடைந்த மூலையில் சாத்தினாள். மாலை மாறி இருள் வர, சில இடங்களில் விளக்குகள் ஏற்பட்டன. அப்போதும் வரவில்லை என்பதைக் கூறிய தன் தாயிடம் லதா, 'எதற்காக நீ இப்படிக் கிடந்து துடிக்க வேண்டும்? ராஜன் ஆண். அவன் உடலிற்குள்ளிருக்கும் ஆண்மை ஊர் சுற்றப் போகிறது. அந்த ஆண்மையைக் கொன்று அந்த இடத்தில் உனது பெண்மையை அமர்த்திவிடாதே. அந்தப் பாவம் உன்னை சும்மாவிடாது' என்று கூறினாள்.

துக்கமென்ற பலவீனத்தால் கட்டப் பெற்றதால் முத்துமாரி தன் மகளைக் கொல்லாமல்விட்டாள். 'எப்போதாவது இந்தக் கொலை பாதகப் பேச்சிற்குத் தக்க தண்டனையை இந்த வீட்டில் நிறைந்துள்ள உடலற்ற உயிர்களில் என்மீது அன்பான ஓருயிர் உனக்குத் தராமல்

போகாது' என்றாள் தாய். தாய் சொன்னதைப் பொருட்படுத்தாமல் தன் அலுவல்களில் கவனம் செலுத்தப் போய்விட்டாள் லதா. அவள் அடுத்த ஆண்டு பள்ளி இறுதி வகுப்பிற்குச் செல்லப் போகின்றவள். மறுநாள் வீட்டிலிருந்து இருள் விலகியது. அதன் இடத்தைப் பிடிக்க சூரியனின் கதிர்கள் நுழைந்த நேரத்தில் ஓர் அறையில் ஓர் ஆணும் பெண்ணும் கொஞ்சியபடி கூடிக்கிடப்பதைக் கண்ட முத்துமாரி பயந்து கதவை ஒரு பெரும் இரும்புக் கடப்பாரையால் அடித்தாள். தாய் மீது இன்னமும் மிகுந்த அன்பு வைத்துள்ள ராஜன் தனது தாய் மீதான அன்பு உண்மை என்றும், அதனால் தாய் இந்த மாதிரி கஷ்டப்பட்டு கடப்பாரையைத் தூக்கிச் சிரமத்துடன் அந்தக் கதவை உடைப்பதற்குத் தான் அனுமதிப்பதில்லையென்றும் கதவைத் திறந்து தானே வெளியில் வருவதாயும் கூறிய பின், தன் கரத்தால் ஒரு பெண்ணை அணைத்தபடி அறைக்கு வெளியே வந்தான். அவனையும் அவன் அழைத்துவந்த பெண்ணையும் கொலை செய்துவிட்டுத் தான் போலீசாரிடம் போய், 'நான்தான் கொலை செய்தேன் எனக் கூறப்போகிறேன்' என்று அவள் சூளுரைத்தாள்.

முத்துமாரி உண்மையிலேயே கொலை செய்து விடுவாள் என்று அந்த நேரத்தில் அங்கு ஏதோ ஓர் அறையிலிருந்து பிரசன்ன மானவராகிய மனங்களைப் புகைப்படம் பிடிக்கும் கோபால்ராஜ் என்ற (தன் பெயரை அப்போதுதான் நினைவுகூர்ந்த) புகைப்படக்காரர் சொன்னவுடன், ராஜன் 'ஓடு' என்று கூற, அந்தப் பெண் ஓடலானாள். ஓடும்போதுகூட தன் கரத்தை அந்தப் பெண்ணின் கையிலிருந்து விடுவிக்காத ராஜன் முதன் முதலாய் தாயின் மனதைத் தாண்டி காதலியுடன் ஓடிக்கொண்டிருந்தான். மிகப் பழைய குடி ஒன்றிலிருந்து திடீரெனக் காலங்களை மதிக்காமல் புறப்பட்ட பெண்ணான முத்துமாரியால் இருவரும் விரட்டப்பட்டுக் கொண்டிருந்தார்கள். அந்தக் குடும்பத்திற்குப் புராதனக் குடிக்கான மதிப்பைக் கொடுத்த பலர் குறுக்கே வந்து தடுத்து, அன்புரை கூறியும் கேட்காமல் ஒரு ஜோடி காதலர்களையும் அவர்களின் காதல் என்ற பஞ்சவர்ணக் கிளியையும் முத்துமாரி விரட்டிக்கொண்டிருந்தாள். காற்றிலிருந்தும் மரங்களிலிருந்தும் விழுந்த செத்துப்போன பட்சிராசிகளின் ஆவிகளிலிருந்தும் கிளம்பிய உயிர்கள் தன்னைக் கண்டு பயப்படுவதை அறிந்தாள். உடனே மிகுந்த கூச்சலிட்டு அவ்விருவரும் அந்த க்ஷணமே நின்று தன் கையால் சாவை ஏற்பது மட்டுமே இயற்கைக்கு உகந்த காரியம் என்று உரக்கக் கத்தினாள்.

ராஜனும் அவனது காதலியும் தொடர்ந்து ஓடிக்கொண்டிருந்தனர்.

முதுமையையும், முதுமையினால் வெடிப்பு விழுந்த எண்ணங் களையும், பரிகசித்தபடியே அவ்விருவரும் ஓடுகையில் முத்துமாரி தான் கழுகாக மாறி அந்தச் சிறுவயது ஜீவன்களை அக்குவேறு ஆணிவேறாகக் கிழித்தெறியும் தன் ஆசையைத் தெரிவித்தாள். அந்தச் சிறுவர்கள், 'நீ கழுகாக வந்தால் நாங்கள் வல்லூறாக ஓடிப்போய் விடுவோம்' என்று கூறி மறைந்தனர். வாயிலிருந்தும் உடல் உறுப்புகளின் துவாரங்களிலிருந்தும் ரத்தம் வடிந்து போகப் பெரும் சப்தமொன்றைத் தன் தாடைக்குள்ளிருந்து வெளியேற்றியவளாய்க் கண்கள் இருள நடுரோட்டில் விழுந்த ஒரு வயதான பெண்மணியைக் கண்டோர், பரிதாபம் கொண்டு முகத்தில் நீர் தெளித்து அவளை எழுப்பினர். 'இருவர் ஓடிப்போனதைப் பார்த்தீர்களா?' எனக் கேட்ட அவளுக்கு அவர்கள், 'சற்று ஓய்வெடு, தாயே! உன் மனமயக்கமும் உடல் மயக்கமும் சரியாகிப் போகும்' எனக் கூறி மரநிழலில் அவளைப் படுக்க வைத்துப் போனார்கள்.

அந்த நிகழ்ச்சிக்குப் பிறகு முத்துமாரி மிகவும் மாறிப் போனாள். ஊரிலுள்ள பரோபகாரிகள் வீட்டில் அவளைக் கிடத்திவிட்டுப் போன பிறகு பல நாள்கள் அவளுக்குள் பதுங்கியிருந்த உணர்வு மீண்டும் செயல்படவில்லை. ராமுவைத்தியரின் மந்திரவாத சக்தியால், அந்த ஊருக்கு வரும் பல நகரத்து டாக்டர்கள் வந்த ஓரிரு வாரங்களிலேயே அங்கிருந்து புறப்பட்டு விடுவது வழக்கம். டாக்டர் பயன்படுத்தும் நெஞ்சத் துடிப்பைப் பார்க்கும் ஸ்டெத்தஸ்கோப்பை ராமு வைத்தியர் மந்திரவாத சக்தியால் பறித்துவிடுவார். ஸ்டெத்தஸ்கோப் இல்லாமல் ஆங்கில மருத்துவம் செய்பவர்கள் யாரும் அந்த ஊரில் பிழைக்க முடியாது (ராமுவைத்தியர் சிலரை அனுப்பி ஸ்டெத்தஸ்கோப்பைத் திருடி வருகிறார் என்றும் சிலர் பேசினார்கள்).

ஆனால் புதியதாக வந்த டாக்டர் ஒருவர் அந்த ஊரில் தொடர்ந்து பிழைப்பு நடத்தினார். அந்த டாக்டரை முத்துமாரியின் கணவர் அழைத்து வந்தார். நகரத்திலுள்ள டாக்டர்கள்தான் தன் உடலைத் தொட்டு வைத்தியம் செய்ய வேண்டும் என்று பலமுறை முத்துமாரி தன் கணவனிடம் அன்புக் கட்டளை இட்டிருக்கிறாள். அதன்படி புதிய டாக்டர் வந்து பரிசோதித்து அவரால் ஏதும் கண்டுபிடிக்க முடிய வில்லை. கடலில் பல மீன்களுக்கும் வலை வீசுவதுபோல் பல நோய்களுக்கும் உத்தேசமாக நான்கைந்து மருந்துகளைக் கொடுத்தார். ஆங்கில முறைப்படி வைத்தியம் செய்யும் அந்த டாக்டரின் நான்கைந்து மருந்துகள் சேவகர்போல் உள்ளே நுழைந்தும் பயன் இல்லை. உணர்வு பெறாமல் படுத்துக் கிடந்த முத்துமாரியிடம் ஊர்வேசி

வந்தாள். தனது முதுமையால் ஏற்பட்ட இயலாமை என்னும் சாத்தானை விரட்டிவிட்டுப் பிறர் முன் தோன்றுவதில் தனக்கு இருக்கும் அசௌகரியத்தையும் பயத்தையும் வரும் வழியில் தன் வாய்க்குள் போட்டு விழுங்கியதாகச் சொன்னாள். சற்று நேரத்தில் முத்துமாரி கண்திறந்து பார்த்தாள். தாவரங்கள், மிருகங்கள், தரை மற்றும் ஆகாசம் சார்ந்த பல சக்திகள் முத்துமாரியின் சகாயத்திற்கு வரும் ஏற்பாடுகளைச் செய்துவிட்டு அந்தத் தள்ளாத மூதாட்டி புறப்பட்டாள்.

முதலில் உலகைப் பார்க்கும் கண் திறந்தாலும், வாய் திறக்காமல் ஒரு வாரம் படுத்திருந்து, பின்பு மெதுவாய் நடமாட ஆரம்பித்தாள், முத்துமாரி. வாய்திறக்காத அந்தக் காலத்தில் வார்த்தைகள் அவள் குரல்வளையில் உலோகம் உருகுவதுபோல் உருகி உருண்டு திரண்டு நின்றது என்று ஊரில் செய்தி பரவியது. வாயில் வார்த்தைகள் நுழைய மறுத்து, அவமானத்தில் படுத்திருந்த முத்துமாரி இதுவரை யாருடைய தயவும் நட்பும் வேண்டாமென்று கருதினாளோ அவர்களின் நட்பிற்குத் தூது அனுப்பினாள். ஒருநாள் பகலில் மழைமேகம் பரவி இருள் தனது ராட்சச ரகசியத்தைச் சொன்ன போது, முத்துமாரி ஒரு பட்சியுடன் பேசிக்கொண்டிருந்ததை வீட்டில் வேலை செய்ய வந்த மாது கண்டு ஊரில் பலருக்கும் தெரிவிக்க ஓடினாள். தாத்தாவின் வித்தை ஒன்று ரத்தத்திலிருந்து ஞாபகத்திற்கு வந்திருக்கிறது. அவ்வாறு ஒரு மாதம் படுக்கையாய் இருந்து எழுந்த முத்துமாரி ஒரு புதிய பெண்மணியாய் வந்தாள். நிறைய பட்சிகள் அவள் குரலைக் கேட்டதும் வீட்டுப் பக்கத்து மரத்தில் அமர ஆரம்பித்தன. 'உனக்கு எத்தனை பிள்ளைகள்?' என்று யாரேனும் புதியவர்கள் முத்துமாரியிடம் கேட்டால், 'ஆண்டவனின் கருணை என் மீது இல்லாததால் குழந்தைகள் இல்லை' என்பாள். அப்படிக் கூறியது கோபத்தினால் என்று சிலர் பேசினாலும், உண்மை என்னவென்றால் பல முக்கியமான விஷயங்களை அவள் படுக்கையில் கிடந்த காலத்தில் மறந்துவிட்டாள் என்பதாகும். அதில் அவள் மகனும் அடக்கம். எனவே அவள் மனதில் ராஜன் பற்றிய கவலை இருந்த இடம் இப்போது ஒரு மூடிய அறையாய் மாறியிருந்தது.

பெயரை மறக்கடிக்கும் நோய் தன் மனைவியைத் தொற்றி யிருப்பதை சிலநாளில் கோபால்ராஜ் அறிந்தார். ஆனால் சிந்தனை சற்று ஆழமாகவும் தொடர்ச்சியாகவும் நடந்தவுடன் மனைவியின் ரத்தம் தன்னுடலில் பாய்ந்ததை அவர் உணர்ந்தார். மனைவியின் ரத்தத் திற்குள் புகுந்து எப்போதோ பதுங்கியிருந்த ஆசாமிதான் இந்தத் 'திருவாளர் மறதி' எனக் கண்டுபிடித்தார். அங்கிருந்துதான் மறதி

தன்னைத் தொற்றிக்கொண்டதையும் அவர் புரிந்தார். ரத்தத்தில் நீச்சலடித்த தனது ஆற்றல் என்கிற கிருமி போயொழிந்த பின்னர் பிறந்த பலவீனம் மறதியை அழைத்து வந்திருப்பதை அந்த மாஜி சுதந்திரப் போராட்ட வீரர் அறிந்தார்.

ஒருநாள் முத்துமாரிக்கு மறதி மிகவும் அதிகமானபோது, தனது உடலின் உறுப்புகளுக்குள் மறதி புகுந்துவிட்டதை விசித்திரமாய் உணர்த்தினாள். அன்று அவளது கைகள் செய்யும் வேலையைக் கால்களும், கண்கள் செய்யும் வேலையைக் காதுகளும் செய்ததைக் கண்ட புகைப்படக்காரர் மிகவும் குழம்பிப்போய் நின்றபோது, அப்புகைப்படக் கலைஞனைச் சிநேகப்பூ அழைத்துத் தைரியம் சொல்லிய பின் புராதனக் குடும்பங்கள் பலவற்றிலும் இத்தகையப் பல தற்காலிகத் தொல்லைகள் நடந்துகொண்டுதான் இருக்கின்றன என்றாள். 'புராதனத்துச் சேஷ்டைகளான இத்தகையக் காரியங்களைப் பரிசு கொடுத்துக் கௌரவிக்கும் ஆட்சி வந்துள்ள காலமான இன்று நாம் வருத்தப்படுவதில் பயனில்லை' என்று கூறினாள். பின் லதா இருந்த அறை பூட்டப்பட்டிருப்பதைக் கண்டு அப்பெண்ணும் புராதனக் குடும்ப விதிக்கு உட்பட்டுவிட்டாளே என்ற ஐயத்துடன் புகைப்படக் கலைஞரைப் பார்த்தாள். அவர், 'அவள் இந்த வீட்டில் தற்சமயம் இருப்பது உகந்ததல்ல என்று நகரத்தில் ஒரு தோழியின் வீட்டிற்குப் போயிருக்கிறாள்' என்று கூறினார். இவ்வாறாக வம்ச விதிக்கு உட்பட்டு முத்துமாரி, வீட்டின் மூலையிலுள்ள இருளில் அவ்வப் போது ஒளிந்து வாழ ஆரம்பித்தாள்.

தன் மனதிலிருந்து தன்னைப் போன்ற ஒரு பொம்மையை உருவாக்கி வெளியே எடுத்து வைத்துக்கொண்டு அதனோடு பேசிக் கொண்டிருந்த பால் தனது 'தானு'டனன்றி வேறெந்தப் பொருளுடனும் மொழியைத் தூது அனுப்பமுடியாமல் கஷ்டப்பட்டான். இரவில் உணவுகூட பாதிக்குடலில் போனவுடன் எந்த இயக்கமும் காட்டுவதில்லை என்பதையும் எண்ணினான். இந்த மாதிரி தன்மை தன் இரத்தத்திற்குள் போய் உறைந்துவிட்டதால் தன்னால் உண்ணவோ, உறங்கவோ, சுவாரஸ்யமான எதையும் நினைக்கவோ இயலாமல் ஒரு சூன்யம் தன்னைச் சுற்றி மூடியிருப்பதாகத் தன் தாயிடம் கூறினான்.

அந்நேரத்தில் புதுமணத் தம்பதிகளான ஜானும், அவன் முதன் முதலில் ஸ்கூலில் வேட்டி கட்டிய நாளில், வேட்டி விழுந்தபோது பெண்கள் பகுதியில் சிரித்துக்கொண்டிருந்த சௌந்தர்யவதியான ஒரு நங்கையும், இருவரின் உடல்களுக்குள்ளும் ஏறியிருக்கும்

மர்மங்களைத் தேடிக்கொண்டிருந்தார்கள். கீழே யாரோ, ‘புது மணத் தம்பதிகள் எங்கே?’ என்று கேட்டனர். சிநேகப்பூ, ‘அவர்கள் இருவரும் சிறுவயதில் ஒன்றாகப் படித்தவர்களாம். அப்போது படித்த பாடம் தொலைந்து போக, அதனைப் பிடித்திழுத்து வருவதாகக் கூறி மேலே போனார்கள்’ என்று மாடியைச் சுட்டினாள்.

பாடத்தை இருவரும் சேர்ந்து இழுத்து வருவதற்குப் பதிலாக ஜான் அந்த சௌந்தர்யவதியின் ஆடைகளை இழுத்து உடலில் என்ன எழுதியிருக்கிறதென்று பார்க்க ஆசைப்படுவதாகச் சொன்னான். ஆனால் அவன் மனைவி, பல ஆண்டுகளுக்கு முன்பு ஆசீர்வாதம் பிஏயின் வகுப்பில் வேட்டி விழுந்தவுடன் ஓர் உறுப்பு அனாவசியமாய் இருந்ததைப் பார்த்த பெண் ஆதலால், இன்னும் அந்த உறுப்பு ஞாபகத்தில் ஏற்படுத்திய வெட்கம் மூளைக்குள் உறைந்திருப்பதால், தன் உடலில் எழுதியிருப்பதை ஜான் பார்க்க இயலாது என்று அடம் பிடித்துக்கொண்டிருந்தாள். வேண்டுமென்றால் ஆடை கட்டிய விளையாட்டுகள் விளையாடி, இருவரும் கணவன் மனைவியாக அன்பு செலுத்த முடியும் என்று, சௌந்தர்யத்தையும் கற்பையும் காத்து வரும் இளம் மனைவி கூறினாள். அதன் பிறகு ஜானுக்கும் அவளுக்கும் பல்விதமான வாக்குவாதங்கள் நடைபெற்றன. பல வருடங்களுக்கு முந்திய ஞாபகம் இன்னும் மாறாமல் இருப்பதெப்படி என ஜான் கேட்டான். அது தனக்குத் தெரியாது என்றும், தன் கணவனைப் பற்றி அவள் நினைத்தவுடனேயே ஆசீர்வாதம் பிஏயின் வகுப்பில் திடீரெனக் கண்முன் பிரசன்னமான உறுப்பு நினைவிலும் கனவிலும் வந்து, தன்னைக் குமட்ட வைக்கிறதென்றும் கூறி ஓடிப்போய் வெட்கத்தால் ஒரு மூலையில் அமர்ந்தாள், இருபத்தைந்து வயதான அப்பெண்மணி. அந்நிகழ்ச்சியைத் தொடர்ந்து, தனக்கு வந்த காய்ச்சல் மூலம், அந்நிகழ்ச்சி அவளைப்போல் தனது மூளையில் உறைந்துவிடாமல் மறைந்துவிட்டது என்றான் ஜான். மேலும் தான் எந்த உறுப்பையும் அன்று பார்க்காததால் இன்று தனது இளம் மனைவியைப்போல் கஷ்டப்படவில்லை என்றும் கூறி அவன் படுத்துத் தூங்கலானான்.

பின்னர் சில வருடங்கள் இருவரும் சந்தோஷமாக வாழ்ந்தனர். அவளது சௌந்தர்யம் அவனுக்கு முன் ஒரு பூதமாய் எழுந்து, அவனது உடலில் அவ்வப்போது தோன்றிய பசியை அடியோடு சாப்பிட்டு விட்டது. (வயது நோய் பீடிக்காத நேரங்களில்) தந்தையும் தாயும் தமக்குக் கைகளில் வைத்து விளையாட குழந்தை ஒன்றை விரைவில் அவர்கள் தருவதுதான், அவர்கள் தாய் தந்தைக்காகச் செய்யும் கடமை

என்று சொன்னபோது, ஜானின் மனைவி மிகவும் வருத்தப்பட்டாள். தூக்க முடியாத உடலுடன் ஜானின் மனைவியின் தந்தையும், தாயும் (இந்தப் பெண்மணி முழு உடலையும்கொண்டு வரவில்லையாம்) வந்து இத்தனை ஆண்டுகள் ஜானுக்கும் அந்தப் பெண்ணிற்கும் குழந்தை இல்லை என்பது, தங்களை மிகவும் வருத்துவதைச் சொன்னார்கள். தந்தைக்கு மிகவும் பெரியவொரு வருத்தம் வயிற்றிலேறி உப்பிக்கொண்டு போவதாகவும், அதனால் தாயார் மிகவும் மெலிந்து கொண்டே போவதாகவும் கூறினார்கள். அப்போது அந்தப் பெண் கண் கலங்கி அழுதாள். ஜான் ஆறுதல் கூறி ஏன் என்று கேட்டபோது, தந்தை இப்படியே உப்பிக்கொண்டிருந்தால் மிக விரைவில் வெடித்துப் போவாரென்றும், தாய் மெலிந்துருகி ஒரு நாள் காணாமல் தரையில் மறைவாளென்றும், அவற்றை நினைக்கையில் தான் செத்துவிடலாமா என்று கருதி அழுவதாயும் அவள் கூறினாள். அன்றிலிருந்து முகத்தில் ஓர் அழுகை குடிகொண்டதால் அவளது சௌந்தர்யம் குறையலாயிற்று. அவள் அழகு கொஞ்சம் கொஞ்சமாக நகரங்களிலுள்ள நீர் டாங்குகளில் நீர் குறைவதுபோல் குறைந்தது. ஒருநாள் காலையில் ஜானின் படுக்கையில் அவனது கால்களுக் கிடையில் வானத்துக் காற்றை எல்லாம் மூச்சு வழி விட்டுக் கொண்டும் கைகளாலும் கால்களாலும் அனாதரவாய் அடித்துக்கொண்டும் கிடந்தவொரு குரூபியான பெண்ணை ஜான் கண்டான். அவளையும் தன்னையும் இத்தனை ஆண்டுகள் நெருங்கவிடாதபடி செய்தது அவளது சௌந்தர்யம்தான் என்பதை ஜான் அறிந்து, அன்றிலிருந்து தன் நண்பர்களுக்கு அழகான பெண்களைத் திருமணம் செய்வது அவ்வளவு உகந்ததல்ல என்று உபதேசம் செய்யலானான்.

ஒருநாள் மிருதியாக மண்ணைத் தின்றுகொண்டிருந்த மருமகளைப் பார்த்த சிநேகப்பூ தன் கணவனிடம் சொல்லி இரண்டு வண்டி மண் கொண்டு வந்து வீட்டின் பின்புறம் போட ஏற்பாடு செய்யுமளவு சந்தோஷம் அடைந்தாள். செய்தியறிந்த பெண்ணின் தந்தை வெடிக்கும் அபாயம் இனி தன் உடம்பிற்கு இல்லை என்பதை உணர்ந்து நிம்மதிப் பெருமூச்சுவிட்டார். தாய் தன் உடல் மேலும் மெலியாது என்பதைக் கண்டுபிடித்தாள். அவ்வாறு ஜான், அழகு வற்றிய குரூபியான மனைவியின் உடலில் தன் வருங்கால மகவிற்கான அஸ்திவாரத்தைப் போட்டபோது ஊரின் பலத்த பேச்சு, ஊர் பஞ்சாயத்துத் தேர்தல் பற்றியதாகவே இருந்தது.

அன்புள்ளம் கொண்டு இந்தக் கதையைத் தொடர்ந்து வாசித்து ஒரு புராதனக்குடிக்கு என்ன ஆகிறதென்று அறியும் நோக்கத்தோடு

இருக்கும் வாசகர்களே! தன் உருவத்தைப் பிடித்துக் கைகளில் வைத்துப் புலம்பிக்கொண்டு தனிமையில் வாடும் பால் பற்றி இந்தக் கதையில் அதிகம் கூறவில்லை என்று என்னிடம் சண்டைக்கு வரும் முன்பு, பால் பற்றிக் கூறச் சித்தமாயிருக்கிறேன். எனவே பஞ்சாயத்துத் தேர்தல் பற்றி இப்போது சொல்லாமல் பாலைப் பற்றிக் கூறுவதைத் தப்பாய் எடுக்கமாட்டீர்கள் தானே.

மிகவும் மெலிந்து போன பாலை, ஏதும் படிக்கக்கூடாது என்று தாயும் தகப்பனும் கண்டிப்பாகச் சொல்லிவிட்டார்கள். பாலின் கண்களைச் சுற்றிக் கருவட்டம் விழுந்து கண்ணைச் சுற்றிலும் தோல் சுருக்கங்கள் காணப்பட்டன. தன் தம்பியின் உடலைத் தின்னுமள விற்கு ஆங்கில இலக்கியத்தில் என்னதான் புகுந்திருக்கிறது என்று இன்னும் ஜானால் கண்டுபிடிக்க முடியவில்லை. வேறு ஏதாவது பாடம் எடுத்துப் படித்திருந்தால் ஒரு வேளை இப்படி ஆகியிருக்க மாட்டானோ என்றுகூட அவன் யோசித்தது உண்டு. தம்பியை மிகுந்த அக்கறையுடன் ஜான் கவனித்துக்கொண்டான். தனது பூர்வீக நிலபுலன்களையும் மற்றும் காரியங்களையும் கவனித்து வருவதே ஜானுக்கு இப்போது போதுமானதாக இருந்தது.

பால் தனது அறையில் கண்ணாடி வழி நுழையும் ஒளிக்கற்றை களைப் பிடித்துக் கடித்துக்கொண்டிருந்தான். வெயிலில் காய்ந்து கிடக்கும் ஜந்துவில் ஒன்றாகத் தானும் மாறிப் போனதாக அவனுக்கு நினைவுகள் வந்தன. சிலவேளை வெயிலில் இறங்கி, ரோட்டோரத் திலுள்ள கடையில் வந்து அமர்ந்துவிட்டு, மதியமாகும்போது வீட்டில் போய் உணவு உண்ட பின்னர், மீண்டும் தூங்கியெழும்போது மணி மாலை நான்காகிவிடும். பிறகு தன் அறையில் அமர்ந்து, கடந்த காலத்தாலும் நிகழ்காலத்தாலும், சபிக்கப்பட்ட பால் எதிர்காலம் பற்றிய கற்பனைகளில் மூழ்குவது வழக்கம்.

படித்து முடித்துவிட்டுச் சென்னை சென்று, அங்கிருந்து தேசத்தை ஆளும் ஆளுநர் கையால், மாநில முதல்வன் என்ற சான்றிதழ் பெற்றுக் காற்றில் பறந்து ஊருக்கு வந்து, திடீரென அழைப்பு வந்தக் காரணத்தால், இங்கிலாந்திற்கு மேற்படிப்பிற்குப் போகும் இவனது நண்பனும் வகுப்புத் தோழனுமான ராமாநுஜனின் உடலில் தான் நுழைந்திருப்பதாய், பால் நினைத்துக்கொண்டிருந்தான். திடீரென நினைவுகள் அறுபட மீதி நினைவுகளை வானத்திலேயே தொங்க விட்டுவிட்டு மிகுந்த சோகைநோய் கால்களில் புகுந்திருந்ததை அறிந்தவனாய் மெதுவாக நடந்தான் அவன்.

அவனது மனதில் பூத்துச் சொரிவதற்கான எந்த வேரும் இருக்க வில்லை. வாழ்வின் ஆரம்பத்தில் தன்னை மறந்து படித்துக் கொண்டிருந்தபோது, பள்ளிக் கூடமும் பாடங்களும் அவனது மனதில் புராதனக் குடும்பம் போட்டிருந்த வம்ச மூளைகளைக் கருக்கி விட்டன. பழமை பற்றிய ஞாபகங்கள் புகுந்து, மனதின் நுண்மையான உறுப்புகளைத் தீட்சண்யப்படுத்திவிட்டது என்று, அவனுடைய அறிவைக் கண்டு முன்னர் புகழ்ந்த நண்பர்கள் கூறினார்கள். எதிர்காலம் நிச்சய மற்றதாகவும் நம்பிக்கைக்கு வேண்டிய கதைகளும் கற்பனைகளு மற்ற வறண்ட பாலையாகவும் தென்பட்டது. சில ஆண்டுகளுக்கு முன்பு ஒருநாள் தன் வகுப்பில் படித்துக்கொண்டிருந்த பட்டினத்தைச் சார்ந்த ஓர் ஓய்வு பெற்ற பேராசிரியரின் மகளை நாடியோடும் மனதைத் தடை செய்ய பாலால் இயலவில்லை. என்னென்னவோ செய்துபார்த்தும் மனம் மட்டும் நிற்காமல் இவனை இழுத்துக்கொண்டு சென்றது. அவளுடைய நினைவுகள் மனதில் வந்து சொரிந்தபோது, பழமையினால் இறுக்கப்பட்ட தனது குடிமரபுபோல், தனக்கு ஏதும் ஆகாததைக் கண்டு மகிழ்ந்த பால், வானில் சஞ்சாரம் செய்தான்.

பழமை தூக்கி வீசப்பட்ட அவனது மனதின் இடைவெளியில் ரோஸ் என்ற அழகிய பெயர்கொண்ட பெண்ணின் முகத்திலிருந்து வீசிக் கொண்டிருக்கும் சூரியக்கதிர்களை அள்ளி வந்து அவன் நிரப்பினான். வாழ்வு அவனுக்குக் கொஞ்ச காலம் இவ்வாறு அதன் வர்ண ஜாலங்களைக் காட்டியபோது, குதூகலமென்கிற வானத்துப் பறவைகளின் மீது அமர்ந்து சவாரி செய்தான். அந்தப் பெண் கொடியைத் தன் மனதில் வளர்த்து அதற்கு நீருக்குப் பதிலாக பாலும் வார்த்துக் கொண்டிருந்தான் அவன். ஒருநாள் அவன் இருந்த ஹாஸ்டல் அறைக்கு முதியவர் ஒருவர் எதார்த்தத்தையும், அதன் முதுகில் அமர்ந்திருக்கும் வருத்தத்தையும், கொண்டவராய்த் தேடிவந்தார். முதியவரை அன்பாக வரவேற்று நாற்காலியில் அமரச் செய்து உபசரித்துப் பேசிக்கொண்டிருந்தான் பால். அப்போது அவர் ரோஸ் என்ற பெயரை உற்பத்தி செய்தது தானே என்றும் அப்பெயரிலிருக்கும் வசந்தம் தனக்கு மட்டும் என்றும் அதிலுள்ள முள் அவருக்கு முன்பு அமைதியாக அமர்ந்திருக்கும் பாலுக்குரியது என்றும் தெரிவித்தார்.

மேலும் இந்தச் சமூகம் சாதி வித்தியாசத்தை இன்னும் ஏற்காத கொடுமையைச் சொல்ல வேண்டி வந்ததற்காய் வருத்தப்பட்டு, அவரை மன்னித்து விடுவது பால் போன்ற விசால மனம் படைத்தவர் களுக்கு எளிது என்று கூறி, அப்போதிலிருந்து அவன் ரோஸ் என்ற பெயருக்கும் தனக்கும் எந்த உறவும் இருப்பதாகக் கருதவேண்டாம்

என்றும் சொல்லி மறைந்தார். வயதான ஒரு வாக்கியம் தன் முன் தோன்றித் தன் மனதில் உருவான பாடலைப் பறித்துக்கொண்டு ஓடுகிறதே என்று அலறிய பாலை மறுநாள் நண்பர்கள் ஊருக்கு அழைத்து வந்தனர்.

இப்படி ஊருக்கு வந்தபின் ஒருநாள் தாயிடமிருந்து காபியைப் பெற்றுக் குடித்துவிட்டுத் தாயின் அனுமதியின் பேரில் பால் ஒரு புத்தகத்தைப் பறவையொன்று அலகால் தூக்கிச் செல்வதைப் போல், தூக்கிச் சென்றான். அந்தப் புத்தகத்திலிருந்து புறப்படும் வார்த்தைகளின் வழியாகத் தன் மனதில் குடியிருந்த வார்த்தை யொன்றை மறுசிருஷ்டி செய்யும்படி அனுப்பினான். எந்தப் புத்தகத்திலிருந்தும் எந்த நாவல், கதை, கவிதையிலிருந்தும் அவன் செய்வது அந்த ஒரே காரியம்தான். அவன் மனம் புரண்டு விழுந்த நாள் எந்த வார்த்தை மனதில் இருந்ததோ, அந்த வார்த்தையை மறுசிருஷ்டி செய்ய முயன்று கொண்டிருந்தான். அந்த மறுசிருஷ்டியின் போதை மனதிலிருக்கும்வரை தன் வாழ்வு ஜீவனுடன் இருப்பதாகவும், அந்தப் போதை மனதின் ரத்த நாளங்களிலிருந்து மறைந்தவுடன் சாவு ஒரு பாரமாய் மண்டைக்குள் உறைந்து, உறுப்புகளைச் செயலற வைப்பதாகவும் அறிந்தான். இரண்டு மூன்று ஆண்டுகளான பிறகும் இந்த மனநிலையில் எந்த மாற்றமும் காணப்படாததால், தனக்கு ஏற்பட்ட ஏமாற்றத்தினால், தன் மனதின் ஒரு மூலை நெருப்பிற்கு இரையாகிப் போய்விட்டதென்று உணர்ந்தான். தன் வாழ்வின் நிம்மதியும் சந்தோஷமும் அந்தப் பகுதியுடன் சேர்ந்து போய்விட்டதென்று கருதியபடி, சோகை நோயின் அசுரப் பசிக்குத் தன் மனதை அவனே மனமுவந்து கொடுத்தவனாய்க் காட்சி தந்தான்.

அப்போதுதான் பஞ்சாயத்துத் தேர்தல் மும்முரமாகியிருந்தது. பஞ்சாயத்துத் தேர்தலில் நிற்பதற்கு ஜானை அந்த ஊர் ஜனங்கள் வற்புறுத்தினார்கள். அந்த ஊரில் கொஞ்ச நாள்களுக்கு முன்பு, கனவுகளை விற்றுப் புகழ்பெற்று, இப்போது அங்குப் பள்ளி ஆசிரியனாகப் பணிபுரியும் பிஏபிடிகாரன் ஜானை ஆதரிப்பதாக வீட்டில் வந்து கூறினான். அப்படி எல்லோரும் வந்த ஒருநாள் அங்கே புராதனக் குடியைச் சார்ந்த அவனது தாத்தா ஏற்கனவே உயிரை அனுப்பிவிட்டு உடலை வைத்து வாழ்ந்துகொண்டிருக்கிறார் என்ற உணர்வு கூட ஊரார் யாருக்கும் இருக்கவில்லை. அந்நேரம் வீட்டின் உள்பக்கத்திலிருந்து புறப்பட்ட ஒரு விக்கல் சப்தம்

ஜானைத் தன் மூலாதார வம்ச நினைவிற்குத் துரத்தியது. ஜான் எல்லோரையும் சற்றுநேரம் அமர்ந்திருக்கும்படியாகக் கூறிவிட்டுத் தாத்தா படுத்திருந்த அறைக்குச் சென்று, 'தாத்தா, நம் குடிப் பெருமையால் இன்று என்னைத் தேர்தலுக்கு நிற்கும்படிக் கேட்கிறார்கள். நான் என்ன செய்யட்டும்?' என்று கேட்டான். தாத்தாவின் உடல் முழுவதிலிருந்தும் ஒரு காற்றுப் புறப்பட்டு வாய் வழியாக மீண்டும் விக்கலாக வந்தது. உடனே ஜான் சந்தோஷம் அடைந்தான். தாத்தா ஒப்புதல் அளித்ததாய் சிநேகப்பூவிடம் கூறினான். பின்பு அங்கு அமர்ந்திருந்தோரிடம் வந்து, 'எங்கள் குடிப் பெருமையைக் காப்பாற்ற பஞ்சாயத்துத் தேர்தலில் நானும் பங்கெடுக்கிறேன்; ஓர் உறுப்பினனாக தேர்தலில் நிற்கிறேன்' என்றான்.

ஜனங்கள் அவரவர் நினைவை, ஜான் மூலமாக நிறைவேற்றும் வாய்ப்புக் கிடைத்ததென மகிழ்ந்து அன்றைய தினத்தை மிகப் பெரும் விழாவாகக் கொண்டாடினர். முத்துமாரியின் நினைவிற்கு வெளியில் விழுந்துவிட்ட ராஜன்கூட வந்து ஓட்டுப்போடுவதாக யாரோ ஒருவர் மூலம் ரகசியமாகச் செய்தி அனுப்பினான்.

ஒரு காலத்தில் படித்த தன் பாடங்களின் மீது கவனம் என்ற நங்கூரத்தில் இழுத்துக் கட்டப் பெற்றிருந்தாள் லதா. எனவே தாயின் அறையிலிருந்து புறப்படும் சிரிப்புகளுக்கோ அல்லது ஊரிலிருந்து புறப்படும் ஜனங்களின் தேர்தல் சம்பந்தப்பட்ட கூச்சல்களுக்கோ, லதா செவி சாய்க்காமலிருந்தாள். அப்படியிருக்கையில் ஒரு நாள் பள்ளிக்கூட ஆசிரியனும் கனவுகள் விற்றவனுமான பட்டதாரி லதாவின் வீட்டிற்குள் நுழைந்தான். லதா அவனை வரவேற்பதற்கு ஆயத்தமாய் அழகான ஆடைகள் அணிந்து காத்து நின்றாள். தந்தையுடன் அந்த ஆசிரியன் பேசிக்கொண்டிருக்கையில், இவள் இரண்டு மூன்று ஆடைகள் மாற்றியதால் வயிற்றின் அடிப்பாகத்தில் வெண்மையான தோலுக்கு அடியிலிருந்து புறப்பட்ட ரோமங்கள் பல அநாவசியமாய்க் கீழே உதிர்ந்தன. அவளது இதழில் காற்றிலிருந்து சில முத்தங்கள் வந்து பதிந்தன. அவை அப்படி அவளைத் துன்பப்படுத்தியதைக் கண்ட அந்தப் பள்ளி ஆசிரியன் தன் இதழ்களிலும் எங்கிருந்தோ சில முத்தங்கள் ஏறித் தொற்றிக்கொண்டதைக் கண்டான். அப்போது புகைப்படக் கலைஞரான கோபாலராஜ் வீட்டிற்குள் எதற்கோ சென்றபோது, வழக்கத்திற்கு மாறாக தடித்துக் காணப்பட்ட லதாவின் இதழ்களில் ஆசிரியன் சில முத்தங்களைப் பதித்தான். அந்தக் கணத்தில் அங்கு ஒருவேளை கோபாலராஜ் வந்திருந்தாலும்கூட இருவரையும் இணைத்துப் பிணைத்திருந்த வண்டுகள் நீங்குமென்று

தோன்றவில்லை. ஆனால் இருவரும் அவர்களைப் பிணைத்து வைத்திருந்த ஒரு தோலைக் கிழித்துக்கொண்டு பிரிவதுபோல் ஒரு கதறலைக் கேட்டுப் பயந்து விலகி இரு நாற்காலிகளில் அமர்ந்தனர். மூலையில் செயலற்றுக் கிடக்கும் தன் தாயின் அடி வயிற்றில் ஏறியிருக்கும் துக்கத்தின் கூச்சலே அந்தக் கதறல் என்றும், அதற்குப் பயந்து தன்னைப் பார்க்காமல் அவன் இருக்கத் தேவையில்லை என்றும், கூறிய லதா மீண்டும் தன் பழங்காலப் பாடங்களுக்குள் மூழ்கிவிட்டாள். பாடங்களுக்குள் மூழ்கியவள் மீண்டும் தலை தூக்கிப்பார்த்துத் தனக்கு விடை கொடுக்க வேண்டுமென எதிர்பார்த்து நின்றான் ஆசிரியன். ஆனால் வகுப்பில் தான் விட்டுவந்த பாடங்கள் இங்கு இந்தப் பெண்ணிடம் இப்படி மாட்டிக்கொண்டனவே என்று நினைத்தபடி அவன் அவளது வழியனுப்பு தலின்றியே புறப்பட வேண்டியதாயிற்று.

ராசப்பன் பல வீடுகளுக்குத் தானே நேரில் சென்று, தன் மகனுக்கு வாக்களிக்காமல் இருக்கக்கூடாது என்று கூறினார். அவர்கள் சாதியில் ஓடும் கயிறு அவர்களை ஏற்கனவே-பிறப்பதற்கு முன்பிருந்தே பிணைத்துக் கட்டியிருக்கும் போது வயது முதிர்ந்த காலத்தில் ராசப்பன் எதற்கு இப்படி நடந்து வந்து கேட்க வேண்டுமென்று பலர் அனுதாபத்துடன் கேட்டார்கள். ஜானின் மனைவி கர்ப்பமாகி ஒன்பது மாதம் ஆகியிருந்தது. எந்த நிமிஷமும் ஒரு குழந்தை வந்து வெளியிலிறங்கித் தன் தந்தைக்காக தேர்தல் வேலைகள் செய்யக்கூடு மென்று அவளது வயிற்றைப் பார்த்தவர்கள் கூறினார்கள். ஆனால் தேர்தல் நெருங்க நெருங்க ஒவ்வொரு நாளும் எதிர்பார்ப்புகளைக் குப்புறத் தள்ளினாள் ஜானின் மனைவி. எந்தவிதமான அழுகையையும் அவள் தன் வயிற்றிலிருந்து பெற்றெடுக்க வில்லை. அதே நேரத்தில் லதா என்ற பெண்ணின் மனத்திலிருந்து புறப்பட்ட முத்தம் என்ற வண்டுகள், ஆசிரியரின் மனதில் புகுந்து ரீங்காரமிட்ட படியால், அவன் அந்த நாதத்தைக் கேட்டபடியே லதாவிற்கு அண்ணன் உறவுவரும் ஜானுக்காக மும்முரமாய்த் தேர்தல் வேலைகளில் ஈடுபட்டான். அந்தக் கிராமத்திற்கு வந்து கனவுகள் விற்கும் முன்பு நகரத்தில் படிக்கையில் தேர்தல் வேலைகள் செய்து பழக்கப்பட்ட அவனது அனுபவம், ஜானுக்கு நிச்சயமாக வெற்றியைத் தேடித்தரும் என்று கூறிக்கொண்டிருக்கும்போது, யாரும் எதிர்பாராதபடி ஒரு காரியத்தை ஜானை எதிர்த்து நிற்கும் வேட்பாளர் செய்தார்.

ஜான் வெற்றி பெற்றால் ஜானின் குடும்பத்தைச் சார்ந்த ஒருவர்

மூலம் ஊரில் ஒரு வெளவாலின் நிழல் படரப்போகிறதென்றும், அந்த வெளவால் ஒரு காலத்தில் அவ்வூரில் பலருக்குப் பயத்தை ஏற்படுத்திய தென்றும் ஜானை எதிர்த்து நின்றவர் துர்ப்பிரச்சாரத்தை அவிழ்த்து விட்டார். அந்தத் துர்பிரச்சாரத்தை யாரும் நம்பாவிட்டாலும் ஜானின் குடும்பத்தில் ஒருவர் வெளவால் நிழலாய் அந்த ஊரைக் கொஞ்ச நாள் பயமுறுத்தியது பலர் ஞாபகங்களிலிருந்தும் முழுதாய் உதிர்ந்திருக்கவில்லை. அந்த ஞாபகம் மீண்டும் மக்கள் மனதில் தோன்றியது. ஒரு நாள் ஊர்ச்சந்தை கூடியிருக்கும் மாலை நேரத்தில் கொஞ்சம் பேர் வெளவால் நிழல் தெரிகிறதெனக் கூறியபடியே ஓடலானார்கள். உடனே இன்னும் பலர் ஓடிப்போக, சந்தை ஒரேயடியாய் கலவரமாக மாறியது. அப்படிக் கதை கட்டியவர்கள் ஜானின் எதிரணி வேட்பாளர்களின் ஆள்கள் என்ற வதந்தி இருந்தாலும், அந்த நிகழ்ச்சி ஜானின் வெற்றி வாய்ப்பைப் பாதிக்கலா மென்று பலர் கருதினர்.

சிநேகப்பூ முத்துப்பிள்ளையைப் புதைத்த இடத்திற்குப் போய் நின்று, 'இந்தப் பாவி உயிரோடிருந்தபோது எத்தனை பெண்களைக் கெடுத்தானோ? செத்த பிறகு என் மகனுடைய ஜீவிதத்தைப் பாழாக்க வருகிறானே! என் மகன் எத்தனை ஆயிரம் ரூபாய் செலவு செய்து இந்தத் தேர்தலில் நிற்கிறான்' என்று பழித்துக்கொண்டு நிற்கையில், தாத்தா கிடந்த அறையில் மீண்டும் துர்நாற்றம் வந்தது. ராசப்பன் அவரது உடலைக் கழுவுவதற்கு நிறைய பேரை ஏற்பாடு செய்தார். லதாவும் ஆசிரியனும் காதல் புரிந்ததைக் கண்டு எதிர்ப்புறத்து அறையில் மாதக் கணக்கில் வெளியேற்றாது வைத்திருந்த தன் வெறுப்புகளை வெளியேற்றும் பொருட்டுத் திடீரென கதறிய முத்துமாரி இப்போது சாந்தமடைந்தவளாய்க் காணப்பட்டாள். அவள் அமர்ந்திருந்த இடத்திற்கருகில் புகைப்படக்காரர் உட்கார்ந்து பேசிக்கொண்டிருந்தார். தேர்தலன்று, முடியாத தன்னுடலைத் தூக்கிக் கொண்டு, ஓட்டுப்போடுவதற்கு வருவதற்கான ஏற்பாடுகளைச் செய்யும் பொருட்டு முத்துமாரி தன் கணவனிடம் வேண்டுகோள் விடுத்தாள். லதா வழக்கம்போல் தன் இளமைக் காலப் பாடங்களில் சிரத்தையாய் — அவை வகுத்திருந்த எல்லைக்கு வெளியில் வருவதில்லை என்பதுபோல் — அமர்ந்திருந்த அந்த நேரத்தில், தன் மனைவி ஓட்டுப் போடுவதற்கான எல்லா ஏற்பாடுகளையும் செய்வதற்குப் புறப்பட்டார் கோபாலராஜ். லதா அவரைப் பார்த்துப் பெருமூச்சுவிட்டாள். மகளின் பெருமூச்சிற்கு என்ன காரணமென்று கேட்பது தன்னைத் தேவையற்ற சங்கடங்களில் மாட்டிவிடும் என்பதை

உணர்ந்த கோபாலராஜ் மெதுவாக வெளியேறினார். சேவகம் புரிய ஏற்கனவே ஒரு தேவதையைத் தேர்ந்தெடுத்தது போதாதா? மற்றுமொரு தேவதைக்கும் கொத்தடிமையாக நான் இருக்க வேண்டுமா? என்பது அவர் மனதில் எழுந்த ஐயம்.

தேர்தல் வந்துவிட்டதையறிந்து மலைகளுக்கப்பால் ஆட்சி செய்கிறவர்கள் மீண்டும் அந்த ஊரில் பிரசன்னமாயினார். அவர்களின் கழுத்தில் ஒரு பட்டை கட்டப்பட்டிருந்தது. அவர்கள் ஊருக்குள் புகுந்து விட்டதைச் சுவர்களில் ஒட்டப்பட்டிருந்த பல அறிக்கைகள் வலியுறுத்திக் கூறின. ஜான் தேர்தல் பிரச்சாரத்திற்குப் புறப்பட்டிருந்த நேரத்தில் அவர்கள் ஊருக்கு வந்து, ஜானின் தாத்தாவின் சரித்திரத்தை இந்தத் தேசத்தில் சுழன்றபடியிருக்கும் காலத்தின் மீது பதித்து விடுவதாகக் கூறி, சிறு நிகழ்ச்சி ஒன்றை நடத்தினார்கள். கேரள மண்ணில் தனது குடிப்பெருமையை ஸ்தாபித்து ஐயஸ்தம்பம் நாட்டியவர் என்று மிக நேர்த்தியாக அச்சிடப்பட்டிருந்த ஓர் அட்டையில் எழுதப்பட்டிருந்தது. யாருக்காவது பழைய காலத்தின் ஞாபகம் குறையும்போது ஜானின் தாத்தாவின் ஞாபகங்களை முன்வைத்து, ஊரில் விழாவும் மன்றங்களும் நடத்தலாம் என்றார்கள். மேலும் அன்னதானங்கள் கொடுக்கலாம்; தேவையெனில் சிறு கோவில்களும் கட்டலாம் என்றும் கூறிய மந்திரி, ஜான் வருவதற்குக் காத்திருக்க முடியாமல் புறப்படுவதாகக் கூறி அங்கிருந்து கிளம்பினார்.

தேர்தல் நடவடிக்கைகள் அடுத்த இரண்டு நாள்கள் மிக மும்முரமாக நடந்தன. யாருக்கும் தெரியாமல் தேர்தல் வேலைகள் செய்வதாகப் புறப்பட்ட பிஏபிடி ஆசிரியன், லதாவின் அறைக்கு வெளியே பெரிய பூட்டொன்றைப் போட்டு லதாவுடன் அறைக்குள் மறைந்து வாழ்ந்தான். அந்த நாள்களில் முத்துமாரி பல பலாத்காரங்களைச் செய்தாள். தன்னுடலில் புகுந்துள்ள துக்கம் ஓர் உச்சகட்டத்தை அடைவதைக் கண்ட முத்துமாரி, அந்தத் துக்கங்களுடன் இறுதிவரை சண்டையிடுவதாக அவளது உதவிக்கு வந்தப் புகைப்படக்காரரிடம் கூறினாள். வீட்டில் பலவித ரூபங்களுடன் போரிடும் முத்துமாரி தன் அறையின் பக்கத்து அறையில் தனது வயிற்றிலிருந்து பிறந்த ஒரு பெண் குழந்தை திடீரென வளர்ந்து தனக்குப் பிடித்த ஒருவனை வீட்டினுள் அழைத்து அவனை முத்தமிட்டுக் கொண்டிருந்ததை அறிந்தாள் என்றோ, அறியவில்லை என்றோ சொல்ல முடியவில்லை.

அவள் வயிற்றின் வழி ஏறி அவளைக் கடித்துக் குதறும் துக்கத்தையும் தாண்டி, தன் மகளைக் கருத்தரிக்கையில் தன் உடலில்

ஊறித் தன்னுடலிலேயே கலந்துபோன அந்த ரத்தம் தனக்குள் ஏதோ சொல்வதை அப்போது முத்துமாரி உணர்ந்தாள். ஆனால் எழுந்து சென்று காரணத்தைக் கண்டுபிடிக்க முடியாதபடி நோயால் சபிக்கப் பட்டிருந்தாள். அவள் வெளியே செய்யும் போராட்டங்கள் திசைமாறி அவளது உடலிற்குள்ளேயே பெருஞ்சேதத்தைச் செய்யும் படி ஆகிவிட்டது. அவள் வாயிலிருந்து ரத்தம் வழிவதைக் கண்ட அவள் கணவன் ஓடிச்சென்று ரத்தமாய் வடியும் அவள் அன்பைப் பார்த்துப் பரிதவித்தார். தனக்கு இன்னதெனத் தெரியாத கோபத்தை அவர் அடைந்த அந்நேரத்தில் தன் பெயர் மறந்து போக, ஓடிச்சென்று லதாவின் அறையை மூடிய கதவை உதைத்தார். ஒருவர் வாதயிதழ் இன்னொருவர் வாயிதழில் மாட்டிக்கொண்டு திணறிக் கொண்டிருந்த காதலர்கள் அந்த அதிர்ச்சியில் போய் விழுந்ததும் ஆணின் இதழ் கிழிய லதா முத்தத்திலிருந்து விடுபட்டாள். வழியும் ரத்தத்துடன் நிற்கும் கோபாவேசம் கொண்ட மகளைப் பார்த்த கோபாலராஜ், இளமையை மீட்டு மீண்டும் தன் மனைவி வந்து விட்டாளோ என்று எண்ணிப் பரவசம் கொண்டு, தன் பெயரோடு தன் சரித்திரத்தையும் சட்டென மறந்தார். தனக்கு இப்போது ஐம்பது வயது தாண்டிவிட்டது என்பதை யும் மறந்து அவள் இதழ்களில் முத்தம் பதிக்க வேகமாய் வந்தார். தந்தை தன்னை அவரது மனைவி என்று நினைத்து வருவதை வம்ச ஞாபகச் சிறகுகள் படபடக்க விரைவில் உணர்ந்த லதா, அவரை மிகவும் லேசாய் தள்ளிவிட, அந்த மனிதர் ஒரு பெரும் சப்தத்துடன் உயிரிழந்து விழுவது போல் கீழே விழுந்தார். விழும்போது ஒரு க்ஷணத்தில் அவருக்கு சுபாஷ் சந்திர போஸின் ஞாபகம் வந்தது. 'ஜெய்ஹிந்த், ஜெய் பாரதமாதா!' என்று அந்தப் புகைப்படக்காரர் கத்திக்கொண்டே சாய்ந்தார்.

தேர்தல் நடந்த அன்று, அன்றுவரை, அலைந்த களைப்பால் அயர்ந்து தூங்கிக்கொண்டு கிடந்த ஜானுக்குத் திடீரென காதினுள் ஒரு பாம்பு புகுந்தது போல தீவிர எண்ணமொன்று தோன்றியது. எழுந்து அமர்ந்தான். தன்னருகில் பலர் கூடியிருப்பதையும், தன் மனைவி மிகவும் வேதனைப்பட்டுத் துடித்துக்கொண்டிருக்கிறாள் என்பதையும் தெரிந்து கொண்டான். ஜானின் தாத்தா, ஜானின் மனைவி மிகவும் அதிக நேரமாய் அந்த வேதனையுடன் துடித்துக் கொண்டிருக்கிறாள் என்று உணர்ந்து, அந்த வேதனையைக் கவனித்து அக்குடும்பத்தின் அடுத்த தலைமுறையைச் சார்ந்த நபரை வரவேற்கக் காத்திருப்பது போல அமைதியுடன் படுத்திருந்தார். சற்று நேரத்தில் வரலாறு படைத்த வீட்டில் ஒரு புதிய ஜனன அறை

உருவாக்கப்பட்டது. ஜானின் மனைவி மூலம் உருவாகப்போகும் சந்ததிக்கும், அந்த வீட்டின் உறுப்பினர்கள் ஒவ்வொருவரும் பிறந்த முறையைக் கடைப்பிடிக்க, ராசப்பன் சரித்திர உணர்வுடன் உத்திரக் கட்டையில் கயிறு போட்டுக் கொடுத்துவிட்டு அவரது தந்தையின் அறைவாசலில் போய் நின்றார். நேரம் ஆக ஆக சிநேகப்பூ பயப்பட ஆரம்பித்து, மாமா படுத்திருந்த அறைவாசலில் ஒரு மெழுகு வர்த்தியைக் கொளுத்தி வைத்தாள்.

ஊர் மருத்துவச்சி வந்துவிட்டுச் சென்றாள். வேதனையை வாய்க்குள் வைத்துத் துடிக்கின்ற ஜானின் மனைவியை அவர்கள் வம்சத்தை வழிநடத்துகிற விதி விடுகிறபடியாக இல்லை. மறுநாள் தேர்தல் அறிவிப்பில் ஜான் அந்தப் பஞ்சாயத்துத் தொகுதியில் வெற்றி பெற்றிருந்தான். என்றாலும் அவன் மனைவியின் வயிற்றிலிருந்து பிறக்க வேண்டிய குழந்தைதான் வெளியில் வராமல் வேதனையைத் தூது அனுப்பிக் கொண்டிருந்தது. அவளுக்கு வேதனையும் துக்கமும் பூசிய பல காலைகளும் மாலைகளும் கழிந்தன. ஜானின் மனைவியின் ஊரிலிருந்தும் அவள் உறவினர்கள் வந்து வேதனைக்கு இத்தகைய அகங்காரமும் தைரியமும் இருக்கிறதே என்று வியந்தார்கள்.

குழந்தையை வெளியே எடுத்துத் துப்பாமல் அந்த வேதனை கர்ப்ப வாசலை அடைத்துக்கொண்டு இப்படிக் கொடுமைப்படுத்துகிறதே என்று கூறி அவர்கள் வேதனைக்கு மனமில்லை என்பதாய் சபித்துக் கொண்டு இருந்தார்கள். அடிக்கடி வந்து பார்த்துச் சென்ற அந்த ஊர் மருத்துவச்சியை ஒருநாள் ஆள்கள் ஓடிச்சென்று அழைத்தபோது பேறுகால அடையாளம் தோன்றிச் சரியாகப் பத்து நாள்கள் ஆகியிருந்தன. மருத்துவச்சி ஓடிவந்து சேர்ந்தபோது வேதனை அதிகமாக, 'நான் சாகிறேன், நான் சாகிறேன்' என்று கதறித்துடித்துத் தாள் தாளாகக் கிழிந்துகொண்டிருந்த பெண்ணின் கர்ப்பவாசலைக் கிழித்துத் துவம்சம் செய்துகொண்டு வந்த பொருளைக் கண்டு பலர் மலைத்தனர். வந்தது தலையற்ற ரத்தமாலை சுற்றிய முண்டம். ஆர்வத்துடன் பார்த்த ஜானின் மனைவி திடீரெனத் தன்னை விட்டுப் பல வருடங்களுக்கு அகலாத மௌனத்தை அடைந்தாள். குழந்தையில்லாமல் பல வருடங்கள் அல்லல்பட்டுப் பிறகு பிறந்த குழந்தையும் இப்படியா பிறக்க வேண்டுமென்றெண்ணி ஏற்பட்ட வருத்தத்தைப் பஞ்சாயத்துக் கூட்டம் என்று அடிக்கடி ஊரில் இருக்காமல் அலைய ஆரம்பித்ததன் மூலம் ஜான் மறக்கலானான். அவன் மனதில் ஒரு கொடுமையான எண்ணம் உதித்தது. படிக்கும் காலத்தில் சௌந்தர்யவதியாய் இருந்து, அக்காலத்தில் பார்த்த

வாலிபர்கள் எல்லோருக்கும் அவர்கள் கற்பனைகளில் குழந்தை பெற்றுக் கொடுத்துக் காலியான கர்ப்பப் பாத்திரத்தை வைத்திருந்ததால் தான், அவள் தன் குழந்தையை இப்படி உயிரற்ற வெறும் ஜடமாய் ஆக்கிவிட்டாளென்றான். அந்த எண்ணம் உதித்ததிலிருந்து அவன், மனைவியை உதாசீனப்படுத்தினான்.

ஜானுக்குக் குழந்தை முண்டமாகப் பிறந்தது என்பதை அறிந்த வுடன், வௌவால் நிழலாய் அலையும் முத்துப்பிள்ளை குழந்தையைக் கொன்று தின்றுவிட்டு வேறொரு மாமிசத்தை அனுப்பிவிட்டார் என்று புலம்பினாள் சிநேகப்பூ. மேலும் அவர்கள் வம்சம் பல தாவர, பட்சி, மிருக லோகங்களுடன் தொடர்பு கொண்டுள்ளதால் எந்த ராசியிடம் இவள் கவனக்குறைவாய் இருந்துவிட்டாளோ என்றும் சிநேகப்பூ கூறிக்கொண்டிருந்தாள். எங்கிருந்தோ வந்த பெண்ணால் நீண்ட பாரம்பரியமுடைய ஒரு வம்சத்தின் உறுப்பினராக விரைவில் ஆகமுடியுமா? பல சோதனைகளைத் தாண்டாமல் தேவர்களும் ஆவிகளும் எங்கள் குடும்பத்தின் பாரம்பரியத்தைக் காக்கும் ஒரு குழந்தையைக் கொடுத்துவிடுவார்களா? இந்த வம்சத்தின் மீதுதான் இந்தத் தேசமே நிலைத்து நிற்கிறது. அதனாலன்றோ மலைக்கப்பால் ஆட்சியில் இருப்பவர்கள்கூடத் தேடி வந்து தாத்தா பேசிய வார்த்தைகளைச் சரித்திரத்தில் சேர்க்க விரும்புகிறார்கள் என்றெல்லாம் தனக்குத்தானே சொல்வது போல் பேசிக்கொண்டே இருந்தாள். மிகுந்த அபகீர்த்திக்கும் பழிச்சொல்லிற்கும் தன் வாயிலிருந்து சொற்களைப் பறித்துவிட்ட மௌனம் தான் பொறுப்பு வகிக்க வேண்டும் என்பது போல், எதையும் கண்டுகொள்ளாமல் ஜானின் மனைவி வேளா வேளைக்கு உணவுண்டு எப்போதும் ஜானைத் தேடியபடி காலம் கழித்து வந்தாள்.

புராதனக் குடியின் பெருமையால் வரும் அசாதாரண நோய் களாலும் பழங்காலத்திலிருந்து வந்து முளைத்து வழி நடத்தத் தயாராகவிருக்கும் விதிகளின் கண்மூடித்தனத்தாலும், வெறுப்புற்ற ராசப்பன் பஞ்சாயத்துத் தேர்தலில் ஜான் வெற்றி பெற்ற பின்பு அந்தப் புராதனக் குடியில் பிறந்ததற்கு ஓரளவு சந்தோஷம் அடைந்தார். பழமையைப் புரிந்து மக்கள் வோட்டுப் போட்டதைக் குறித்துப் பேசினார். ஆனால் அந்தச் சந்தோஷம், அவரது வயதுகால நோயையோ, சோகை நோய்க்கு ஆளாகிய எதிர்காலத்தோடு ஓர் அறையில் சூரிய ஒளியின் வெளிறிய நிறத்தில் கவிழ்ந்து கிடக்கும் பால் பற்றி ஏற்பட்ட துக்கத்தையோ போக்கிவிடவில்லை. அவரது ரத்தத்தில் இளமையின் கனவுகள் இல்லாதபோது சலிப்பு வருவதை

உணர்ந்தார். ஒரு காலத்தில் கன்னிமரியிடம் கடன் வாங்கி ரொம்ப நாளாக வைத்திருந்த சந்தோஷமும் இப்போது தீப்பிடிக்கும் பஞ்சாக மாறிவிட்டதைக் கண்டு, பழமையில் ஒரு பகுதியை மனத்திலிருந்து துடைத்து மாற்றியிருந்தார். என்றாலும் அவருடைய ரத்தத்தில் கலந்திருந்த பழமை என்னும் உலர்ந்த மரத்தில் சமகாலத்தின் காற்று வீசுகையில் சிலிர்த்தெழும்பி இந்த உலகத்தில் என்னதான் நடக்கிறதென்று பார்த்தார். மண்ணில் புதைந்து வண்டலாக இறுகிய கடந்த காலத்திலிருந்து எழுந்து, என்ன நடக்கிறதென்று அவர் எட்டிப் பார்த்தபோது, ஒருநாள் கண்ட காட்சி அவரை ஊர்க்காரர்கள் பலரைப்போல், திடுக்கிட வைத்தது.

இரவின் ஒளியையும், கறுப்புகளையும் பாதையின் இடையிடையே கண்ட நிழல்களையும், மிதித்துக் கொண்டு கிழிந்த சட்டை போட்டவர்கள் பலர், போர்வீரர்கள்போல் நடந்துகொண்டிருந்தார்கள். அவர்கள் சேனையிலிருந்து பெற்ற ஆடை உடுத்துச் செருப்பில்லாத காலுடையவர்களாய், கைகளில் அம்பும் வில்லும் ஈட்டியும் துப்பாக்கியும் தாங்கிச் சென்ற வண்ணமாக இருந்தனர். குரைத்துக் குரைத்து இருள் தொண்டையில் சிக்கித் திணறும் நாய்களையும் அழைத்த வண்ணம் சென்றார்கள். ஊரின் ஒதுக்குப் புறங்களில் ஒற்றுமையாய் சேனையொன்றை அவர்கள் உருவாக்குகிறார்கள் என்றும், நெஞ்சில் இல்லாத ஒரு வஸ்துவான தைரியத்தை அவர்களுக்கு நகரத்திலுள்ள இளைஞர்களும், பாரதத்தின் வேறு மொழி பேசுபவர்களும் ரகசியமாக வந்து தருகிறார்கள் என்றும் அறிந்தார். ஏதோ ஒன்று நடக்கக் கூடாதது நடக்கப் போகிறதென்ற எண்ணம் தன் மனதில் எழுந்தவுடன் கனவுகளற்ற பல இரவுகளை ராசப்பன் கழிக்கலானார். புராதனக் குடிகளுக்கெனத் தனியாக விதியானது கொடுத்திருந்த நிலத்தையும், நிலத்தின் வயிற்றிலிருக்கும் பழம் பெருமைகொண்ட குடும்பங்களின் வலிமை மிகுந்த ஜீவக்காய்களையும் அந்தப் படைவீரர்கள் துப்பாக்கியால் துளைக்கப் போகிறார்கள் என்ற வதந்தியை ஜனங்கள் இப்போதெல்லாம் பகிரங்கமாகப் பேசலானார்கள். ஊரில் சேர்க்கப்படாமல் அதுவரைக்கும் காற்றை உண்டு வாழ்ந்தவர்கள், முன்பெல்லாம் ஊருக்குள் வந்து இரவுகளில் திருடிய தம் தந்தைமாரை ஊரின் புராதன மக்கள் கொன்றதை நினைவில் வைத்து நேரடியாகப் புதிய சேனையில் போய்ச் சேர்ந்தார்கள்.

இரவு வேளைகளில் தைரியமாய் வந்து யார்யாரைக் கொல்வதென்று தங்கள் திட்டம் தயாரானவுடன் பகிரங்கமாகப் பிரகடனம் செய்தார்கள்.

ஏற்கனவே சொல்லப்பட்ட மனிதர்கள்

அப்படிப் பிரகடனம் செய்பவர்களைப் பிடிப்பதற்கென்று மலைக்கு அப்பால் ஆட்சி செய்பவர்களின் போலீஸ் வந்துள்ளதென்றும் வதந்தி பரவியது. அந்தக் கிழிந்த சட்டைக்காரர் களின் சேனைகளில் இருந்தவர்கள் பலர் அனாதைகள். அவர்களின் தாய் மற்றும் தந்தை மாரை வயல்களிலோ, நிலத்திலோ வேலை செய்து கொண்டிருந்த போது அந்த ஊரின் குடிப்பெருமைக் கள்ளைக் குடித்தவர்கள் அவ்வப்போது-ஊரின் சரித்திரத்திற்குட்பட்ட இரண்டாயிரம் வருஷத்தில்-கொன்றிருப்பதால் அன்றிலிருந்து அனாதையாகி யிருப்பவர்கள்தான் தங்களைக் கிழிந்த சட்டைக்காரர்கள் எனக் கூறிக்கொண்டு அலைந்தார்கள்.

புராதனக் குடியினரால் ஒரு காலத்தில் கொல்லப்பட்டவர்கள் தங்கள் வெறுப்புகளைக் கக்கிவிட்டு இறந்தபோது அவ்வெறுப்புகள் நிலத்தில் கிடந்தன என்றும், அவ்வாறு வெறுப்பிற்குப் பிறந்த பலர் அந்தப் படையில் சேர்ந்திருக்கிறார்கள் என்றும் செய்தி ஊருக்குள் வந்தது. இரவு நெடுநேரம் வரை அந்தப் புராதன வீட்டில் ராசப்பன் தலைமையில் குடிப்பெருமையுள்ளோர் பலர் கூடி, ஊரின் எல்லை யோரங்களில் வாழ்ந்தவர்களுக்கு அறிவை யாரோ கொடுத்து விட்டுப் போய்விட்டதாகக் கூறி விசனப்பட்டனர். அறிவு அவர்கள் மனதிற்குள் புகுந்து நெருப்புக் கதிர்களை எழுப்பியுள்ள தாகக் கூறிக் கூறிக் கோபப்பட்டார்கள். பல சரித்திரத் தாக்குதல்களைச் சந்தித்த, குடிப்பெருமைகொண்ட வம்சங்களின் அழிவு, நாகரிகத்தின் அழிவாகும் என்று பேசி வேதனையைத் தீர்த்துக்கொண்டிருந்தார்கள். மலைக்கு அப்பால் ஆட்சியில் இருப்போர் புராதனக் குடிகளைக் காக்க வேண்டிக் காவல் படைகளிடம் பெரிய எந்திரத் துப்பாக்கி களைக் கொடுத்து அனுப்பியிருப்பதை அங்கிருந்தவர்களில் சிலர் கூறினாலும், பயம் புராதனக் குடிக்குள் புகுந்திருப்பது தெரிந்தது. புராதனத்தின் மீது அராஜகவாதிகள் தொடுக்கும் பெரும் தாக்குதல், காலத்தின் ஓட்டத்தைப் பெருமளவு பாதிப்பதால் காலக் கிரமங்கள் மாறிவிடப் போகின்றனவென்று புராதன ஆய்வுகள் செய்பவரான பேராசிரியர் ஒருவர் சொன்னார். அவர் இப்படிப் புராதனக் கல்வெட்டுகளைக் கண்டு எழுதி இறுதியில் 'புராதனம் வாழ்க' என்று முடித்திருந்ததை ஒருவர் படித்தார். படித்து முடித்ததும் பலர் கைதட்டினார்கள்.

8

தடுமாறி விழும்போது சுபாஷ் சந்திரபோஸ் பெயரை உச்சரித்த புகைப்படக்காரர் அடுத்த இரண்டு நாள் களுக்குக் காலத்தின் கரையில் ஒரு செத்த கொக்காகக் கால் பரப்பிக் கிடந்தார். அதற்காய் உடைந்த கண்ணாடி ஜன்னல்கள் வழியாக அந்த வீட்டிற்கு வழக்கமாய் வந்துபோகும் கோட்டான், ஆந்தை, வௌவால்போன்ற எந்த ஜீவராசியும் கலங்கவில்லை. மூடியிருந்த அறையொன்றில் தலையைச் சாய்த்து பாதி அமர்ந்த வாக்கில் படுக்கையில் ஒட்டியபடி பாதி படுத்தும் பாதி அமர்ந்தும் காட்சி தந்தாள் முத்துமாரி. அவள் உடலில் மனித உயிர் பாதி யாருக்கும் தெரியாமல் வெளியேறி யிருந்ததால் ஒரு பகுதி ஈரம் கசிய ஆரம்பித்தது. மறுபாதியில் மனித உடலின் 'செல்கள்' இன்னும் உயிருடன் இருந்தன. உடலின் உயிர் இருந்த பகுதி களில் ஓடிய மூச்சுக் குழாய்களில் காற்றுக் குமிழியிட்டு ஓடிக் கொண்டிருந்தது. ஈரம் கசிய ஆரம்பித்த பகுதிகளில் இருந்த விரலிடுக்குகளில் லேசாக நீர் வடிந்து வடிந்து ஓரளவு பாசி பிடிக்க ஆரம்பித்திருந்தது. மனித உயிரின் சாறு ஓடிக்கொண்டிருந்த 'செல்'களில் ஞாபகம் அறுபட்டும் அறுபடாமலும் இருந்தபோது ஒரு சமயம் அவள் வாயிலிருந்து கொஞ்சம் சப்தங்கள் வெளிப்பட்டுக் கட்டியாகி மண்போல் வந்து விழுந்தன. அச்சத்தம் பறவைகளுக்குப் புரிந்தது போலிருந்தது. பட்சிகள் பாஷை அறிந்த தாத்தாவின் ஞாபகம் அவளது நரம்புகளுக்கிடையில் இதுநாள்வரை ஒளிந்திருந்ததை அது விளக்கியது.

சுபாஷ் சந்திரபோஸின் ஞாபகத்தைத் தவிர பிற ஞாபகங்கள் பலவும் தரையில் வழிந்தோட, இரண்டு நாள்கள் படுத்திருந்த கோபாலராஜ் மூன்று நாள், நான்கு நாள் என்று எழாதிருந்தார். அப்போது ஒருநாள் வௌவால்கள் சிறகை அடிப்பதுபோல் தொடர்ந்து சப்தம் கேட்டுக்கொண்டிருந்த அறையில் முத்துமாரியின் மகளும் பள்ளிக்கூட ஆசிரியரும் இரு ராட்சசப் பறவைகளாய் மாறி ஒன்றின் அலகில் இன்னொன்று கொத்தியபடிக் காட்சிதந்தனர். அவ்விரு பறவைகளுக் கிடையில் அன்பு உடைப்பெடுத்துப் பாய்ந்த நிமிடங்களில், ஒன்று இன்னொன்றை ரத்தம் ஆறாய் ஓடும்படிக் கொத்திக் கொத்தித் தரையில் தள்ளும். உடனே இன்னொன்று தனது கூர்மையான அலகால் உடல் குறுக்கி, வெறியேறிக் கொத்த ஆரம்பிக்கும். அப்படிக் கொத்த ஆரம்பித்தவுடன் ஓர் இன்ப உடல் வாடைகொண்ட ஆனந்தம் அதன்

புலன்களுக்குள் ஏறித் துடிப்பது போல் உணர்வு தோன்றும். அந்த நிலையில் கொத்துதலிலிருந்து விடுபடுவது சாவதற்கு சமம் என்பதாக அறிந்து சோர்வுற்று ரத்தம் தரையில் குளமாய்ப் பாய இறகுகளைப் பரப்பி பொத்தென விழும். இவ்வாறு இரு ராட்சசப் பறவைகளும் சற்று நேரம் படுத்துக் கிடக்கும் போது, சிறகுகளைத் தடவியபடி இரவுகளும் பகல்களும் பறந்து கொண்டிருந்தன. மீண்டும் ஒருநாள் சூரியக்கதிர்கள் தடவும் ஒரு காலையில் உயிர் பெற்று இரு பறவைகளும் எழும். அவ்வாறு எழுந்து அவை புதுக் கொத்துதல்களில் ஈடுபட்டு மாறி மாறிக் கொத்தி இன்பம் என்னும் உடல் போதைக்குள் மயங்கிச் சாகும். மீண்டும் குறிப்பிட்ட காலமும் குறிப்பிட்ட சூரியரேகைகளும் உடலில் படும் வரை சாவு தொடரும், மீண்டும் உயிர்த்தெழ.

அப்படிப்பட்ட ஒருநாள், கோபாலராஜ் தாள்போல் தன் ஒரு கால் சிதைந்து காற்றில் படபடக்க நொண்டி நொண்டி நடந்துசென்றார். பின் ஸ்டுடியோவில் தனது பெயர் மறந்து போன நாள்களை எண்ணி ஒரு பெரிய கணக்குப் புத்தகத்தில் எழுதிக்கொண்டிருந்தார். அப்படி ஒருநாள் இரவு இரண்டு மணிக்கு, அவர் தனது வாழ்வுக் கணக்கை இத்தனை ஞாபகங்களும் இத்தனை மறதிகளும் என்று பட்டியல் போட்டுக் கறுப்பு மையால் எழுதிக்கொண்டிருக்கும்போதுதான் அந்தச் சம்பவம் நிகழ்ந்தது. எல்லையோரங்களில் வாழ்ந்த சரித்திரத்திற்கு முந்திய காலத்திலிருந்தே கோபத்தை மனதில் வைத்திருந்த ஜனங்களின் பிள்ளைகள், மிகுந்த ஆக்ரோஷம் கொண்டு தாக்க ஆரம்பித்தார்கள். அவர்களின் தாக்குதல் புராதனக் குடிகளின் உணவுப் பண்டங்கள் இருந்த அடுக்களைகளைக் குறிவைத்திருந்தது. அந்தப் படையினர் கிழிந்த சட்டைகளை அணிந்திருந்தனர் என்றும், முகங்கள் பல நூற்றாண்டுகளாய்க் கிழிந்து தொங்கிய நினைவுகளாய்க் குரூரம் கொண்டிருந்தன என்றும் சிலர் சொன்னார்கள். சிலவேளை களில் அவர்களுக்குப் பார்வைகள் கோணலாகிப் போய் முகத்தில் கண்ட இடங்களில் விழிகள் ஒட்டியிருந்தனவாம். ஒளிந்திருந்து பார்த்த வயதான பெண்கள் இதைச் சொன்னார்கள். பக்கத்தூரில் சூரியக்கதிர்கள் அதிகம் இருந்ததால் அங்குக் குளிர்காயப் போய்விட்டு வந்த ஆள்பவரின் படைகள் தாக்குதல் செய்தியைக் கேள்விப்பட்டன. அப்போது ரோட்டில் கண்ட குடிசைகளை, பாலிஷ் அதிகம் போட்ட தங்கள் பூட்ஸ் கால்களால் உதைத்தார்களென்றும், அப்படி உதைத்தபோது பல கஞ்சிக் கலயங்கள் உருண்டன என்றும், கஞ்சிக் கலயங்களில் ஒட்டியபடி இருந்த சில

வயிறுகள் அழுதன என்றும் மறுநாள் நகரங்களில் வெளியான பத்திரிகைகள் படம் போட்டுச் செய்திகளைச் சொல்லின. தாக்குப் படையாய் சேர்ந்திருந்த கிழிந்த சட்டைக்காரர்கள், மலைகளிலும், காடுகளிலும் துப்பாக்கிகளைக்கூட வெடித்துப் பயிற்சி செய்யும் முகாம்ககளை நடத்தினார்கள் என்றும் சிலர் கூறினார்கள்.

இந்தக் களேபரங்கள் ஊரை மிகவும் கலக்கியபடியால் இதுவரை ஊரில் நம்பிக்கையோடு இருந்தவர்கள் இப்போது சந்தேகத்துடன் மாறிமாறிப் பார்க்க ஆரம்பித்தார்கள். கிறிஸ்தவர்களும் முஸ்லிம் களும் நாயர்களும் சிலவேளை ஒன்றாகவும், சிலவேளை தத்தம் சாதிக்காரர்களுக்குள்ளும் ஆலோசனை நடத்தினார்கள். ‘ஊரின் எல்லையோரப் பகுதிகளில் வசித்த ஜனங்கள் இதுவரை ஊருக்குள் நுழைய அனுமதிக்கப்பட்டதில்லை. அவர்களுக்குப் பசியையும் மரணத்தையும் கொடுத்து அவர்கள் அறுவடை செய்துவந்த தானியங் களை நாம் உண்டு வந்தோம். அவர்களை ஒதுக்கி வைத்ததால்தான் அவர்களுக்கு பகையுணர்வு ஏற்பட்டுவிட்டது. அவர்களை ஊருக்குள் தாராளமாக வரலாம் என்று அறிவிப்போம்’ என்று ஜான் கூறிய யோசனையை ஊரின் முக்கியஸ்தர்களான கிறிஸ்தவ நாடார்கள், இந்து நாடார்கள், மீனவர்கள், முஸ்லிம்கள், மற்றும் மலையாளம் பேசும் நாயர்கள் ஏற்கவில்லை. புதியவர்களான சிறுவர்களுக்கு இந்த ஊரின் பரம்பரை பற்றித் தெரியாது என்றும், பரம்பரை ரத்தம் ஓடுபவர் களைப்போல் யோசிக்க இயலுவதில்லை என்றும், ஜான் பேசியதைக் குத்திக் காட்டி முதுமை ஓர் ஆமை ஓடாய் உடலைப் போர்த்தியிருந்த முதியவர்கள் கேலி செய்தனர். தான் ஒரு முக்கிய பஞ்சாயத்து உறுப்பினன் என்பதாகவும், தன்னை இன்னும் சிறுவன் என்று அழைக்கும் முதியவர்களின் வாயைக் கிழிப்பதாகவும் அவன் கத்தியபோது பல முதியவர்கள் தங்கள் ஆமை ஓட்டிலிருந்து இறங்கிவந்து தங்கள் எதிர்ப்புகளைக் காட்டலானார்கள். சில முதியவர்களின் புராதன வாயிலிருந்து கடுஞ்சொற்கள் ரோமம் உதிர்வதுபோல் உதிர்ந்தன. கோபம் மண்டைக்குள் ஏறி அது தன் சிறகை விரித்துப் படபடவென அடித்ததால், அமர முடியாத முதியவர்கள் திடீரென வெளியே புறப்பட்டனர். போகாமல் கூட்டத்திலிருந்த முதியவர்கள் கிழிந்த தத்தம் வாய்கள் வழியே ஓர் இகழ் நகையை வடித்தார்கள். அவர்கள் வடித்த இகழ்ச்சியானது தரையில் ஜொள்ளாகப் பாய்ந்து கிடந்தது என்று ஊர் சிறுவர்கள் பேசினார்கள்.

சில நாள்கள் சென்றன. தாக்குதல் ஏதும் இல்லாத அத்தகைய

ஒருநாள் புகைப்படக் கலைஞரான கோபாலராஜ் நொண்டியபடியே போராட்ட நாள்களை மனதில் நினைக்கும்படியாக, ஒரு சக்திவாய்ந்த நினைவு அவருடைய மனதிற்குள் எழுந்தது. தன்னை விழவைத்த புத்திரியால் தரையில் அடிபட்டுக் கிடந்த அன்று தன் கால் பகுதி யிலிருந்த உயிர்ரசமும் பாய்ந்து தரையில் நாசமாகிப் போவதைக் கண்டார். அந்நிலை யில் சாகக்கூடாது என்ற ஒரு நம்பிக்கையை அவர் தன் மனதில் ஏற்படுத்திய அடுத்த இருபத்து நான்காவது மணியில், ஒரு கால் மட்டும் தாள்போல் சப்பிப்போக, இன்னொரு காலைப் பலமாகத் தரையில் ஊன்றி வீரத்தோடு எழுந்தார். நம்பிக்கை மட்டும் நமக்கு இருந்துவிட்டதென்றால் எத்தகையக் கொலை வெறி மிக்க தாக்குதலிலிருந்தும் தப்பிக்கலாம் என்பது இப்போது அவர் மனதில் பட்டது. தப்பிக்கும் எண்ணம் மனதில் பதிந்த அந்த க்ஷணமே புத்திரியாகப் பிறந்த அந்தப் பெண் நாகத்தைப் பிடித்துக் கொல்ல வேண்டும் என்ற வெறி அவருக்கு ஏற்பட, அவளது அறைக்கதவைத் தன் கரங்களால் அடித்து உடைக்கலானார். கதவு பலமாய்ப் பூட்டியிருப்பதைக் கண்ட அவர், தன் கொலைகார மகள் உள்ளேதான் இருக்கிறாள் என்றெண்ணி மிகுந்த ஆக்ரோஷத்தைத் தன் கரங் களுக்குள் நுழைய அனுமதித்தார். சற்றுநேரத்தில் காலம் என்ற இணைப்பு விட்டுக்கழன்று வந்த அந்தப் பழைய பரம்பரைச் சொத்தான கதவிற்குள் நிறைய காற்று இருந்ததேயன்றி, வேறேதும் இராததைக் கண்டார் அவர். திகைத்துப்போன அந்த மனிதர், தன் மனைவி இருந்த அறையில் போய் தன் மனம் ஆறும்படி மிகுந்துவரும் அன்பால் அவளைப் பார்த்தபடி நின்றார்.

ஊரில் பரவிய பயமான நினைவுகளைக் கண்டு மிகுந்த அருவருப்பு அடைந்தார் ராசப்பன். தன் மனதில் படுத்துக் கிடக்கும் பழைய ஞாபகங்களுக்கு மதிப்பைத் தரும் பொருட்டுத் தந்தையின் உடலைக் கழுவும் வைபவத்தை அன்று வாய் பேசாமலிருக்கும் தன் மருமகளும் மனைவியும் செய்வதைக் கண்டு ஆறுதலடைந்தார். கன்னிமரி என்ற வார்த்தையினால் மட்டுமே மனம் நிறைந்து பயமென்ற எண்ணமே மனதில் கொஞ்சமும் இருந்திராத நாள்களை அவர் நினைத்தார். துன்பங்கள் சிலந்தி வலையாய்க் கபாலத்தில் முற்றுகையிட்டு நிரம்புகையில் பழைய ஞாபகங்கள் ஆறுதலாய்க் குவிவது அவருக்குப் பிடித்திருந்தது. தந்தையின் காலத்தில் அந்த ஊரில் பயமேயற்று வாழ்ந்த தலைமுறையைப் போலன்றி, பயப்படும் தலைமுறையில் ஒருவனாய் வாழ தன்னை விதி அனுமதித்திருப்பதை அவர் மிகவும் வெறுத்தார். கண்களை லேசாய் மூடிய அவருக்குத்

தந்தையின் வீரதீர சாகஸங்கள் வர்ண இறகுகள் கொண்ட பூச்சிகளாய் மனதில் இறங்கின.

பரந்து கிடக்கும் பெரிய வயல்வெளியில் ஒரு காலத்தில், மாடுகளுக்கும் மனிதர்களுக்கும் வித்தியாசமே தெரியாமல் உழைப்பவர்கள், மரபு விதித்த கட்டளைகளுக்கேற்ப அசைவார்கள். அதை ஏதோ ஒரு மூலையில் நிற்கும் தந்தை பார்த்தபடி நிற்பார். அப்படி பயத்தை வாயில் கடித்தபடி எல்லையோரக் கிழிந்த சட்டைக்காரர்கள் ஏதோ ஒன்றிற்குக் கட்டுப்பட்டு அமைதியாக வாழ்ந்த காட்சி, ராசப்பனின் மனதில் விரிந்தது. அழுக்கையும் அழுக்கில் ஓடிக் கொண்டிருக்கும் ஜீவராசிகளையும் வேட்டையாடியும், வலையிட்டுப் பிடித்தும் தின்று வயிற்றில் கனவுகளற்ற வேதனை களைப் பூட்டிய அம்மக்களை நினைத்தார்.

வார்த்தைகளை மறந்த அந்த மனிதர்களும் பெண்களும் ஆடுகள், மாடுகள்போல் மனிதச் சாயலற்று வேலைகள் செய்து கொண்டும், இயங்கிக்கொண்டும் நெளிந்து கொண்டும் இடையிடையே பாடியபடி திருமணங்களைப் புரிந்தும் வாழ்ந்தனர். சில வேளைகளில் வயல்வரப்புகளில் பிள்ளைகளைப் பெற்று வீசிக்கொண்டும், சிலவேளை சுமந்து கொண்டும் போகும் அந்த எல்லையோரத்துக் காரர்கள் தன் தந்தையின் நினைவை மந்திரமாய் நினைத்துக் கட்டுப்பட்டு ஒழுங்கு பிறழாதபடி வாழ்ந்ததை எண்ணினார். அவர்கள் பயந்தபடியே புணர்ந்து பிள்ளைகளுக்குப் பதிலாய் பயத்திற்கு இரு கறுப்புக் கண்கள் படைத்து மீண்டும் வயல்களில் வேலை செய்ய அனுப்பிய காலத்தை ராசப்பன் நினைத்தார். ராசப்பன் தன் தந்தை போன்ற மனிதர்களின் மனதிலிருந்த தைரியத்தால் தான் ஊரில் கட்டுப்பட்டுக் கிடந்த ஒழுங்கு சிதையாமல் இதுகாலம் வரை இருந்து வந்தது என்று முணுமுணுத்தார். தனது தந்தையின் நீண்ட உருவம் மரங்களடர்ந்த அந்த எல்லையோரக் குடிசைகளில் புகுந்து புகுந்து வரும்போது யாரும் ஏதும் பேசியதில்லை என்ற எண்ணம் தோன்றுகையில், அந்த எல்லையோர ஊர் கட்டுப்பாட்டுடன் இருந்த நாள்களில் நடந்த ஒரு காட்சியைப் பலமுறை ராசப்பன் நினைத்தார்.

சில குடிசைகளில் தன் தந்தை நிலவொளியில் புகுந்தபோதெல்லாம் குடிசைகளிலிருந்த ஆண்கள் மட்டும் வெளியே வந்து நின்று, அவர் மீண்டும் வெளியில் வரும்வரை ஜோக்கடித்துக்கொண்டு நின்ற காட்சிகள் அவருடைய நினைவை அப்போது ஏனோ மொய்த்தன.

அந்த ஜோக் இன்று கோபமாக இறுகித் துப்பாக்கியின் குதிரைகளாய் மாறி ஊருக்குள் புகுந்து தன் தந்தையின் உயிர் எங்கே என்று தேடுகிறதோ என்று மனதினுள் கேட்டபோது, ராசப்பன் தனது உடல் நடுங்குவதைக் கண்டார். தன் புராதனக் குடும்பத்தைப் போன்று புராதனப் பெருமைகளை மண்டைக்குள் ஏற்றிக்கொண்டு அதன் கனத்தைத் தாங்க முடியாமல் இன்று பல குடும்பங்கள் தொந்தரவுக்கு ஆளாகியுள்ளன என ராசப்பன் எண்ணினார். இத்தகையக் குடும்பங்கள் இதுவரை நடத்திய தலைகீழ் நாடகத்தை நோக்கும் பொருட்டு எல்லையோரங்களில் நட்சத்திரங்களையும் கனவுகளையும் உண்டு உண்டு இத்தனை நூற்றாண்டாய் மண்ணிற்குள் மறைந்த எல்லா உயிர்களும் பழி தீர்க்க வந்துவிட்டன என்று நினைக்கும்படி நிகழ்ச்சிகள் நடந்தன. வயல்கள் பலவற்றிலிருந்தும் இரவுகளில் திருடிக்கொண்டு போனார்கள். தென்னந் தோப்புகளில் சில வேளை பகிரங்கமாகவே காய்களைப் பறித்துக்கொண்டுபோனார்கள். மண்ணாலும் சேறாலும் முகமும் மூக்கும் கையும் படைத்த கிழிந்த சட்டை போட்ட ஜனங்களுக்குள் எங்கிருந்தோ ஒரு தந்திரம் புகுந்துவிட்டது. இனி அந்த ஊரில் ஜீவிப் பவர்களை மட்டும் அல்ல, கல்லறைகளில் ஒளிந்திருக்கும் செத்துப் போனவர்களையும் விடப்போவதில்லை என்பதுபோலப் பல கல்லறைகள் ஒருநாள் உடைக்கப்பட்டதைப் பகலில் அந்தப் பக்கமாக நடந்து செல்கையில் ராசப்பன் பார்த்தார். 'பசித்தவர்கள் இனி அழைத்தால் வயல்வெளிகள் அருகில் வரும்' என்ற வாசகங்கள் ஊரின் பல சுவர்களிலும் காணப்பட்டன. அதைப்பார்த்த ஊர்க்காரர்கள் கிழிந்த சட்டை போட்டவர்களின் தலைவன் மிகப் பெரிய மந்திர வாதியாகத்தான் இருக்க வேண்டும் என்றார்கள். ஊருக்கு ஏற்பட்டுள்ள இந்த ஆபத்து நிலங்களிலிருந்து பிறந்த எல்லையோர ஜனங்களின் வடிவில் வந்தது. அவ்வளவுதான்.

ஆனால் என்றைக்கு ஒரு நட்சத்திரம் மோசமாக எரிந்து விழுந்ததோ அன்றே நள்ளிரவில் ஒரு நாய் ஊரெங்கும் அலறியபடி ஊருக்கு வரும் கேடு பற்றி அறிவிப்பதைக் கூறிக்கொண்டிருந்தாள் சிநேகப்பூ. அப்போது சோகை நோய்க் காரனான பால் அவளுக்கு அருகில் அமர்ந்திருந்தான். ஊரில் பரவிவரும் பயங்கரமான துர்கனவு களையும், கனவுகளின் காரணங்களான எல்லையோரக் கறுப்பு மனிதர்களையும் பற்றிய பயந்தரும் கதைகள் பரவிய நாள்களில் அக்கதைகளைக் கவனமாக பால் கேட்டுக்கொண்டிருந்ததைக் கண்டாள் சிநேகப்பூ. ஊரும் புராதனப் பெருமையும் அழியக்கூடிய

ஒரு சந்தர்ப்பம் தன் மகன் பாலை மீண்டும் உயிர்ப்பிக்கும் அம்ருத சஞ்சீவியாகக்கூட இருக்கலாம் என்று அவள் நினைத்தாள். ஊரில் பரவும் புராதனத்திற்கு எதிரான எல்லாக் கதைகளையும் கொண்டுவந்து, அவனது உயிரில் நம்பிக்கை என்னும் ஒரு சிறு செடி முளைக்கப் பிரார்த்தனை செய்தாள். ஊரை அழித்து அதன் சாம்பலிலிருந்து பிறக்கப் போகும் ஒரு பட்சிதான் தனது மகனுக்குள் புகுந்து மீண்டும் ஒரு ஜீவனைத் தரும் என்றால், கந்தலாடையைக் கட்டி வயல் கரையில் குடிசைகளில் வாழும் மனிதர்கள்போல் வாழத் தயாரானாள் அவள்.

புகைப்படக் கலைஞரான கோபாலராஜ் தன் கண்களுக்குப் புலப்படாமல் காற்றில் கலந்து அந்த வீட்டில் வாழும் தன் மகளான லதாவைத் தொடர்ந்து தேட ஆரம்பித்தார். தன் மகள் இருந்த அறையில் அவளைக் காணாமல் மனைவியின் கண்களைப் பார்த்தபடி அவர் நின்றபோது, தன் மகள் காற்றில் கலந்திருப்பதை வாசனை மூலம் அறிந்தார். அப்போது ஊரின் எல்லையில் பரந்துகிடக்கும் தன் மனைவியின் பரம்பரைச் சொத்தாகிய பல ஏக்கர் வயல் நிலங்களில் பச்சைநிறம் கொண்ட பட்சிகள் தங்கள் அலகால் நெருப்பு அள்ளிக் கொண்டு வீசுவதையும் வயல்கரை முழுதும் சிவப்பாக மாறி நெருப்புப் பற்றி எரிந்துகொண்டிருப்பதையும் கேள்விப்பட்டார்.

முத்துமாரியின் முன்னோர் தூக்கியதும், புராதனக் குடிப்பெருமை கொண்டதுமான ஓர் இரட்டைக் குழல் துப்பாக்கியைக் கையில் தூக்கிக் கொண்டு கோபாலராஜ் வீட்டின் வெளியே வந்தார். சுதந்திரப் போராட்ட காலத்தில் காந்தியுடன் முழு உடன்பாடு காணமுடியாத அவர் சுபாஷ் சந்திரபோஸைத் தன் தலைவராய் வரித்துக்கொண்ட போது அவருக்குள் நுழைந்த ஒரு குருவி இப்போது துப்பாக்கியைத் தூக்கச் சொன்னதாகக் கருதியபடியே துப்பாக்கியைத் தூக்கியவராய் ஒரு கால் நொண்டியபடி வெளியே ஓடினார். அந்த மாஜி சுதந்திரப் போராட்ட வீரர் மனிதர்களின் உயிருக்குள் புகுந்திருந்த ஆவிகளையும், இருதயத்தில் படரும் கிளைகளையும் இது வரையிலும் புகையாய்ப் பிடித்தவர். இப்போது தனது துப்பாக்கியின் மூலம், தூசும் தும்பும் பிடித்து உடைந்துகிடந்த ஒரு காலத்தைச் சரிசெய்து பழைய ஒழுங்குபடி வைத்துவிட முடியும் என்று தன் மனதில் ஒரு பல்லி வந்து சொன்னதை நம்பி ஓடிக்கொண்டிருந்தார்.

இந்தக் காலத்தில்தான் ஊரின் சர்ச்சில் பாதிரியார் ஞாயிறு பூஜையின்போது ஒரு விஷயத்தை வெளியிட்டார். அந்த ஊரில்

ஏற்கனவே பலமுறை பரப்ப முற்பட்டதுபோல், தெய்வத்தின் எதிரிகள்தான் எல்லையோர ஏழைகளைத் திரட்டி ஏசுவின் ராஜ்யம் பூமியில் பரவவிடாமல் சாத்தானின் ராஜ்யத்தைப் பரப்ப ஏற்பாடு செய்து யுத்தத்திற்கு முஸ்தீபுகள் செய்கிறார்கள் என்பதுதான் அந்த விஷயம். சாரைப் பாம்பு ஜாதியிலிருந்து வந்து நீரில் மறைந்தவன், இப்போது அந்த ஏழை ஜனங்கள் பெற்றுள்ள தைரியத்திற்குத்தான் புரட்சி என்ற பெயரைக் கொடுத்தான் என்பதை அந்த ஊரின் படித்த இளைஞர்கள் அறிந்தனர். மீண்டும் அந்தக் கேரளத்துக்காரன் எல்லையோரத்தில் போராட்டம் நடத்துவதற்காகக் கிளம்பியிருக்கும் ஜனங்கள் மத்தியில் கண்டிப்பாகப் பிறந்திருக்க வேண்டுமென அவர்களில் ஞாபகங்கள் இருந்த சிலர் பேசினர்.

ஊரில் பயம் பரவப்பரவ, தனது உடலில் ஒருவகை தெம்பு ஏறுவதைப் பால் கண்டான். பரம்பரையாக வந்து முத்துமாரிக்குச் சொந்தமாகிப்போன வயல்களில் ஜாதகப்பட்சிகள் அலகுகளால் நெருப்பை அள்ளி வீசின என்ற செய்தியைக் கேட்ட அவனுக்கு எங்கோ ஒளிந்திருந்த சிறகுகள் எழுந்துகொண்டன. தன் உறவினர்கள் அழிகிறார்கள் என்று அவன் வருந்தவில்லை. உடலிற்குள் எழுந்து பறக்கத் தயாராக இருந்த இறக்கைகள் அவனுக்கு ஒரு புதிய வாழ்வு காத்திருப்பதைக் கூறின. உலகத்தின் பலவீனங்களும், இரத்த மின்மையும், பயமும், இந்த ரகசிய இறக்கையை மனிதன் கண்டுபிடிக் காததால்தான் ஏற்படுவன என்பதைப் பால் முதன்முதலாவதாக உணர்ந்தான். மிகவும் சோர்வோடு உயிரற்றவனைப் போன்று அலையும் தன் தமையனும் பஞ்சாயத்து உறுப்பினனுமான ஜான் சோகை நோய்க்கு ஆளாகி வருவதைப் பார்த்து, ஊரின் நிலைமை மிகவும் மோசமாகிக்கொண்டு போவதைப் பால் அறிந்தான். புராதனத்திலிருந்து வந்த வீரம், பெருமை ஆகியவற்றைக் குறித்து ஊருக்குள் இருந்தவர்கள் பேசிக்கொண்டாலும் மனதிற்குள் மிகவும் பயந்திருந்தார்கள் என்பது தெரிந்தது. சிநேகப்பூ ராசப்பனை இரவு நேரத்தில் நடமாட வேண்டாமெனக் கெஞ்சினாள். ராசப்பன் அந்த வேண்டுகோளுக்குச் செவிசாய்த்தார். ஆனால் இரவு நேரங்களில் தான் துப்பாக்கியும் கையுமாக அலைவதாக மனதில் கருத ஆரம்பித்தார். தன் மனதின் எண்ணத்தில் புராதனத்தைத் துப்பாக்கியால் காத்தபடி அலைந்தார். அவரது எண்ணத்திலிருந்தும் துப்பாக்கியைப் பறித்துவிட சிநேகப்பூ பலர் மூலம் விண்ணப்பித்தாள்.

வாய் பேசுவது தடைபெற்ற ஜானின் மனைவியின் பெற்றோரிட மிருந்தும் பிற புராதனக் குடும்பத்து நல்லெண்ணக்காரர்களிடமிருந்தும்

வந்த அத்தகைய விண்ணப்பங்கள் குவிகையில் ராசப்பனின் மனமும் கூட வார்த்தைகளால் மொய்க்கப்பெற்றது. அத்தகைய நேரத்தில் அவர் செயலற்று நின்றார். உடனே, 'வார்த்தைகளே, வெளியே போங்கள்' என்று ராசப்பன் அவற்றை விரட்ட ஆரம்பித்தார். இது ராசப்பனுக்கு வரும் வயதுநோயா, அல்லது புதியதாக ஊரில் பரவும் பயம் புகுந்து வயிற்று அஜீரணத்தை எழுப்புவதன் மூலம் உருவாக்கும் மூளையின் நோயா என்று கணிக்க முடியவில்லை. என்றாலும் ராசப்பனின் மனதினுள் வார்த்தைகளும் அர்த்தங்களும் புகுந்து ஒருநாள் அவரைத் தாக்கிவிடப் போகின்றன என்பது எல்லோராலும் எதிர்பார்க்கப் பட்டதுதான். அவரைப் பாதித்த தாக்குதல் வலிமையாகவும் தீர்மானமான தாகவும் இருந்தது. அப்போது அவர் 'படுக்கைக்கருகில் ஒரு கழுகுபோல் திடீரென எழுந்து இருக்கும் பரதேசி' என்று தன்னைத் தானே வருணித்துக் கொண்டார். அவரது வயிற்றுப் பிராந்தியத்தி லிருந்த பழமைப் பாம்புகளின் வாய்ச் சப்தம் கடமுடவென ஒலியெழுப்புகையில் அப்பயங்கரத்தின் மூலம் தனது இளமைக் காலங்களை ராசப்பன் கண்டார். தனது வம்சத்தவர்களின் நினைவு தன் மூளைக்கு இன்னும் வந்துசேராததால் கண்மூடிச் சஞ்சரித்தார் அவர். காலம் கெட்டுப் போனபோது பராக்கிரமங்கள் செய்த அந்த மூளையும் பலவீனமாகிப் போனது என்று அறிந்தபோது, அவர் வீட்டின் மூலையில் தன்னைச் சிறைப்படுத்திக்கொண்டார். அப்போது சாவுகளும் நோய்களும் பறந்தபடி அலையும் வானிலிருந்து வந்தவையான அவரது கறுத்த பயங்கள் மனதின் எண்ணங்களை மல உருண்டையாய் உருட்டிக்கொண்டு தம் போக்கில் திரிந்தன.

கொஞ்சம் கொஞ்சமாய் பாலின் சோகை நோயைப் பெற்ற ஜான் இப்போதெல்லாம் அடிக்கடி வீட்டிற்கு வெளியே செல்லாமல் இருந்தான். காலில் பெரிய கல் கட்டப்பட்டாற் போன்று உணர்ந்து தவித்தான். எதிர்கால நம்பிக்கை என்ற புதிய ராட்சசனின் சூன்யம் படர்ந்த அழைப்பிற்கு மனதைத் தந்து சோகை நோயிலிருந்து விடுபட்ட பால், ஊரின் புதிய மாற்றம் என்னும் நீர்ச் செடியால் உடல் தேறிக்கொண்டிருந்தான். அப்படித் தேறியிருந்த பால் ஒருநாள் தன் அண்ணனிடம், 'வம்சவிதி உன் காலில் பாரமாய் இறங்கி உன்னைக் கட்டிக்கொண்டிருக்கிறது' என்று சொன்னான். அதன்பிறகு நடமாட ஆரம்பித்த பாலை ஊரில் பரவிய பயம் வந்து கட்டிப் போடவில்லை என்பதைப் பலர் ஆச்சரியத்துடன் பார்த்தார்கள்.

ராசப்பன் விரைவில் தன்னை ஒரு தனிமைக் கழுகிற்கு ஒப்படைத்தார். அவரது கண்கள் கழுகின் கண்களாய் உருமாற்றம்

பெற்றதைக் கண்டு, வம்சப் பெருமை இறுதியாக ராசப்பனின் கதையை முடிக்கத் தீர்மானித்துவிட்டது என்று சிநேகப்பூ கூறினாள். ராசப்பனின் தந்தை முன்பு இவ்வாறு படுக்க ஆரம்பித்த நாள்களில் இருந்த அதே நோய்க்கூறுகள் ராசப்பனிடமும் தோன்றி இச் செய்தியைச் சிநேகப்பூவிற்கு உணர்த்தின. ராசப்பனின் இடதுகாது அவ்வப்போது லேசாய்த் துடிக்க ஆரம்பித்தது. அதன்பின்பு ஒருநாள் ராசப்பனிற்குள் அத்தனை காலமும் பேசிக்கொண்டிருந்த மொழி உருகித் திரண்டு ஓர் உருண்டையாக மாறி பாறைபோல் இறுக்கி விட்டது. இது பல குடும்ப உறுப்பினர்களுக்கு நேர்ந்ததுதான். உடலின் தசைகள், எலும்புகள் போன்றவற்றின் மூச்சுவிடலாய் லேசான ஒலிகள் எப்போதாவது வெளிப்பட்டுக்கொண்டிருந்தன. எப்போதாவது அத்தகைய சப்தத் துண்டுகள் கிளம்பி வீட்டுக்கூரையை உடைப்பதுபோல் மோதுகையில் சிநேகப்பூ ஓடிவந்து பார்ப்பாள். ராசப்பன் மிகவும் இயல்பாய் அந்தரங்கத்தில் ஒளித்திருந்த நித்திரையால் தன்னை மூடிக்கொண்டு கிடப்பதுபோல் படுத் திருப்பதைக் காண்பாள். மீண்டும் அடுக்களைக்குள் சென்று அன்று தயார் செய்ய வேண்டிய உணவுப் பொருள்களைத் தயாரிப்பதில் வாய்பேசாதவளாய் ஈடுபட்டிருக்கும் ஜானின் மனைவிக்கு உதவி செய்துகொண்டிருப்பாள்.

வாய் பேசாவிட்டாலும் கூட அத்தனை நாளும் இயல்பாய் நடந்துகொண்டிருந்த ஒரு காலத்துச் சௌந்தர்யவதியான ஜானின் மனைவி, ஒருநாள் ஜான் பஞ்சாயத்துக் கூட்டத்தில் கலந்துவிட்டுச் சோர்வுற்று நடைப்பிணம்போல் வீட்டிற்கு வந்து சேர்ந்தபோது, திடீரெனத் தாக்க ஆரம்பித்தாள். தன் உதாசீனத்தைத் தாக்க, அவள் இத்தனை நாளாய் ஒரு புலிக்குட்டியை அவளது மனத்தில் வளர்த்து வைத்திருந்திருக்கிறாள் என்பதை உணர்ந்த ஜான், அவளை ஏதும் செய்யாமல் அமைதியாகவே இருந்துவிடுவதென முடிவெடுத் திருந்தான். சிநேகப்பூ அங்கு வந்து ஜானின் மனைவியை அழைத்து, ஞாயிறுகளில் சர்ச்சில் 'தன் கணவனுக்காகக் கீழ்ப்படிதலுடன் நடக்கும் பெண்கள் மோட்ச ராஜ்யம் போவார்கள்' என்று அறிவுறுத்தியதை நினைவுறுத்தினாள்.

பிறகு தன் மாமியைத் தாக்க ஆரம்பித்த ஜானின் மனைவி பற்றிய செய்திகளைக் கேட்ட அவளது தாய் தந்தையர் வந்து, அவளது கணவனையும் மாமியையும் அடிப்பதை நிறுத்துவது அவர்கள் சார்ந்திருக்கும் புராதனக் குடியின் பெருமையைக் காப்பதாகும் என்று கூறியவுடன் அம்மங்கை அடிப்பதை நிறுத்தி மீண்டும் இளமைக்காலச்

சௌந்தர்யத்தை அடைந்தாள். அதைக் கண்டு அந்த ஊர் அந்த விஷயம் பற்றியே பேசிக்கொண்டு அலைந்தது. அப்படி அலைந்த ஒருநாள், இருள் தெருக்களிலிருந்து பிரிந்து கரைந்துகொண்டிருந்தபோது, அவ்விருளை வாயில் பாதி தின்றபடி ஒரு மனிதன் நடுச்சாலையில் இரத்த வெள்ளத்தில் கிடந்தான். அவன் கழுத்தில் 'குற்றவாளி' என்று எழுதிய அட்டை கட்டித் தொங்கவிடப்பட்டிருந்தது. அவன் எப்படியோ ஜானின் தாத்தா குடும்பத்துடன் தொடர்புடைய ஒரு புராதன வம்சத்தவன். அவன் குடும்பத்தவன் ஒருவன் நான்கு தலைமுறைகளுக்கு முன்னர் எல்லையோரத்து மக்களின் தலைவிதியை நிர்ணயிப்பவனான சாமியாடி ஒருவனை மூத்திரம் குடிக்கவைத்து மொட்டை அடித்துத் தலையில் சாணி கரைத்து ஊற்றிக் கொன்றான். அதற்காக இம்மனிதன் இன்றைக்குக் கொலை செய்யப்பட்டதாய் கரியால் அப்பிணத்திற்கருகில் எழுதப்பட்டிருந்தது.

ஒருநாள் காலை ஆறுமணிக்குச் சூரியனின் கதிர்கள் நுழைந்த போது திடீரென ராசப்பனின் முதுமையான குடும்பம் வசித்த வீடு முழுவதும் சிலந்திக் கூடுகளால் கட்டப்பட்டிருந்தன. ஒவ்வோர் அறையிலும் ரகசியங்களும் பழமையான ஞானங்களும் இருந்த இடத்தில் சிலந்திகள் பெரும் வடங்களாய்க் கயிறுகள் பிணித்துக் கட்டின. அவற்றில் மனிதரளவு பெரிய சிலந்திகள் சிக்கிப்பிணித்துக் கொண்டு வாழ்ந்தன. ஞாபகமற்ற ஒரு பழங்கால ரகசியத்தின் அடிவயிற்றைப் கீறிக்கொண்டு திடீரென ஆயிரம் ஆயிரமாய் வீட்டைச் சூழ்ந்த சிலந்திகள் தங்கள் தங்கள் உயிர்வேகத்தால் அசைந்து ஆடியபடி வீட்டில் ஊறியிருந்த காற்றைச் சுவாசித்தன. அப்படிச் சிலந்திகள் அந்த வீட்டைக் கூடாரமாய் ஆக்கியபோது, அந்த வீட்டின் மனித ராசிகள் தங்கள் மூளை நரம்புகளுக்குள் ஒரு மறதி நீலநிறத் திராவகமாய் ஊறியதை உணர்ந்தார்கள். மறதி ஏற்பட்டவுடன் ஜான் தன் சோகை பிடித்த சூம்பிய கைகளையும் கால்களையும் கொண்டு தனது தந்தை ராசப்பனைத் தேடலானான். அப்படி தேடுவதென்பது இனிப்பு இருக்குமிடத்தில் எறும்புகள் வருவதுபோல் இயல்பாக மாறியது. அப்படி அவ்வீட்டின் ஒவ்வொரு உறுப்பினரும், 'ராசப்பன் எங்கே?' என்று கேட்டுக் கொண்டிருந்தார்கள். கடைக்குப் போவதை நிறுத்திப் பல மாதங்களாகிவிட்டபடியால் ராசப்பன் கடையில் இருக்கமாட்டார் என உறுதிசெய்து யாரும் அங்குப் போய்த் தேடவில்லை.

ஆனால் அவர் வீட்டில் இல்லை என்று அவர்கள் ஒவ்வொருவரின் மூளையும் சந்தேகமற அவர்களுக்குச் சொன்னதால் ராசப்பனை

வீட்டில் தேடுவதில் யாரும் அதிகம் கவனம் செலுத்தவில்லை. ஜானின் மனமும் அவனது புகழ்பெற்ற சோகை நோயும், ராசப்பனின் பெயரை உச்சரித்துக் கொண்டு அலைந்து அலைந்து காலை, மதியம், மாலை, இரவு என்று சுற்றிச் சுழலாயின. தன் புராதனக் குடும்பத்தின் கடைசித் தலைவருக்கு ஒளிந்திருக்கும் புத்தி எப்படி வந்தது என்று ஆச்சரியத் துடன், சோர்வு ஏதுமின்றிச் சிநேகப்பூ ராசப்பனைத் தேடிக் கொண்டிருந்தாள். ஜானின் மனைவி, சிநேகப்பூவோடு சேர்ந்து தேடிக்கொண்டு, சிறுகுழந்தைபோல் கூடவே அலைந்தாள். சிலவேளைகளில் இதுவரை நடந்த துக்கமும் உடல்வேதனையும் கட்டுப்பட்டிருந்த அவளது வாயின் மொழியைச் சீண்டின. அவ்வப் போது கட்டவிழ்ந்து மீண்டும் சிக்கிக்கொண்டது மொழி. வாய்க் குள்ளிருந்த குழப்பமான பற்களும், தசைகளும், எலும்புகளும் சிலவேளை மொழியைப் பிடித்துக் கிழித்தன. தேடல் மும்முரத்தில் சாலைகளிலும், ரோடுகளிலும், பல்வித நிழல்களிலும் ராசப்பன் ஒளிந்திருப்பாரோ என்பதுபோல் தேடலானார்கள். இந்தத் தேடலில் பங்கெடுக்க அங்கு இல்லாத ஒரே ஒரு நபர், பால். இப்படிப் பருவங்களிலும் நாளின் பல்வேறு பாகங்களிலும்கூட ஒரு மனிதன் ஒளிந்துகொண்டு வரமுடியுமோ என்ற எண்ணம் பலருக்கு ஏற்பட்டது. அன்று சர்ச்சில், புராதன குடிகளை மேகம்போல் சூழ்ந்திருக்கும் துக்கங்களும் கெட்ட ஆவிகளும் பரிசுத்த ஆவியின் ஆக்கினை கண்டு நீங்குவதற்காகப் பத்துத் தடவை பரமண்டலங்களிலிருக்கிற பிதாவை நோக்கிய ஜெபத்தைச் செய்ய வேண்டுகோள் விடுத்த பாதிரியார், கையில் சூசையப்பர் பிடித்திருந்த ஒரு பூத்தமரத்தின் கிளையைத் தாங்கியிருந்தார்.

ராசப்பன் மறைந்தது போல் பல்வித மனிதர்களும் ஊரின் புராதன வம்சங்களிலிருந்து அடிக்கடி காணாமல்போக ஆரம்பித்தார்கள். அப்படி அவர்கள் காணாமல் போவதற்கும் முத்துப்பிள்ளையின் வெளவால் நிழலானது ஒரு புதன்கிழமையில் அமைதியாகவும் மிகுந்த சூடுடனுமிருந்த மதிய நேரத்தில் ஊரின் நடுவேயிருந்த பல வீடுகளின் கூரைகளில் படர்ந்திருந்ததற்கும் சம்பந்தமுண்டு என்று மூதாட்டிகள் பலர் ஒரே குரலில் சொன்னார்கள். அப்படிச் சொல்லி அந்த ஊரைப் பிடித்திருக்கும் ஆச்சரியத்தின் விஷம் தோய்ந்த நகங்களைப் பற்றி வர்ணித்துக்கொண்டிருந்தார்கள்.

அப்போது சர்ச்சில் மாலைக்காலங்களில் ஒற்றை ஒலியுடன் மணி அடிக்கும் துக்ககால ஆராதனை ஆரம்பித்திருந்தது. மூன்று முறை கோயில்மணியின் ஒற்றை ஒலி அந்தப் பிராந்தியத்தின் வானத்தில்

ஒரு காகம்போல் மெல்ல மெல்ல பறந்து வந்தவுடன், ஜனங்கள் பல்வேறு பிராந்தியங்களிலிருந்து எறும்புகள்போல் புறப்படுவார்கள். பாதிரியார் தன் வியாகுலத்தையும் பிலாத்து, ஏசுவைப் பிடித்த துக்க காலத்தையும் பற்றிக் கூறுவார். அந்தக் காலத்தில் ஊரிலுள்ள கிறிஸ்தவர்களின் ஆன்மாக்களில் நிறைந்திருக்கும் துக்கமும், பாவங்களும், நிச்சயமான மறுஉயிர்ப்புக்கு இட்டுச் சென்று சகல ஜனங்களும் சாந்தியும் சமாதானமும் பெற வழி உருவாகும் என்று பாதிரியார் சொல்லிப் பூஜையை முடித்து அனுப்புவார். ஆனால் ஊர் என்னும் சிலுவையில் பயம் என்னும் செத்த உடம்பு தொங்கிக் கொண்டிருந்ததற்கு யாரும் பரிகார ஆராதனை செய்யவில்லை.

ராசப்பனின் வீட்டில் ஒரு மறதி உற்பத்தியாகி ராசப்பன் இருந்த இடத்தை எல்லோரும் மறந்து அவரைத் தேடிக்கொண்டிருந்தார்கள் என்பதையோ, மாஜி சுதந்திர வீரரான தன் தந்தை தன்னைக் கொல்ல வேண்டுமென்று புறப்பட்டுத் தான் இருந்த அறை என எண்ணி வேறு ஓர் அறையை உடைத்து அங்கு இருந்த காற்றைத் தன் அரூப வடிவம் எனக் கருதிப் புரிந்த போரையோ அறியவில்லை சௌந்தர்யம் நிரம்பிய சிறுபெண்ணாகிய லதா. தந்தையின் பொருளற்ற பார்வைகளுக்குப் புலப்படாமல் தன் பரம்பரை சக்திகளின் துணையுடன் அதே வீட்டில் அவள் வாழ்ந்து வந்தாள்.

அப்படியிருக்கையில் அவளது படிப்பும் கல்வியும் அவள் உடம்பின் இளமை அடித்த வேகத்தில் புறப்பட்டு எங்கோ நகரத்திற்குப் போய்விட்டன. ஆனால் அவளது அப்பழுக்கற்ற இளமையின் பாம்புக் கவர்ச்சி அவளுடைய மனதை ஒரு காட்டு மிராண்டியினுடையதாக ஆக்கியிருந்தது. காட்டுமிராண்டி யினுடையது போன்ற அறிவும், உணர்ச்சியும் ஒருநாள் அவளின் உடலிலிருந்து கிளம்பி பக்கத்திலிருந்த மரத்தில் போய் தலைகீழாய் தொங்கிக்கொண்டிருந்தன. அவள் தனது, வரையறுக்கப்பட்ட சாப்பாடு, உடல் புணர்ச்சிகள், மலஜல விசர்ஜனம் என்ற உணர்வு களுக்கு மட்டும் பழகிய ஒரு சிறு உலகத்திற்குப் பழகிக்கொள்ள ஆரம்பித்தாள். பள்ளிக்கூடத்திலிருந்து ஒரு நாள் டிஸ்மிஸ் செய்யப் பட்டது கூடத்தெரியாமல், சிறுபெண்ணின் உடலிற்குள் புகுந்து ஒளிந்துகொண்டு தன் உடலுறுப்புகளை மறந்துபோன பள்ளி ஆசிரியனை யாரும் கவலைகொண்டு தேடுவதற்கும் முயலவில்லை. இத்தகைய சுந்தரமான மூல ஆசைகளின் உலகத்தில் பெண்கள் சொர்க்க இன்பத்தைக் காணும் வாய்ப்பிருக்கையில், மூளைக்குள் தர்க்கங்களையும் வார்த்தைகளையும் சேமிக்கக் கற்கும் பெண்களை

நிந்தித்தாள் லதா. காலைகளில் ஒவ்வோர் ஆடையாக உடுத்தி அலுவலகங்களிலும் சாலைகளிலும் அலைவது எப்படிப்பட்ட வியர்த்தம் என்று யோசித்தாள். இச்சிந்தனையை அவ்வப்போது வழித்தெறிந்தாலும், இந்தச் சிந்தனை ஒவ்வொரு சமயம் லதாவிற்கு வந்து வந்து ஒட்டிற்று. ஆடைகளும் அணிகலன்களும் அணிந்து காலையில் குளிப்பதும் கூட, ஒரு பெண் தனது படைப்பு ரகசியத்தில் அள்ளித் தரப்பட்ட வசதிகளை அறியாதவளாய் செய்யும் காரியமாய் அவளுக்குப்பட்டது. இப்படித் தனது வீட்டினுள் ஒரு பொந்திற்குள் தனக்கான உலகமொன்றைச் சிருஷ்டித்து வாழ்ந்தாள் லதா. புராதன வம்சவேரில் ஒரு பெண்ணாய்ப் பிறந்ததால் தன் ரத்த அணுக்களுக்குள் வம்ச சரித்திரத்தின் பல நூற்றாண்டுகள் புகுந்து தன் இன்றைய குணங்கள் என்னும் விதியை ஸ்தாபித்திருப்பதை அறிய அவளுக்கு நேரம் இருக்கவில்லை. அதனால் ஊரின் பயம் அவளது புலன்களை எட்ட சாத்யமற்றதாய்ப் போனது. ஒருநாள் தன் தொப்புள் கொடியில் ஓர் இடிவிழ, தன்னைத் தேரையைப்போல் இந்தத் தெருவில் இழுத்துச் செல்வார்கள் என்ற பயம் அவளுக்குள் ஏறாதபடி அவளது புராதன எஜமானர்கள் காலத்தின் காற்றை அடைத்து ஒரு வட்டம் வரைந்து அதில் வாழவிட்டிருந்தார்கள்.

ஒருநாள் அவளிருந்த வீட்டினுள் நுழைந்து ராசப்பனைத் தேடும் பொருட்டு ஊர் ஜனங்கள் வந்தபோதும், பயம் பிடித்த கால உணர்வுகளைத் தலையில் பத்திரமான தலைச்சுமைகளாய்த் தாங்கிச் சென்ற அவர்களின் கண்ணில் அவள் படவில்லை. ஆனால் ஜனங்கள், 'ராசப்பனைப் பார்த்தீர்களா?' என்று கேட்டபோது, பலகாலமாய் அந்தக் கேள்விக்கு எதிர்பார்த்துக் காத்திருந்ததுபோல் பாதி உயிருடன் இருக்கும் முத்துமாரி தன்னுடலின் மேலாடையைச் சரி செய்தபடி பதில் சொன்னாள்: 'எங்கேயும் இருப்பார்.' அவள் பேசிய வார்த்தைகள் தேடி வந்தவர்களின் மனநிலையில் இருப்பவர்களுக்குப் புரியும்படியாக இல்லை. இதை உணர்ந்தவர்கள்தான் தேடி வந்தவர்கள். எனவே அவர்கள் முத்துமாரி கூறிய பதிலை மறந்துவிட்டு மேல் பயணம் செய்து இன்னும் தேடலானார்கள். 'கன்னிமரியின் வீட்டிற்குப் போய் அவளது செத்த ஆவிக்குள் ஒளிந்து கொண்டாரோ?' என்ற தன் ஐயத்தை ஒருநாள் தன் வார்த்தைகள் தன்னையும் மீறி வெளிப்படுத்தியதைக் கண்ட சிநேகப்பூ பின்னர் அதற்காக மிகவும் வருந்தினாள். கன்னிமரியின் வீட்டில் அவள் ஆவியைத் தவிர வேறு யாரும் இல்லை. வழக்கம்போல் கன்னிமரியின் ஆவி தன் இளமைக் காலங்களை சிறுசிறு பிம்பங்களாய்ச் சேகரித்துவைத்துப் பேசிக்

கொண்டிருந்த போது புராதனக்குடிகளின் தற்கால சந்ததியினர் வந்து அவள் வாசலை அடைத்துக்கொண்டு அவளை அழைத்தனர். அவளது ஆவி பயந்தபடி வெளியே வந்தபோது, 'ராசப்பன் எங்கே?' என்று ஒரே குரலில் கேட்டார்கள். ஆவிக்கு ஆடை உடுத்திப் பழக்கமில்லை என்பதுபோல் நிர்மலமான பெண்ணுடலுடன், படங்களில் காணப்படும் பழங்காலத்துக் கன்னிமரிபோல் காட்சி தந்த பெண்ணுருவத்தை அறைக்குள் சென்று கண்டு கண் கூசிய இரு தைரியம் மிக்க இளைஞர்கள், ஏதோ ஒரு சுழல் காற்றிற்குள் அகப்பட்டவர்கள்போல் வெளியே வந்து விழுந்தார்கள். அவள் கண்களில் நிர்வாணத்தின் வெட்கம் இருப்பதற்குப் பதிலாக ஒரு தெய்வீக ஆற்றலும், பயங்கரமும், மந்திர சக்தியும் எழுந்து தலைவிரித்தாடிய அதிபயங்கரத்தை அவர்கள் கண்டார்கள். திடீரென தலைகளைக் குனிந்தவாறே அவர்கள் எங்கோ ஓடிப்போவதைக் கண்ட பிறர், 'ராசப்பன் எங்கே?' என்று எழுப்பிய குரல் தொண்டையிலிருந்து முழுதாய் வெளிவரும் முன் அவர்களும் ஓடினார்கள். அந்த இரு தைரியசாலி இளைஞர்களையும் அதன் பிறகு யாரும் காணவில்லை. அப்படிக் கண்ட ஓரிருவர் அந்த இளைஞர்கள் சிவக்கக் காய்ச்சிய இரும்புத் துண்டங்களைத் தங்கள் மனதிற்குள் சதா யாரோ நுழைக்கிறார்கள் என்று அலறியதை வந்து சொன்னார்கள்.

ராசப்பன் தம் வம்சத்தவர்கள்போல் வயது நோய்க்கு ஆளானதைத் தவிர அவரது பெருமை என்று அவரது வியாபாரத்தையோ, அதில் பிறர் பொறாமைப்படுமளவு அவருக்குக் கிடைத்த லாபத்தையோ யாரும் கூறுவது இல்லை. கன்னிமரி என்ற மாயத்தன்மையும், தெய்வீகமும்கொண்ட பெண்ணிடம் தொடர்புகொண்டிருந்தவர் என்றுதான் பலருக்குத் தெரியும். வேறெந்த விசேஷமான காரியமும் செய்யாத இவர்தான், தான் காணாமல் போய் ஊரையே கலங்க வைத்தார் என்பது பலருக்கு நம்ப முடியாததாகக்கூட இருந்தது. ஆனாலும் ஊரில் இவர் காணாமல் போனது பெரிய நிகழ்ச்சியாக மாறியதற்கு முக்கிய காரணம், அக்காலத்தின் எல்லைப் புற மக்களிட மிருந்து வந்த தாக்குதல் தொடர்ந்து நடந்துகொண்டிருந்ததுதான்.

9

வயல்கரையில் புற்றுகளில் இருக்கும் சாரைப்பாம்புகளில் ஒன்று, மனதின் புல்தரையில் நகர்ந்ததைக் கண்ட எல்லையோர

ஜனங்கள், இப்போது ஒரு மனிதனைப் பற்றிய விசாரிப்புகளைத் தொடங்கியிருந்தார்கள். புராதன வம்சத்தவர் வாழும் ஊருக்குள் ஒரு சாரைப் பாம்பு சாதிக்காரன் வாழ்ந்ததைப் பற்றி இப்போது அவர்கள் விசாரித்தபோது, அவர்கள் அவனையறியாமல் வாழ்ந்த ஞாபகம் வந்தது. 'அந்தச் சாரைப்பாம்பு மனிதன் பேசிய வார்த்தைகளைச் சேகரியுங்கள்' என்று கிழிந்த சட்டைக்காரன் ஒருவன் நள்ளிரவில் யாருக்கும் தெரியாமல் புராதன ஊருக்குள் நுழைந்தான். அவன் வரும் பாதையெங்கும் ஆள்வோரின் போலீஸ்படை நிற்பதைப் பார்த்து அவன் வேறு பாதையில் ஓடியபோது, அவனைப் பிடித்துக் கொன்று அவனது கிழிந்த சட்டையை ஊர் நடுவில் ஒரு தூணில் தொங்க விட்டார்கள். கிழிந்த சட்டையின் நிழல் தரையில் கிடந்தது. அந்த நிழலிலிருந்து ரத்தம் வடிவதைக் கண்ட பலர் இன்னும் பயந்தனர்.

எல்லையோரத்துக் கிழிந்த சட்டை மக்கள் யாரென்று நிச்சயமாகப் பேச முடியாத அளவிற்குக் குறிப்பிட்ட அடையாளம் ஏதும் அற்றவர்களாய் அவர்கள் இருந்தார்கள். அவர்களுள் முஸ்லிம்களும் இந்து, கிறிஸ்தவ நாடார்களும் நாயர்களும்கூட இருந்தனர் என்ற செய்தியும் ஊருக்குள் பரவியது. பல நூற்றாண்டுகளாய் உணவு உண்ணாதவர்களாய் அவர்கள் இருந்த தால் வாய்கள் மட்டும் சிதைந்து போயுள்ளதைப் பலர் கண்டதாகச் சொன்னார்கள். ஊர் புராதன வம்சத்தவர்களில் இன்னும் சிலர், 'அவர்கள் நம்மிடம் காலம் காலமாக வேலை செய்துகொண்டு நம் பெயர்களைத் தம் மக்களுக்குச் சூட்டியவர்கள்தான்; நம் உப்பைத் தின்றவர்கள்தான்; ராஜநாகமான பாம்பு ஒன்றிலிருந்து விஷம் புறப்பட்டு யாருக்கும் தெரியாமல் அவர்கள் மனங்களில் ஏறிவிட்டது. அதனால்தான் நம்மையும் நம் வம்சத்தவர்களையும் விரட்டிக்கொன்றுகொண்டிருக்கிறார்கள்' என்றார்கள்.

அந்த விஷம் வார்த்தைகள் வடிவில் சில தாள்களில் சேர்த்து வைக்கப்பட்டிருப்பதை ஒருநாள் புராதன வம்சத்தவர்கள் ஊரில் ஒருவனிடம் கண்டார்கள். அவன் வேறு யாருமல்ல, ஜானின் தம்பியான பால்தான். பால் எல்லையோர ஜனங்களின் மனதைக் கெடுக்கும் விஷத்தை எழுத்துகளாய் தாள்களில் வைத்திருக்கிறான் என்ற வதந்தி ஊரில் பரவிய அன்று, அவனையும் கொல்ல ஊர் பழைய குடியினர் ஒரு திட்டம் தீட்டிக்கொண்டிருந்தபோது, ராசப்பன் சீட்டு விளையாடும் செய்தி ஊரில் பரவியது. ஊர்க்காரர்கள் அடித்துப் புரண்டு ஓடினார்கள். ஜான் சோகை நோயைத் தன் உடம்பிற்குள்

ஒரு குடிசை கட்டி சம்ரக்ஷிக்க ஆரம்பித்தபோது சில சிலந்திகள் அவன் உடலின் உளுத்துப்போன பாகங்களில் கூடு கட்டியுமிருந்தன.

ஊர்க்காரர்கள் ராசப்பன் சீட்டு விளையாடும் செய்தி கேட்டு வந்து பார்த்தபோது, ஜனங்களின் தலை ரோமங்களால் வீட்டுச் சிலந்திக் கூடுகள் அழிந்தன. வீட்டின் மூலையில் ராசப்பன் நிழலிற்குள் நீட்டி நீட்டி சீட்டு விளையாடிக்கொண்டிருந்தார். அவருக்கு எதிரே இருந்து நிழல் விளையாடியது. மனிதர் யாரும் இல்லை. அவர் கண்கள் வந்து நிற்பவர்களைக் கவனிக்காத அளவிற்கு ஆர்வமாக நிழலுடன் சீட்டு விளையாடிக் கொண்டிருந்தார். அவரை இந்த உலக நினைப்பு களால் அசுத்தப்படுத்த வேண்டாம் என்று பழம் குடிப் பெருமையைத் தலைமை தாங்கி நடத்தும் தாவீது கூறியதற்கேற்ப எல்லோரும் அங்கிருந்து புறப்பட்டார்கள். ராசப்பனைப் பார்க்க வந்திருந்தவர் களில் குறிப்பிடத்தக்க இருவர், ஜானோடு பலவருடங்களாகப் பேசாதவர்களான ஷாகுல் ஹமீதும் நாயர் பையனும் ஆவார்கள். ஷாகுல் ஹமீதும் நாயர் பையனும் பேசிவிட்டுப் புறப்பட்ட பிறகு ஜான் திடீரென ஒரு மாய சக்திக்குக் கட்டுபட்டவன்போல் எழுந்து நின்றான். அப்போதும் சில சிலந்திகள் கூடுகளுடன் கீழே விழுந்தபடி இருந்தன. அவன் மனதின் கூரையில் கடந்த வருடங்கள் ஒரு பூனையாய் சப்தமின்றி அடியெடுத்து வைத்தன. அந்நிலையில் தன் முன்னர் பள்ளியில் படித்த சிறு பெண்ணாகத் தனது இளம் மனைவி நிற்பதைக் கண்டான். அவளினுள் காலங்கள் புகுந்து இப்போது பூத்துக் கிடந்ததாய் உணர்ந்தான். காலங்கள் கல்போல் கட்டியாகி மனிதனைச் சவ அடுக்கில் வைத்துக்கொள்ளக்கூடாது என்ற எண்ணம் இப்போது ஜானின் உடலிற்குள் புகுந்தது. தன் மனைவியின் உடலெங்கும் பூவின் மகரந்தம் பரந்து தன்னை அழைப்பதை உணர்ந்த ஜான், பல மாதங்களுக்குப் பின் அவளைத் தன் அறைக்குள் அழைத்தான். அந்த அழைப்பு அவளது அவயங்களில் புகுந்து வார்த்தைகளுடன் மாம்சத்தைப் பேசவைத்தது. அவளிடம் அவன் ஓர் ரகசியத்தைச் சொல்லிக்கொண்டிருந்தபோது, சிநேகப்பூ 'ராசப்பன் எங்கும் போய்விடவில்லை என்பதையும், குடும்பமும் ஊரும் சேர்ந்து அவரைத் தேடிக்கொண்டிருக்கும்போது, வீட்டிற் குள்ளேயே அவர் இருந்திருக்கிறார்' என்றும் கூறினாள். பொதுக் கொப்பூழ் கொடிகொண்ட ஒரு வம்சம் தலைமை தாங்கும் ஊருக்குள் ஒரு மறதி ஏறி, ராசப்பனை எல்லோரும் தேடும்படி வைத்தது என்பதைக் கண்டுபிடித்த சிநேகப்பூ அந்தச் செய்தியை எல்லோருக்கும் தெரிவிக்கலானாள்.

அப்போது ஏப்ரல் மாதத்தில் வெயில் கொளுத்தும் பத்து மணி வேளையாக இருந்தது. அங்கே மிகவும் முதுமையாகிப்போன நாள்களுடன் ஒரு வயதானவன் தன்தோளில் கனமாகக் காலம் தந்த ஒரு பையையும் தூக்கிக்கொண்டு வந்தான். அவனது கன்னம் மிகவும் சுருங்கிக் காய்ந்த மாம்பழத் தோல்போல் காணப்பட்டது. அவன் இமைகளிலும் மூக்குத் துவாரங்களுக்குள்ளும் நரைமுடி கத்தையாக வளர்ந்து வெளியே நீட்டிக்கொண்டு நின்றது. அடிக்கடி கண்களைச் சுருக்கிச் சூரிய வெளிச்சத்தைப் பார்த்தபடி நடந்தான். அப்படி வந்தவனைக் காலத்தின் கருப்பையிலிருந்து பிறந்தவன் என்றார்கள். அந்தக் காலக் கிழவன் வேறு யாருமல்ல, ராமு வைத்தியர்தான் என்றறிந்த சிநேகப்பூ ராசப்பனிடம் ஓடிப்போய் பயந்து பயந்து, 'ராமு வைத்தியர் வந்திருக்கிறார், சீட்டாட்டம் போதும்' என்று அழைத்தாள். ராசப்பன் உயிருள்ளவர்களுடன் தற்போதைய விதிமுறைகளின்படி ஆடவில்லையாதலாலும் காலத்தின் மறந்து போன நிழலான யாரோ ஒரு உறுப்பினனுடன் ஆடுவதனாலும் அந்த ஆட்டத்தின் இறுதி உலக முடிவு என்பது சிநேகப்பூவிற்குத் தெரிந்திருக்கவில்லை. ராசப்பன் அவ்வளவு சிரத்தையாய் மிகுந்த ஏற்பாடுகளுடன் உடலை ஓர் எண்ணத்தை நோக்கிக் கவிழ்த்து வைத்து ஆடிக்கொண்டிருந்தார். வெளி உலகத்தின் செய்கைகள் வெறும் மேல் பூச்சுகள் என்றும், அதன் அடி ஆழ இயக்கத்தின் முக்கியமான ஓர் அச்சாணி, தன் கைகளின் சீட்டு இயக்கத்தின் வழி நிர்ணயிக்கப் படுகிறதென்றும் அவர் நினைத்தார். எனவே வெளி உலகமும், தன்னைச் சுற்றிய மனிதர் களும், நிகழ்வுகளும், புலன்களுக்கு அப்பால் நடக்கும் லேசான காரியங்களாய் அவருக்குப்பட்டிருக்க வேண்டும். அழைக்கையில் பதிலின்றி அமைதி ஒரு கல்லாய் தன் முன் கிடப்பதைக் கண்ட சிநேகப்பூ, இனி அழைப்பதில் பயனில்லை என்று கருதினாள்.

ஒரு பெருமூச்சை அந்த இடத்தில் வைத்துவிட்டுப் புறப்பட்டு ராமு வைத்தியரிடம் சென்று, அவரைக் குறித்து விசாரித்தபின் அவரை வீட்டினுள் அழைத்தாள் சிநேகப்பூ. பல தேசங்களின் ரகசியங்களையும் தன் பைக்குள் வைத்திருப்பவரைப்போல் காணப்பட்ட ராமு வைத்தியர் தடதடவெனப் போய், 'ராசப்பனின் தந்தை எங்கே? எப்படி இருக்கிறார்?' என்று கேட்டபடி, ராசப்பனின் தந்தை படுத்திருந்த அறைக்குச் சென்றார். படர்ந்திருந்த சில சிலந்திகள் மாயக் கிழவனைக் கண்டதுபோல் வழிவிட்டன. அறைக்குள் போய்ப் பார்த்தார்.

ஓ! அன்பான கதா ரசிகர்களே! இந்தக் கதையின் வார்த்தைகளின் சஞ்சாரத்தின் அடிநாதமாய் உறைந் திருக்கும் காலம் என்ற பேரண்டப் பறவையின் உடல் உங்கள் முன்னால் பல்வேறு தர்க்கங்களாகவும் பல்வேறு பாத்திரங்களாகவும் எழுந்து வந்துள்ளதைப் பாருங்கள். வாழ்வும் சிலந்திகளும் துக்கங்களும் எல்லையோரக் கலவரங்களும் போட்டோ ஸ்டுடியோவும் உங்கள் மனத்தெருவில் மாலைக்கால விளக்குகளாய் எழுந்து எரிகின்றன. அதனைக் கண்டுகொண்டீர்களா யின் கதைகளின் புராதன ஆவணத்துள் உங்களையும் சேர்த்துக் கொள்கிறீர்கள் என்றுதானே அர்த்தம். இந்தக் கதையில் இதுவரை சேர்க்கப்படாத ஒரே பாத்திரம் நீங்கள் மட்டும்தானே. இப்போது உங்கள் மனதைக் கதையில் மாயக்கிழவனான ராமு வைத்தியருக் கருகில்கொண்டு வாருங்கள்.

ஆம், ராமு வைத்தியர் ஜானின் தாத்தாவைத் தேடிப் பார்த்தபோது, அறையில் சீட்டாடிக்கொண்டிருந்த ஒருவரின் புகைபடர்ந்த மேனி அவரது கண்களில்பட்டது. அவர் வருஷங்களை அருகில் அழைத்துத் தன்னைப் பழைய காலம் என்னும் ஒரு நதிக்கரையில் தனித்திருந்த பட்ட மரமொன்றின் தொங்கும் கூட்டில் வாழும் ஒற்றைக் குருவியிடம் எடுத்துச் செல்ல ஆணையிட்டார். ஒரு பூதக் கண்ணாடியைக் கையில் எடுத்தார். பல ஜந்துக்கள் வீட்டைச் சுற்றி ஓடும் அமளிக்கிடையில், ராமு வைத்தியர் அறைக்கு வெளியில், தன் கால்களை இறக்கைபோல் வைத்தபடி தரையில் அமர்ந்து மிகுந்த களைப்பிற்கு ஆளான தன் ஆன்மாவை ஓய்வுகொள்ள வைத்தார். சுவடிகளைப் புரட்டிப் புரட்டிப் படித்துவிட்டுக் கூறினார்: ‘சீட்டாடிக் கொண்டிருக்கும் மனிதர் ராசப்பன் இல்லை. அது ராசப்பனின் தந்தை. அவர் ராசப்பனின் உடலில் புகுந்து காலத்தோடு சீட்டாடக் கற்றுவிட்டார். ராசப்பனின் உயிர் ஏற்கனவே யாரும் குறித்து வைக்காத ஒரு நாளில் வேறு லோகத்திற்குப் புறப்பட்டுவிட்டது.’

காலம் மாறுகையில் எல்லோருடைய கண்களிலும் பொய்கள் மூட ஆரம்பித்ததை உணர்ந்தபோது வருத்தமாய் இருந்தது. ராசப்பனின் நினைவுகளும் தாத்தாவின் நினைவுகளுமாய் அறை நிறைய ஆரம்பித்தது. சற்று உடல் தேறி அங்கு வந்த ஜானின் கண்களில் ஒரு பயங்கரம் சுழல ஆரம்பித்ததைச் சிலர் கண்டார்கள். அவனது நினைவுகள் புறப்பட்டுச் சற்று தூரத்தில் போனவுடன் சில மரங்கள் தீப்பிடித்தன. ராமு வைத்தியர் ஜானைப் பார்த்தவுடன் ஏனென்று தெரியாத நடுக்கத்துடன் ஓட ஆரம்பித்தார்.

சரித்திரத்திற்கு முற்பட்ட நினைவுகள் வீட்டில் மீண்டும் மெல்ல வேகமாய்ப் புகுந்தபோது ஜான் மாடியில் ஓர் அறையில் இருந்து எல்லையோரத்தில் நடக்கும் சலனங்களைக் கவனித்துக் கொண்டிருந்தான். பழைய ராசர்களும் ராணிகளும் தத்தம் ஜீவிதம் பூவிதழாய் உலர்ந்து போனதால் அடித்த காற்றிற்கெல்லாம் அசைந்து அந்தப் புராதனக்குடிகளின் ஊரில் அலைய ஆரம்பித்தனர். நிலம் வெடிக்க எழுந்த சில கற்காலச் செடிகளில் காலத்தின் கபாலங்கள் தொங்கிக்கொண்டு கிடக்க, அதன் இருண்ட துளைகளில் பாம்புகள் விஷம் கக்க, காற்று நீலம் பாரிக்க ஆரம்பித்தது. ஐந்து மணி நேரம் பல திசைகளிலிருந்தும் சூறைக் காற்றுப் பலமாய் சுழன்று சுழன்று அடித்துக்கொண்டிருந்தபோது, மனதிற்குள் பலருக்குப் பழமைகள் தகரப் பெட்டிகளாய் ஒலியெழுப்பி உருண்டு கொண்டிருந்தன.

அப்போது, தன் பாரம்பரிய வயல்களுக்கு நெருப்பிட ஜாதகப் பட்சிகளை, மேகங்களிலிருந்து விழும் மழைத் துளிகளை அவை குடிக்கப்போகும் பாதையில் தான் கண்டதாகக் கூறிய மாஜி சுதந்திரப் போராட்ட வீரர், கையில் துப்பாக்கியைத் தூக்கிக்கொண்டு வயல் வரப்புகளில் ஓடிக்கொண்டேயிருந்தார். மரங்களுக்கிடையில் ஒளிந்திருந்த நிழல்கள் கிழிந்த சட்டை மனிதர்களாய் மாறியபோது அவர்களைச் சுடுவதற்குத் துப்பாக்கியைத் தூக்கிய மனிதர், அவர்கள் க்ஷண நேரத்தில் மறைந்ததால் மீண்டும் துப்பாக்கியை நீட்டி வைத்தபடி ஓடிக்கொண்டிருந்தார். தன் பெயரைச் சதா மறக்க ஆரம்பித்த கோபாலராஜுக்கு மரங்கள் அடர்ந்த சோலைகளில், நிழல்களையும் ஒளிகளையும் விரட்டுவது எளிதாயிருக்கவில்லை. தன் குடும்பச் சொத்தான வயலில் எங்கும் எந்த நிழலையும் காணாது திகைத்தார், கோபாலராஜ். எங்காவது நின்றுவிட்டால் தன் பகைவர்கள் அவர்களின் செத்துப்போன சொந்தக்காரர்களின் துணையுடன் மீண்டும் மறு தாக்குதலுக்கு வருவார்கள் என்று எண்ணி மீண்டும் ஓடலானார். ஓடிக்கொண்டிருந்தவர் விரைவில் தன் ஊரின் புராதனத்தின் நிழலைக் கண்டபோது கண்களைத் திறந்து பார்த்தார். காட்சி திடுக்கிட வைத்தது. தன் வீட்டினுள் முத்துமாரி ஒரு பெரிய நினைவின் சிறையில் வாடியபடி பாடிக்கொண்டு பாதிபாகம் உயிருடன் உள்ள உடம்பைத் தூக்கிக் கொண்டு ஆடையின்றி வலம்வர, ஒரு சாட்டையுடன் கிழிந்த சட்டைக்காரனொருவன் அவளைக் குதிரைப் பாகனின் லாவகத்துடன் நடத்திக்கொண்டிருந்ததைக் கண்டார். தன் துப்பாக்கியைத் தூக்கினார்.

துப்பாக்கி தூக்கியவரை ஒரு மரத்தில் கட்டினார்கள், கிழிந்த சட்டைக்காரர்களின் சேனையைச் சார்ந்தவர்கள். பின்பு ஒரு துப்பாக்கி அவருக்கு முன் நீண்டபோது அவர் அங்கிருந்த யாருக்கும் புரியாத மொழியில் பாடலானார். அதைப் பயப்பிராந்தி என்றனர் கிழிந்த சட்டைக்காரர்கள். அவரது பாடலின் அலை ஊரை முழுவதும் கலக்கியபோது கலவரம் பெரிய அளவில் ஊருக்குள் புகுந்து இரவு மூன்று மணிக்கான இருளை அது பிளந்துகொண்டிருந்தது. பல இடங்களில் துப்பாக்கி ராப்பறவைகளால் எஃகுப் பாடல்கள் பாடப் பட்டதைக் கேட்டபோது புராதனக் குடும்பங்களின் பல வயல்களில் கிழிந்த சட்டைகள் விதைத்துக்கொண்டிருந்தார்கள். சிலர் வானில் வந்த சந்திரனைப் பிடித்துத் தம் வலிமை பொருந்திய, கிழிந்த ஆடைகள் தொங்கும் கரங்களால் நெருப்புப் போட்டுக் கொளுத்தியபோது முத்துமாரியின் வீட்டில் அதுகாலம் வரை ஒளிந்திருந்த முத்துமாரியின் மகனான ராஜன் அவனது மனைவியுடன் வெளியே வந்து நின்றான். அந்த வீட்டின் இறுகிய பழைய காலத்திற்குள் வசதியாக அவனும் அவனது மனைவியும் பல குழந்தைகள் பெற்று வாழ்ந்த கதையைச் சொன்னபோது வரிசை வரிசையாகப் பல குழந்தைகள் அவனைச் சுற்றி நின்றன. சில அவனது கழுத்தைச் சுற்றி ஏறின. இடிந்த சுவர் களுக்கிடையில் இன்னும் ஒரு காதல் பாடல் கேட்கிறதெனப் பலர் சொன்னபோது அம்மணக் குதிரையாய் அலைந்த முத்துமாரி, 'அந்தப் பாடலைக் கொல்லுங்கள்' என்று வெறிபிடித்துக் கத்திக் கொண்டிருந்தாள். ஜானின் அறையில் அவனது கடுமையான பார்வைகளைப் பொருட்படுத்தாது ஏறிய எல்லையோரத்துப் படைகளை அவர்களின் மனம் பிளவுகொண்ட தலைவன் தடுத்தான். காலையின் அடையாளமான ஒளிரேகைகள் உயர்ந்த மரங்களில் அப்போது தென் பட்டதை அவன் சுட்டினான். திரும்பிப் புறப்படும் படைகளுக்குப் பின்பக்கம், ஆள்பவர்களின் துப்பாக்கிச் சப்தம் தொடர்ந்து கேட்டாலும் அப்படைகள் நிழலுடன் சீட்டாடும் மனிதனையும் இடிந்து கொண்டிருந்த சுவர்களுக்கிடையில் சிக்கிக்கொண்டிருந்த சுகமான பாடலையும் மறக்க முடியாதபடி போய்க்கொண்டிருந்தார்கள். அந்தக் கவனிப்பு அவர்களின் தோல்வியின் அடையாளம் என்று சிறு தலைவர்கள் பலர் எச்சரித்தனர். என்றாலும், 'ரத்தத்திலிருந்து எழும் ஞாபகம் போகவாசெய்யும்?' என்றனர் சிலர்.

கிழிந்த சட்டைக்காரர்கள் தங்கள் படையெடுப்பை முடித்துக் கொண்டு எல்லையோரத்திற்குச் சென்றபோது அவர்களின் ஊர்

முதியவர்கள் காளையைப் பிடித்து விடிகாலை இரவின் முணு முணுப்புக் குரலை அக்காளையின் கழுத்தில் கட்டி, புதிய பச்சை ஓலை களைக் கொண்டு அக்காளையை அலங்கரித்தனர். கைகளில் பரம்பரையாய் வந்த நடுக்கம்கொண்ட ஊர்த்தலைவன் ஊரின் சபையோரை அழைத்து வருவதற்கான வாசகத்தைச் சொல்லி அனுப்பினான். ஊர்த்தலைவன் நிறைய ரத்தம் குடித்து நெற்றியில் ஒரு மாவிலையைக் கட்டினான். இளம் குருத்துகளைத் தலைக்குப் பின்புறம் கழுத்திலணிந்து, கண்களிலிருந்து வாய்வரை வெள்ளை, சிவப்பு மைகளால் எழுதப்பட்ட ரகசியக் கோடுகள் துல்லியமாய் துலங்க, வம்சத்தின் கறுப்புத் தேவதையின் பெயரால் பேச ஆரம்பித்தான். பின்பு ஊரிலிருந்து ஏழு கன்னிப்பெண்கள் மொத்த குலத்தின் சுத்தத்தை விளக்கும்படி நிர்வாணமாக வந்து அவனுக்குத் தலைப்பாகை சூடியபோது, ஒருவன் அவர்களின் வம்சக்குரலைக் கரகரப்புச் சப்தத்தில் எழுப்பி, மூதாதைகளின் அலைந்து கொண்டிருந்த ஆவிகளைக் கூவி, அந்தப் பலியில் பங்கெடுக்க அழைத்தான். ஏழு தரம் நீர் தெளித்து அந்தக் காளையின் கழுத்தைத் துணித்தவுடன் பிறக்காத அடுத்த வம்சத்தின் பிரதிநிதிகளின் சார்பில் ஒரு பாலகன் முதன்மையாய் வர, வம்சக் கழுகு வீற்றிருக்கும் காளையின் சிரசில் நீர் தெளித்து, எல்லோரையும் மாம்சத்தை உண்ண அழைத்தான் தலைவன். அப்போது எல்லோரும் குரவையிட தலைவனின் முகத்தில் காலங்களைக் கிழித்துத் தென்பட்ட ஒரு நிழல் வெளவால் நிழலாய் இருந்தது.

இரவு தொடர்ந்துகொண்டிருந்த புராதனக்குடிகளின் ஊரில், இடிபாடுகளுக்கிடையில் நெருப்பு இன்னும் சில இடங்களில் எரிந்து கொண்டிருந்தபோது, பேய்களும் பெண்களும் ஆங்காங்கே அலைந்து கொண்டிருந்தார்கள். சிலர் ஒளித்து வைத்த அம்மணத்தை மீட்டெடுத்துப் புறப்பட்டுக் கொண்டிருந்தனர். புராதன சுயமோகங்கள் பாதி கருகியும், பாதி பூத்தும், தரையில் பாறைபோல் இறுகிய சிலந்திக் கூடுகளுடன் காணப்பட்டன. ஜானின் கடுகடுப்பான பார்வை இன்னும் கடுகடுப்பாக மாறிவிடவே, ஒரு செத்த முகத்தின் தோலின் தடிப்பு அவன் முகத்தில் ஏறியது. பல சிலந்திகள் அதில் கூடுகட்டி ஊர்ந்தபடி இருந்தன. உடைந்த கதவுகளுக்கிடையில் பலரின் பழமைப் பற்று எலியாய் ஊர்ந்து ஓடிக்கொண்டிருந்தது. மனிதர்களின் அவசரங்கள் கூட அவர்களின் மனதிலிருந்து வெளியில் தப்பிவந்து அடிபட்ட தவளைகள்போல் பின்னங்கால்கள் இழுபட நகர்ந்து நிழலுக்குள் பாதுகாப்பாய்ப் போனதைக் காணப் பரிதாபமாக

இருந்தது. பலரது கடைசி அபயக்குரல் இன்னும் சுவர்களில் ஒட்டியபடி சப்தம் எழுப்பிக்கொண்டிருக்கையில், மனிதர்களின் முகங்களிலிருந்து வழியும் அவர்களின் புராதனக் கனவுகளை மிகக் கவனமாக உற்றுப் பார்த்தபடி பால் நடுங்கும் தன் கரங்களில் ஒரு புத்தகத்தைப் பிடித்தபடி நடந்தான். நிமிர்ந்து நின்றபோது, அவனுடைய கண்கள் உடைந்த தொடைகளையும், இறுகிக் காய்ந்த, தரைப் புழுதியில் குப்புறக் கிடந்த மனித மனங்களின் ஆசை என்ற குப்பைக் கூளங்களையும் பார்த்தன. இதழ்களில் லேசாக நகை தோன்றி மறைந்தது.

மீண்டும் இரவு வந்த மறுநாளில், புராதனக் குடிப் பெருமைகள் காயங்களுடன் மறுபடி மறுபடி தரையில் விழுந்தன. அப்போது பாலின் முகத்தில் வேதனையுணர்வுகளின் வேர் ஓட, அவன் மனக்குகைக்குள் மறதியும், வெளவால்களும், துப்பாக்கிகளின் மருந்து நெடியும் எழுந்து சஞ்சாரமிட்டன. புராதனக் குடியினர் கூடும் ஊர் சத்திரத்தின், இடிந்த மணிக்கூண்டில் ஏறி ஊரைப் பார்த்தான் பால்.

புராதன வார்த்தைகளுடன் உயிர்பெற்ற கதைகளை நேசித்த மனிதர்களும் அவர்களுடன் கடந்த காலங்களும், தூரத்தில் செத்துப் போய்க் கிடந்த காட்சி, பாலின் மனதில் கொடூர நினைவுகளை எழுப்பியது. ஆனாலும் எதிர்காலத்தின் குமாரனான பால் அதற்காய் பச்சாதாபப்படவில்லை. அப்போது அவ்வூரைவிட்டு அதன் எல்லையை நோக்கிச் சிலுவையுடன் புறப்பட்ட வெள்ளைக் கொடி மனிதர்கள் ஊர்வலமாகச் செல்கையில் அவனைக் கவனித்தனர்.

அவர்கள் ஏனோ அவனைத் திரும்பிப் பார்த்ததை அவன் தூரத்தில் மணிக்கூண்டில் நின்று கவனித்துக்கொண்டிருந்தான்.

நேயர்களே, இக்கதையை ஒருவர் படித்தாலும், படித்ததைக் கேட்டாலும், ஒருவர் படிக்க இன்னொருவர் கேட்டாலும் நவக்கிரகங்கள் குரூரம் செய்யமாட்டாத பழமைகொண்டிருக்கிறது. இத்தகைய பழமை ஞாபகங்களில் சிக்கிய ஏற்கனவே சொல்லப்பட்ட மனிதர்களின் கதை, இங்ஙனம் முற்றும்.

‍‌‍

படித்துவிட்டீர்களா?
தமிழில் இலக்கிய அந்தஸ்தைப்
பெறும் முதல் மர்ம நாவல்

ஜி.கே. எழுதிய மர்ம நாவல்

தமிழவன்

இது ஒரு புதுவகை நாவல். வெறும் கேளிக்கைப் பிரதியான மர்ம நாவல் வடிவம், இந்நாவலில் அறிவைத் தேடித் துப்பறிகிற புதினமாக விரிவடைகிறது. அதன்மூலம் ஒரு தீவிரமான இலக்கியப் பிரதியாகிறது. மர்மநாவல் என்ற பாணியில் புனைவை நவீனமாய் எழுதிச் செல்லும் இந்தப் பிரதி காலம் காலமாக வீரதீர சாகசங்களை நிகழ்த்திய குதிரைவீரர்களைப் பகடி செய்கிறது. சுருங்கை என்னும் புனைவு நகரத்தில் நிகழும் இந்தக் கதையில் துப்பறிபவனோடு வரும் அவன் துணைவனின் அசட்டுத்தனம், கோமாளித்தனம், அவன் எதிர் கொள்ளும் விபரீதங்கள் முதலியன நமக்குப் புதிய அனுபவத்தைத் தருகின்றன. துப்பறிபவன் போகும் சூரியக்கோயில், கிரந்தக் கோயில், அவன் நடத்தும் தத்துவ விவாதங்கள் என்று விரியும் இந்த நாவல், ஒரு கதையாடலைத் தொடர் உருவகமாக, எள்ளலுடன் விவரிப்பதன் மூலம் நம்மை ஒரு புதிய உலகிற்கு அழைத்துச் செல்கிறது.

பக்கம்: *384*, விலை: ₹ *220*
ISBN 978 81 7720 145 1

படித்துவிட்டீர்களா?
காலனிய அழகியலுக்கு
எதிரான பின்காலனிய நாவல்

சரித்திரத்தில் படிந்த நிழல்கள்

தமிழவன்

தமிழில் எழுதப்பட்ட முதல் தொடர் உருவக நாவலான இது, ஒன்றைச் சொல்லி வேறு ஒன்றை உணர்த்துகிறது. இதனாலேயே இது தமிழில் ஒரு புதிய புனைகதை மரபைத் தொடங்கி வைக்கிறது. புனைவு நாடான தொகிமொலா, ராணி பாக்கியத் தாய், அரசன் பச்சைராஜன் போன்ற கதாபாத்திரங்கள் நமது நினைவின் அடுக்குகளில் சஞ்சரிக்கின்றன. ஒரு கற்பனை தேசத்தின் கதை மாந்தர்களாக உலவும் இந்தப் பாத்திரங்கள், நமது நிஜ வாழ்வில் இரத்தமும் சதையுமாய் உலவும் உண்மை மனிதர்களை நினைவுபடுத்துகின்றன. இந்த நினைவே வாசகனின் நனவிலி மனத்தைத் தட்டி எழுப்பும் சாகசத்தைச் சாத்தியமாக்குகிறது.

பக்கம்: 160, விலை: ₹ 140

ISBN 978 81 7720 148 2